சாலப்பரிந்து . . .
தேர்ந்தெடுத்த சிறுகதைகள்

சாலப்பரிந்து ...
தேர்ந்தெடுத்த சிறுகதைகள்

நாஞ்சில் நாடன் (பி. 1947)

நாஞ்சில் நாடன் (க. சுப்பிரமணியம்) குமரி மாவட்டத்திலுள்ள வீரநாராயணமங்கலம் என்னும் ஊரைச் சேர்ந்தவர். 'தலைகீழ் விகிதங்கள்' (1977) என்ற தம் முதல் நாவல் மூலம் இலக்கிய உலகில் பிரபலமானவர். ஆறு நாவல்கள், எட்டு சிறுகதைத் தொகுதிகள், இரண்டு கவிதைத் தொகுதிகள், ஆறு கட்டுரைத் தொகுதிகள் வெளிவந்திருக்கின்றன.

நாஞ்சில் நாட்டு வாழ்க்கையையும் பெருநகர் வாழ்வின் அவலங்களையும் விவரிக்கும் நாஞ்சில் நாடன் கிராமிய வாழ்வின் மீது புனிதம் ஏதும் ஏற்றவில்லை. இழந்துபோன கிராமியத்தின் நிலைமையையும் தனது ஏக்கங்களையும் அவர் சுதந்திரமாக மறுபரிசீலனை செய்கிறார்.

இளமைப் பருவத்தைச் சொந்தக் கிராமத்திலும் பதினெட்டு ஆண்டுகள் மும்பையிலும் கழித்த நாஞ்சில் நாடன் தற்போது மனைவி, மகள், மகனுடன் கோவையில் வசிக்கிறார்.

ஆசிரியரின் பிற நூல்கள்

நாவல்

- தலைகீழ் விகிதங்கள் (1977)
- என்பிலதனை வெயில் காயும் (1979)
- மாமிசப் படைப்பு (1981)
- மிதவை (1986)
- சதுரங்கக் குதிரை (1993)
- எட்டுத் திக்கும் மதயானை (1998)

சிறுகதை

- நாஞ்சில் நாடன் கதைகள் (2004)
    1. தெய்வங்கள் ஓநாய்கள் ஆடுகள் (1981)
    2. வாக்குப் பொறுக்கிகள் (1985)
    3. உப்பு (1990)
    4. பேய்க்கொட்டு (1994)
    5. பிராந்து (2002)
    ஆகிய தொகுப்புகளின் தொகை
- முத்துக்கள் பத்து (தேர்ந்தெடுத்தவை) (2007)
- சூடிய பூ சூடற்க (2007)
- கான்சாகிப் (2010)
- நாஞ்சில் நாடன் சிறுகதைகள் (தேர்ந்தெடுத்தவை) (2011)

கவிதை

- மண்ணுள்ளிப்பாம்பு (2001)
- பச்சை நாயகி (2010)

கட்டுரை

- நஞ்சென்றும் அமுதென்றும் ஒன்று (2003)
- நாஞ்சில்நாட்டு வெள்ளாளர் வாழ்க்கை (2003)
- நதியின் பிழையன்று நறும்புனல் இன்மை (2006)
- காவலன் காவான் எனின் (2008)
- தீதும் நன்றும் (2009)
- திகம்பரம் (2010)
- பனுவல் போற்றுதும் (2011)

மொழிபெயர்ப்பு

- *Against All Odds* (எட்டுத்திக்கும் மதயானை – ஆங்கிலத்தில்) (2009)

நாஞ்சில் நாடன்

சாலப்பரிந்து . . .
தேர்ந்தெடுத்த சிறுகதைகள்

தேர்வும் தொகுப்பும்
க. மோகனரங்கன்

காலச்சுவடு பதிப்பகம்

● அன்பார்ந்த வாசகருக்கு,

வணக்கம்.

காலச்சுவடு நூலை வாங்கியமைக்கு நன்றி.

நூலின் உள்ளடக்கம், உருவாக்கம், அட்டைப்படம் இன்ன பிற அம்சங்கள் பற்றிய உங்கள் கருத்துகளையும் ஆலோசனைகளையும் காலச்சுவடு வரவேற்கிறது. தகவல், எழுத்து, வாக்கியப் பிழைகள் தென்பட்டால் அவசியம் தெரிவித்து உதவுங்கள். நூல் தயாரிப்பில் கடும் குறைபாடு இருப்பின் மாற்றுப் பிரதி உங்களுக்குக் கிடைக்கக் காலச்சுவடு ஏற்பாடு செய்யும்.

மின்னஞ்சல்: **publisher@kalachuvadu.com**

காலச்சுவடு நாகர்கோவில் அலுவலகத்திற்குக் கடிதம் அனுப்பலாம்.

தங்கள்
எஸ்.ஆர். சுந்தரம் (கண்ணன்)

பதிப்பாளர் — நிர்வாக இயக்குநர்

சாலப்பரிந்து ... ◆ தேர்ந்தெடுத்த சிறுகதைகள் ◆ ஆசிரியர்: நாஞ்சில் நாடன் ◆ © நாஞ்சில் நாடன் ◆ முதல் பதிப்பு: டிசம்பர் 2012, பன்னிரண்டாம் பதிப்பு: ஜூலை 2024 ◆ வெளியீடு: காலச்சுவடு பப்ளிகேஷன்ஸ் (பி) லிட்., 669 கே.பி. சாலை, நாகர்கோவில் 629001

caalapparintu ... ◆ Selected Short Stories ◆ Author: Nanjil Nadan ◆ © Nanjil Nadan ◆ Language: Tamil ◆ First Edition: December 2012, Twelth Edition: July 2024 ◆ Size: Demy 1 x 8 ◆ Paper: 18.6 maplitho ◆ Pages: 240

Published by Kalachuvadu Publications Pvt. Ltd., 669 K.P. Road, Nagercoil 629001, India ◆ Phone: 91-4652-278525 ◆ e-mail: publications @kalachuvadu.com ◆ Printed at Clicto Print, Jaleel Towers, 42 KB Dasan Road, Teynampet Chennai 600018

ISBN: 978-93-81969-30-4

07/2024/S.No. 475, kcp 5184, 18.6 (12) uss

பொருளடக்கம்

முன்னுரை: மண்ணும் மனிதரும்...	9
விரதம்	17
உப்பு	23
ஐந்தில் நான்கு	29
இடலாக்குடி ராசா	36
ஆங்காரம்	43
விலாங்கு	48
கிழிசல்	55
தேடல்	62
துறவு	69
ஒரு முற்பகல் காட்சி	77
பாலம்	83
பேய்க்கொட்டு	91
வாலி சுக்ரீவன் அங்கதன் வதைப்படலம்	105
சாலப்பரிந்து...	114
பிணத்தின் முன் அமர்ந்து திருவாசகம் படித்தவர்	124

வளைகள் எலிகளுக்கானவை	132
யாம் உண்பேம்	145
பரிசில் வாழ்க்கை	154
சூடிய பூ சூடற்க!	165
செம்பொருள் அங்கதம்	172
எண்ணப்படும்	187
பார்வதி சன்மான்	197
பேச்சியம்மை	206
கான்சாகிப்	214
வங்கணத்தின் நன்று வலிய பகை	228

முன்னுரை

மண்ணும் மனிதரும் . . .

நாஞ்சில் நாடனின் கதைகளை முதலில் படிக்க நேர்ந்தபோது நான் முதிரா இளைஞன். வாசிப்பில் அதீத ஆர்வமும், அதே சமயத்தில் இலக்கியம் குறித்து திட்ட வட்டமான கருத்தாக்கங்கள் கொண்டவனாகவும் இருந் தேன். எந்த ஒரு நூலையும் படித்த முதல் தடவையி லேயே அதைப் பற்றிய கறாரான ஒரு முடிவுக்கு வந்து விடும் கூருணர்வும் எனக்கு அப்போது அதிகமாகவே இருந்தது. நாஞ்சில் நாடன் என்ற அவருடைய புனை பெயர் எனக்கு அவ்வளவு உவப்பான ஒன்றாக அல்லா மல் சற்றே மனவிலக்கத்தை ஏற்படுத்துவதாக இருந்தது. காரணம், சாதிப்பற்று, மதப்பற்று போலவே ஊர்ப் பற்று, மொழிப்பற்று, இனப் பற்று முதலிய பிற பற்றுகளும் புதுமை நாட்டமற்ற ஒரு மனம் சுமக்க விரும்பும் பழம் பெருமை என்பதான எண்ணமே அன்றிருந்தது.

சிறுகதை என்றதுமே என் மனதில் எழும் ஒரு தோற்ற வரையறையானது இறுக்கம், செறிவு, துல்லியம், ஒருமை, முடிவை நோக்கிய விரைந்த நடை என்பவை போன்ற சில அளவீடுகளைக் கொண்டிருந்தது. நாஞ்சி லின் கதைகள் பலவும் இந்த வரையறைக்குள் பொருந்தா மல் மீறியும், வழிந்தும் ஆங்காங்கே துருத்திக்கொண்டு நின்றன. கதாபாத்திரங்களின் குண இயல்புகளுக்குத் தகவே கதையின் மொழிநடை பயின்று வரவேண்டும். கவித்துவமான முடிவும், கதை விளக்கப்படுத்தும் மேல் தளப் பிரதிக்கப்பால் ஆழமான மறைபிரதியும் கூடுதல் தகுதியாகக் கொள்ளத்தக்கவை என்பனபோல் என் வரையறைக்கு மேலதிகமான சில எதிர்பார்ப்புகளும் இருந்தன. கதாசிரியனின் பிரசன்னம் இல்லாத கதை என்பது நாஞ்சிலிடத்தில் அரிதாகவே காணக் கிடைப்பது.

தவிரவும் அவருடைய கதாபாத்திரங்கள் மண்ணில் காலூன்றி எதார்த்தத்தில் அடிவைத்து நடக்கிறவர்கள். அவர்களால் தங்களது எண்ண விசாரங்களைத் தத்துவார்த்த தளங்களுக்கு நகர்த்தவோ, நம்மால் அவரது கதைகளிலிருந்து நுட்பமான மறைபிரதிகளைப் பெறவோ முடியவில்லை. எனவே அன்றைய அவ்வாசிப்பில் என்னை ஈர்த்தது அவருடைய மும்பை அனுபவத்தையொட்டிய சில கதைகள் மாத்திரமே. மற்றபடி அவர் ஒரு மரபான கதைசொல்லி என்ற மனப்பதிவே என்னிடம் தங்கியிருந்தது.

2000இல் நாஞ்சிலின் சிறுகதைகள் மொத்தத் தொகுப்பாக (*தமிழினி*) வெளிவந்தது. தொடர்ந்து விகடன் தொடர் மற்றும் சாகித்திய அக்காதெமி விருது காரணமாக அவருடைய புகழ் நட்சத்திர மதிப்பை எட்டியது. அவரது வாசகர்களுடைய எண்ணிக்கையும் பேரளவு கூடியது. பல பழைய புத்தகங்கள் மறுபதிப்பு செய்யப்பட்டன. தவிர நாஞ்சில் நாடனை நேரில் சந்திக்கவும் பழகுவதற்குமான சந்தர்ப்பங்களும் வாய்த்தன. இப்பின்னணியில் மீளவும் அவருடைய கதைகளைப் படிக்க விரும்பினேன். அவ்வப்போது அவருடைய கதைகளைப் பத்திரிகைகளில் வாசித்திருந்தபோதிலும், ஒரேமூச்சில் வாசிக்கும்போது மட்டுமே நுட்பமான பல விஷயங்களை அவதானிக்கவும் ஒட்டுமொத்தமாக ஒரு மதிப்பீட்டிற்கும் வர இயலும் என எண்ணினேன். முதல் தடவையாக நாஞ்சிலைப் படித்ததற்குப் பிறகு பல வருடங்கள் கடந்துவிட்டன. வாழ்க்கை பற்றியும் இலக்கியம் பற்றியும் எனது பார்வை இன்று வெகுவாக மாறிவிட்டிருக்கிறது. ஒரு வசதிக்காக உருவம், உள்ளடக்கம் என்ற பாகுபாட்டை அனுமதிப்போமெனில், இந்த மத்திம வயதில் நான் இலக்கியப் படைப்புகளில் உருவம் சார்ந்த கவர்ச்சித் தன்மையை இழந்து, உள்ளடக்கம் சார்ந்த விஷயங்களில் மனம் தோயத் தொடங்கிவிட்டேன் என்றே கூற வேண்டும். அன்று கச்சிதமான நடையியலாளர்களின் ஈர்ப்புத் தன்மைக்கு முன்னால் மங்கலாகத் தோன்றிய பல கதைசொல்லிகளை இப்போது புதிய வெளிச்சத்தில் நோக்குகையில் அவர்களுடைய சாரமான உயிர்ப்புத் தன்மையை உணரவியல்கிறது. கு. அழகிரிசாமி, ஆ. மாதவன், கி.ரா., பூமணி, சோ. தர்மன், லெட்சுமணப் பெருமாள், சு. வேணுகோபால், அழகிய பெரியவன், கண்மணி குணசேகரன் முதலியோரின் உலகத்திற்குள் என் வாசிப்பின் பிந்தைய கட்டத்திலேயே நான் வந்து சேர முடிந்தது. நாஞ்சில் கதைகளின் தனி ருசியையும் இவ்வாறாகத் தாமதமாகவே கண்டடைந்தேன். மேற்கண்ட எழுத்தாளர்களின் கதைகளுக்கிடையே பல அம்சங்களிலும் பாரிய வேறுபாடுகள் காணக்கிடைப்பினும் அடிப்படையான

ஒற்றுமை ஒன்றுண்டு. அது அவர்கள் தங்கள் கதைகளின் வாயிலாகத் தீட்டிக்காட்டும் வாழ்வின் சித்திரங்கள் அந்தந்த மண்ணின், மனிதர்களின், மொழியின், பண்பாட்டின் உயிர்த் துடிப்புடன் கூடியவையாக அமைந்தவை என்பதேயாகும்.

துளிகள் கூடி அலையென எழுந்து, அடித்து ஓய்ந்தபின் கடலெனக் காணக் கிடைப்பது போலவே நாஞ்சில் நாடனின் கதைகளின் வாயிலாக அறியக் கிடைக்கும் பல்வேறு பண்பாட்டுத் தகவல்கள், பழமொழிகள், உணவுப் பழக்கங்கள், வழிபாடு, சமயச் சடங்குகள், தாவரங்கள், வைத்தியம் போன்ற குறிப்புகள், அப்பகுதியின் பிரத்யேகமான மொழிக் கூறுகளுடன் கூடி முயங்கப் பெற்றமையால் உருவாகும் சிறுசிறு சித்திரங் கள் மொத்தமும் கட்டியெழுப்புவதே அவருடைய நாஞ்சில் நாடு. நாஞ்சிலின் எழுத்துக்கள் மொத்தத்தையும் படித்த வாசக னொருவனின் மனதில் அது கொண்டிருக்கும் விஸ்தீரணம் மிகப் பரந்தது. நாஞ்சில் என்ற சொல் சங்க காலத்திலிருந்தே வழங்கிவருகிறது. நாஞ்சில் பொருநன் என்ற ஆட்சியாளனைப் பற்றிய குறிப்பு ஒரு புறநானூற்றுப் பாடலில் வருகிறது. எனவே கொங்கு நாடு, தொண்டை நாடு, பறம்பு நாடு என்பதுபோல நாஞ்சில் நாடு என்பதுவும் பரந்தவொரு நிலப்பரப்பு. சில, பல குறுநில மன்னர்களும், வேளிர் தலைவர்களும் அதைத் தொன்றுதொட்டு ஆண்டு வந்திருக்கக்கூடும் என்பது போன்ற ஒரு எண்ணமே இருந்தது. ஆனால் கன்னியாகுமரி மாவட்டத் தின் இரண்டு தாலுகா பரப்பளவே நாஞ்சில் நாடு என்பதை அறிய வரும்போது ஆச்சரியமாகவும், ஏன் சற்று ஏமாற்ற மாகவும்கூட இருந்தது. அந்தக் குறுகிய நிலப் பரப்பு எழுத்தின் வாயிலாக நம் மனதில் எவ்வளவு விஸ்தீரணம் கொள்கிறது என்பதை யோசிக்க வியப்பே தோன்றுகிறது.

சுந்தர ராமசாமியும், நீல. பத்மநாபனும், ஐசக் அருமை ராசனும், ஹெப்சிபா ஜேசுதாசனும், ஜெயமோகனும், தோப்பில் முகமது மீரானும், குமார செல்வாவும் தம் எழுத்துக்கள் வாயிலாக எதிரொலிப்பது ஏகதேசம் ஒரே நிலப்பகுதியின் வாழ்வைத்தானென்றாலும் அவை ஒவ்வொன்றும் உயர்த்திப் பிடிப்பவை ஒவ்வொரு கோணத்திலான ஆடியை அல்லவா! மொழியாலான அந்த ஆடிகளின் தடிமனும் விட்டமும் குவி மையமும் வேறுவேறு. அதில் பட்டுத் தெறிக்கும் வெளிச்சக் கீற்றுகளின் விளைவான வண்ண மாறுபாடுகளும் தனித்தனி அலை நீளம் கொண்டவையே. ஆக நாஞ்சில் நாடனின் எழுத்துக்களை வட்டார எழுத்து என ஒரு நிலப்பரப்போடு மட்டும் சம்பந்தமுடையவையாகப் பார்ப்பது என்பது நமது பார்வையைக் குறுகலான ஒன்றாக ஆக்கிவிடும். மாறாக

அம்மண்ணில் வேர் ஊன்றி முளைத்தெழுந்தபோதிலும் அவருடைய எழுத்துக்கள் கிளைத்துத் தேட முயலும் திசைகளும், விரிந்து பற்ற முயலும் ஆகாயமும் எவையென நோக்க எத்தனிப்பதே தர்க்கபூர்வமான காரியமாகும்.

நாஞ்சிலின் கதைகளை வகைப்படுத்த விரும்புவோமெனில் எளிமையும் வசதியும் கருதி அவற்றை மூன்று பிரிவுகளாகப் பகுத்துவிடலாம். முதலாவது அவருடைய பால்யத்தை, மண்ணைப் பிரதிபலிக்கும் கதைகள். இரண்டாவது அவருடைய மும்பை வாழ்க்கையை, பயண அனுபவங்களைப் பிரதி நிதித்துவப்படுத்தும் கதைகள். மூன்றாவது அவருடைய பிற்கால சிருஷ்டியான கும்பமுனியைப் பிரதான பாத்திரமாகக் கொண்ட கதைகள். நாஞ்சில் நாடனின் கதைகளை மேலெழுந்தவாரியாகப் படிக்க நேரிடும் வாசகன்கூட அவற்றில் காணப்படும் ஒரு முக்கியமான வேறுபாட்டை உணர முடியும். கிராமம் எளிமையானது, அன்பானது, வெளிப்படையானது. எனவே போற்றுதலுக்குரியது. மாறாக, நகரம் சிக்கலானது. ஒளிவு மறைவு கொண்டது, நட்பற்றது. ஆகவே விமர்சனத்திற்குரியது என்ற வழக்கமான இருமை எதிர்வுப் பண்பிற்குள்ளாக இக் கதைகள் அடங்குவதில்லை என்பதே அவ் வேறுபாடு. அந்த வகையில் நாஞ்சில் நாடன் காட்டும் கிராமம் நேர்மறையானது என்பதைவிடவும் இயல்பானது என்பதே சாலப் பொருந்தும். ஏனெனில் கிராமத்தில் இன்றளவும் விரவிக் கிடக்கும் சாதிப் பற்று, மூடநம்பிக்கை, போலிப் பெருமிதம், வறுமை முதலிய இன்ன பிற குணக் கேடுகளையும் விமர்சனப் பாங்கில் நோக்கும் கதைகளே அவரிடத்தில் ஒப்பீட்டளவில் அதிகம். இதற்கானப் புறவயமான காரணம் ஒன்றும் உள்ளது. அது அவர் இக் கதைகளை எழுத நேர்ந்தது கிராமத்தில் வாழ்ந்த போதல்ல, மாறாகத் தன் சொந்த மண்ணைவிட்டு வெகு தொலைவில் மொழி தெரியாத மாநகரத்தில் வசிக்க நேர்ந்த போதுதான். இந்தத் தொலைவு மற்றும் தனிமையினால் உருவான மானசீகமான, இடைவெளிக்கப்பாலிருந்து தன் கிராமத்தைப் புரிந்து கொள்ளவும், தனக்காக மீட்டெடுத்துக் கொள்ளவுமான முயற்சியினின்றும் பிறந்தவையே இக்கதைகள்.

நாஞ்சில் நாடனின் படைப்புலகம் சார்ந்த மற்றொரு புறக்கணிக்கவியலாத கூறு, பயணங்கள். அவரது நகர வாழ்வின் தொடர்ச்சியாக அமைந்தவை அவருடைய பணிநிமித்தமான நெடும் பயணங்கள். அவை தன்னையும் வாழ்க்கையையும் புரிந்துகொள்ள மிகவும் உதவியாக அமைந்தன எனக் கூறுகிறார். சற்றேறக்குறைய அவருடைய எழுத்து வாழ்க்கைக்குச் சமமான கால அளவு கொண்டது அவருடைய நகர

வாழ்க்கை. ஒரு வேரற்ற நீர்த்தாவரம் போல ஒட்டாத மனநிலை யுடனே நகர வாழ்க்கையை அவர் மேற்கொள்கிறார். அதற்குக் காரணம் அசலான கிராமத்து மனம் நகர வாழ்க்கையின் போது உணர நேரிடும் வழக்கமான ஒவ்வாமை அல்ல.

'நகரங்களின்மீது எனது படைப்பு மனம் கொள்ளும் அருவருப்பு, சாக்கடைகள் சார்ந்தோ, குப்பைகள் சார்ந்தோ, தூசும் புகையும் சார்ந்தோ, வாகன நெருக்கடிகள் சார்ந்தோ மட்டுமல்ல. தன் பெண்டுபிள்ளைகளிடம்கூட இயல்பாக இருக்கவிடாத, எத்தைச் செய்தும் சொத்தைத் தேடு என்று அலைகிற, முழுவதும் யாந்திரீக வயமாகிப்போன, தன்னை மிஞ்சிய அறிவு எதுவுமில்லை எனும் மடம் பட்ட, எல்லா சிதைவுகளுக்கும் களனாகிக்கொண்டிருக்கிற மனங்கள் சார்ந்தது. வாழ்தல் என்பது ரசனை அற்றுப் போதல் என்றும் சுயநலமாகச் சுருளுதல் என்றும் நகரம் எனக்கு நாளும் கற்பிக்க முனைகையில் அதில் முகம் அழிந்துபோகாமல் என்னை நான் மறுபடி மறுபடி கண்டெடுத்துக்கொள்ளும் முயற்சிகள் தாம் என் கதைகள்' என்று தன் கட்டுரையொன்றில் குறிப்பிடு கிறார். ஒரு விதத்தில் இந்த மனவிலக்கமும் ஒவ்வாமையுமே அவருடைய வாழ்வனுபவங்களைப் புறவயமாக நின்று ஆராய வும், அதைத் தனது கதைகளுக்கான மூலப்பொருளாக மாற்றிப் படைத்துக்கொள்ளவும் ஏதுவாக அமைந்தன எனலாம்.

நாஞ்சிலின் கதைகளில் சமீபமாக இடம்பெறத் தொடங்கிய வர் கும்பமுனி. அவர் தனித்துத் தோன்றவில்லை. உடன் அவரது சுயத்தின் எதிர்பிரதிமையான தவசிப்பிள்ளையும் சேர்ந்தே பிரசன்னம் கொள்கிறார். ரிஷி மூலம் ஆராய்ச்சிக்குரியதன்று என்பதனால், இப்பாத்திரத்தில் நாஞ்சிலின் சாயல் எத்தனை சதவீதம் அல்லது வேறு எந்த எழுத்தாளரின் நிழலாவது அதன்மீது விழுந்திருக்கிறதா என்பது போன்ற பூர்வாசிரம விவரங்களை விடுத்து கும்பமுனியின் வரவால் நாஞ்சிலின் கதைகள் அடைந்திருக்கும் பண்புமாற்றங்கள் எவையெனக் காண்பதே பயனுள்ளது. நாஞ்சிலின் படைப்பில் சற்றுத் தூக்க லாகவும் வெளிப்படையாகவும் தென்படுவது அவருடைய விமர்சனக் குரல். கரிப்பும் காரமுமாக வெளிப்படும் அக்குரல் தணிந்து, அங்கதமாக, தன்னிலிருந்து தொடங்கிப் படைத்தவன் ஈறாக சகலத்தையும் நகையாடும் எள்ளலாகக் கும்பமுனி கதை களில் குழியிடுகிறது. இதுவும்கூட அவருடைய தன்மையிலான ஒருவகை விமர்சனம்தான். ஆனால் கொஞ்சம் கோணலாக்கப் பட்ட ஒன்று. பழைய கசப்பிற்கு மாற்றாக இதில் சற்றே கனிவு கூடியிருக்கிறது எனலாம். நாஞ்சிலின் கதையுலகம் நமக்கு நல்கும் அனுபவத்தை மொத்தமாகத் தொகுத்துப் பார்ப்போ

13

மெனில், ஒரு கிராமத்துக் கோபக்கார இளைஞன், உதர நிமித்தம் இடம்பெயர்ந்து, பயணங்களால் பண்பட்டு, முதிர்ந்து ஒரு குறும்புக்காரக் கிழவராகப் பரிணமிக்கும் ஒரு மனச் சித்திரத்தையே நமக்கு அளிக்கிறது.

ஓர் எழுத்தாளரின் தனித்துவத்தை நிர்ணயிப்பதில் பெரும் பங்குவகிப்பது அவருடைய மொழி. வெறும் தகவல் விவரணை என்பதிலிருந்து கூடுதலாக வாசிப்பை ஓர் அனுபவ மாக மாற்றுவதும் அதுவே. அவ்வகையில் சிறப்பித்துக் கூறப்பட வேண்டியது நாஞ்சிலின் கதைமொழி. காலத்தின் களிம்பு அவ்வளவாகப் படியாத, பண்பாட்டின் செழுமை மிளிரும் மொழி நாஞ்சிலுடையது. அவருடைய ஆளுமையும் ரசனை யும், குறிப்பாக மரபு இலக்கியங்களின் பாற்பட்ட அவரது மனச்சாய்வும் அவருடைய கதைகளின் வரிகளுக்குக் கூடுத லான வண்ணங்கள் சேர்ப்பவையாகின்றன.

நாஞ்சிலின் கதைகளைப் பொருத்தவரையில் அவற்றின் மீது வைக்கப்பெறும் விமர்சனங்களில் பிரதானமானவையென இரண்டைச் சுட்டலாம். ஒன்று அவருடைய அதிகப்படியான விவரணைத் தன்மையால் கதையின் வடிவம் சமயங்களில் குலைவுபட்டு ஒருவகைக் கட்டுரைத் தன்மை மிகுகிறது. மற்றது அவருடைய கதைகள் முழு முற்றாக லௌகீக தளம் சார்ந்து மட்டுமே இயங்குவது. அதற்கப்பால் மனித அகம் சார்ந்த தத்துவார்த்த அடிப்படைகள், உளவியல் ஆழங்கள், ஆன்மீக நெருக்கடிகளை அவை கணக்கிலெடுத்துக்கொள்வதில்லை என்பது.

முதலாவது விமர்சனத்தைப் பொருத்தவரையில் தன்னியல் பாக மட்டுமல்லாது பிரக்ஞைபூர்வமாகத் தெரிந்தே அத்தகைய விவரணைத் தன்மையை நாஞ்சில் தன் கதைகளில் மேற் கொள்கிறார் எனப் படுகிறது. ஆனால் அதற்கான நியாயம் ஒன்றை அவர் தன்னிடத்தே கொண்டிருக்கிறார். "எனக்குத் தெரிந்து சுமார் 27 வகைக் கடல் மீன்கள் நாஞ்சில் நாட்டில் விற்பனைக்கு வருகின்றன. இந்த எல்லா வகை மீன்களின் பெயரும் அங்குள்ள பெண்களுக்குத் தெரியும். அந்தந்த மீன் களின் முள்ளின் போக்குகள் தெரியும். உலும்பு வாடையின் வேறுபாடுகள் தெரியும். தோல் உரிக்க வேண்டுமா கூடாதா என்பது தெரியும். சுவை வேறுபாடுகள் தெரியும். எல்லா வகை மீன்களையும் அவர்கள் ஒரேவிதமாகக் கறி சமைப்பதில்லை. மீனின் தன்மைக்குத் தகுந்தவாறு பக்குவம் மாறும். மாற்றிச் செய்தால் குடிமுழுகிப்போவது ஒன்றும் இல்லை. என்றாலும் குறிப்பட்ட பக்குவத்தில் அந்த மீனைச் செய்யும்போதுதான் அதன் சுவை மேலோங்கி நிற்கும். எழுதிக்கொண்டு போகிற

போக்கில் ஏதோ ஒரு மீனையோ அதன் பக்குவத்தையோ சொல்லிச்செல்வது என்பது இயல்பான விஷயம். கடல் மீனையே காணாத பகுதியில் வாழும் மனிதர்களுக்கு இவை நூதனமாக இருக்கும். ஏன் தேவையற்ற விஸ்தரிப்பாகக்கூட இருக்கும். ஆனால் எனக்குப் பொத்தாம் பொதுவாக, 'மீன் வாங்கிக் குழம்பு வைத்தாள்' என எழுதிச்செல்வதில் சம்மத மில்லை. அந்த வாக்கியத்தை மீன் காட்சிசாலையில் மட்டுமே மீன்களைப் பார்த்த ஒருவரால்கூட எழுதிவிட முடியும். அதை எழுதுவதற்கு நாஞ்சில் நாடன் வேண்டாம்" என்பது அவருடைய தீர்மானமான முடிவு.

தொடக்கத்தில் நாஞ்சில் நாடனின் கதைகளில் காணப் படும் உணவுப் பதார்த்தங்களின் விலாவாரியான பட்டியல், அவற்றிற்கான சமையல் குறிப்புகள் ஆகியவற்றைப் படிக்கும் போது இது ஒருவகையான மனப்பீடிப்போ என்றுகூட அதிகப் படியாக எண்ணியதுண்டு. ஆனால் சமீபத்தில் படித்த ஒரு கட்டுரையில் நம்மிடையே பாரம்பரியமான அரிசி வகைகள் மாத்திரம் ஆயிரத்திற்கும் அதிகமாகப் புழக்கத்தில் இருந்து வந்ததாகவும், அவற்றின் எண்ணிக்கை இப்போது வெறும் முப்பதுக்கும் குறைவாக அருகிவிட்டதாகவும், அவற்றின் பெயர்கள்கூடத் தெரியவரவில்லை என்றும் படித்தபோதுதான் நாஞ்சில் நாடன் மாதிரியான எழுத்தாளர்கள் தேவைக்கும் அதிகமாகத் தங்கள் படைப்புகளில் அள்ளித் தெளித்துவிட்டுப் போகும் பண்பாட்டுத் தகவல்களின் அருமையும் அபூர்வமும் உறைத்தன.

இரண்டாவது விமர்சனக் கருத்தையொட்டி நோக்கும் பட்சத்தில் நாஞ்சிலின் கதாபாத்திரங்கள் தினசரி பூசை நியமங் கள், கோவில் வழிபாடு, திருவிழாக் களியாட்டங்கள் என்பதைத் தாண்டி பெரிய ஆன்மீகத் தேட்டங்கள் அல்லாதவர்களே. அவர்கள் அந்த மண்ணில் பிறந்து, உழன்று, உதிர்ந்து மட்கி அம்மண்ணிற்கே உரமாகிறவர்களேயன்றி ஆகாயத்து விண்மீன் களைக் கருதி அவாவுறுகிறவர்கள் அல்லர். இன்னும் சொல்லப் போனால் இகம் பற்றிய சுகதுக்கங்களில் ஆழ்ந்துபோய் அவர்கள் தங்கள் வாழ்வில் வானத்தை அண்ணாந்து பார்க்கும் தருணங்களே அதிகம் வாய்க்காதவர்கள் என்று கூறுலாம். மண்ணின்மீதும் சக மனிதர்கள்மீதும் பற்றுகொண்ட, வெற்றி தோல்விகளுக்கப்பால் வாழ்வின்மீது நேர்மறையான பிடிப்பு உடைய எழுத்தாளர்கள் பலரும் அவ்வளவாக ஆன்மீக நாட்டம் அற்றவர்களாகவே தம் எழுத்தில் வெளிப்படுகிறார்கள். மாறாக அவர்களிடம் மிக ஆழமாகவும் அழுத்தமாகவும் வெளிப்படும் மனிதாபிமானமும் நீதியுணர்வும் உண்டு. இந்தத் தொகுப்பில் அடங்கியுள்ள 'யாம் உண்பேம்' என்கிற கதையில்

வரும் அந்தப் பசித்த கிழவரின் குரலில் வெளிப்படும் அந்த அருள் உணர்வு எந்த வகையிலான ஆன்மீக உணர்வுக்கும் குறையாதது என்றுதான் எனக்குத் தோன்றுகிறது.

'எனது சிறுகதைகளின்மீது எனக்கிருக்கும் அபிப்பிராயம் ஒரு போதாமை; ஒரு நிறைவின்மை' என்று குறிப்பிடும் நாஞ்சில் நாடனுக்கு, வாழ்க்கை தனக்குக் கொடையளித்த அனுபவங்கள் தானுணர்ந்து உள்வாங்கிக்கொண்ட விதத்தில் எழுதிச் செல்லுதல் என்பது தனக்கு உவக்கும் பணி என்பதைத் தாண்டி தனது எழுத்துக்கள் குறித்து ஊதிப் பெருக்கப்பட்டப் பிரமைகளோ (அ) கழிவிரக்கத்துடன் கூடிய தடுமாற்றங்களோ கிடையாது. தனிப்பட்ட வாழ்வில் தானடைய முடியாத உயரங்களைத் தன் எழுத்தின் வழி அடைந்துவிடலாம் என்ற அவாவில் தன் நிழலைத் தானே தாண்ட முயலாதவர் அவர். இந்தத் தன்னம்பிக்கையும் சுயமதிப்பும் அவருடைய எழுத்திற்கு நல்கியுள்ள வசீகரத்திற்கும் அப்பால் அவருடைய படைப்புகள் நமக்குக் கையளிக்க விரும்பும் சங்கதி ஒன்றுண்டு. நாஞ்சில் தன் தந்தையுடனான தனிப்பட்ட உரையாடல் ஒன்றினைப் பதிவுசெய்துள்ளார்.

வயல் அறுவடையின்போது காலில் மண்ஒட்டாத, ஆனால் காலடித்தடம் பதியும்படி உலர்ந்த வயலில், ஏராளமாக நெல்மணிகள் தொளிவதைப் பார்த்து அப்பாவிடம் கேட்டேன்:

"இவ்வளவு நெல்லும் நமக்கு சேதம்தானே? இப்பிடி நெல் தொளிந்து போகாமல் இருக்க விவசாய விஞ்ஞானிகள் வழி கண்டுபிடிக்கக் கூடாதா?"

அப்பா சொன்னார், "இங்க வீசக்கூடிய காத்துக்கு, பெய்யப்பட்ட மழைக்கு, அடிக்கக்கூடிய வெயிலுக்கு எல்லாம் ரூவாயா கொடுக்கோம்? நாம பாடுபட்டதுக்குக் கூலி எடுத்துக் கிடலாம். நம்மை சுத்திக் காக்கா, குருவி, எலி, பாம்பு, தவளை, புழு, பூச்சி எல்லாம் சீவிக்கணும். அதை மறந்திரப்பிடாது."

வாழ்வைத் தொடர் ஓட்டப்பந்தயமாகக் கருதித் தமக்கான இடத்தை அடைவதற்காகப் பிறரை முந்திக்கொண்டு ஓடும் நம் தலைமுறையினர் மறந்துவிட்ட அல்லது நினைவுபடுத்திக் கொள்ள விரும்பாத சேதி இது. நாஞ்சிலின் கதைகள் அளிக்கும் இலக்கிய அனுபவத்திற்கும் மேலாக நான் மதிப்பது அவரது கதைகளில் உள்பொதிந்திருக்கும் பண்பாட்டின் சாரமான மதிப்பீடுகளைக் கொண்டிருக்கும் இத்தகைய சேதிகளையே.

ஈரோடு   க. மோகனரங்கன்
4.12.2012

விரதம்

சின்னத்தம்பியா பிள்ளை குளித்துக்கொண்டிருந்தார். துவைத்துப் பிழியப்பட்டிருந்த பள்ளியாடி புளியிலைக் கரை வேட்டி, கல்மீது பாம்புப் புணை போலப் படுத்துக் கிடந்தது. மாடு குளிப்பாட்டும் பையன்கள் தேய்த்துத் தேய்த்துப் பசுமையாகி விட்டிருந்த வைக்கோல் கத்தையால் கை, கால், உடம்பு எங்கும் நன்றாகத் தேய்த்தார். ஐம்பது ஆண்டுகளாக இதே பழக்கம். பங்குனி, சித்திரை வெயிலிலும் ஆனி, ஆடிச் சாரலிலும் அடிபட்டு, உரம் பெற்று, காய்ந்து சுருக்கம் விழுந்துவிட்ட உடம்புக்கு, வைக்கோல் கத்தையானால் என்ன? தேங்காய்ச் சவுரியானால்தான் என்ன?

இடுப்பளவு ஆழத்தில் நின்று அரையில் கட்டியிருந்த ஈரிழைத் துவர்த்தை முறுக்கிப் பிழிந்து, முதுகின் பின்பக்கம் வடம்போலப் பிடித்துக்கொண்டு, அழுத்தமாக முதுகைத் தேய்த்தார். அதையே மீண்டும் அரையில் கட்டிக்கொண்டு ஆனந்தமாக நீராடலானார்.

அச்சிற்றூரை வளைத்துக்கொண்டு ஓடும் 'தேரேகால்' அப்படியொன்றும் 'அகண்ட காவிரி' அல்லதான். என்றாலும் மணலை அரித்துக்கொண்டு பளிங்கு போல, நீர் சலசலவென்று எப்போதும் ஓடும். சுமார்

இருபதடி அகலமே இருந்தாலும் கிழக்குத் தொடர்ச்சி மலையிலிருந்து இழிந்துவரும் பழையாற்றின் கிளையாதலின் ஆடைக்கும் கோடைக்கும் தண்ணீருக்குப் பஞ்சமில்லை. கிளை பிரிகின்ற இடத்தில், பழைய திருவிதாங்கூர் மூலம் திருநாள் மகாராஜா காலத்தில் கட்டப்பட்ட சுடுசெங்கலில் சுண்ணாம்புக் காரைப் பாலத்தின் கீழ்தான் சின்னத்தம்பியா பிள்ளை மாத்திரமல்ல, கிராமத்து ஆண்கள், பெண்கள், சிறுவர்கள், சிறுமிகள் எல்லோரும் குளிக்குமிடம். ஆனி, ஆடி அல்லது புரட்டாசி, ஐப்பசி மாதங்களில் பெய்யும் பருவ மழைகளில் இரு கரையும் தொட்டுக் கொண்டு நுங்கும் நுரையுமாக, வாழை, தாழைகளையும் அடித்துக்கொண்டு புரண்டோடும் செந்நிறப் புதுவெள்ளத்தில் சிறுவர்கள் பாலத்தின் மீதிருந்து குதிப்பார்கள். அல்லது கரைகளில் வளர்ந்து செழித்திருக்கும் புன்னை மரக் கிளைகளிலிருந்து ஊஞ்சலாடிக்கொண்டே பாய்ந்து விழுவார்கள். ஆனால் முட்டளவு வெள்ளமே ஓடும் இந்த மாசி மாதத்தில் அவ்விதம் குதித்தால் கீழே கிடக்கின்ற கற்கள் கால்முட்டியையோ மண்டையையோ பிளந்துவிடும் என்பது அனுபவபூர்வமாக அறிந்த உண்மை.

அறுபத்தைந்து வயதான சின்னத்தம்பியா பிள்ளையின் விடலைப் பருவம் முதல், ஏன் அதற்கு முன்பு அந்தப் பாலம் தோன்றிய நாளிலிருந்தே, பெரியவர்கள் பெருவெள்ளக் காலங்களில் சிறுவர்களை விரட்டி ஓட்டுவதும், அவர்களின் தலை மறைந்த பின்பு சிறுவர்கள் மீண்டும் ஒன்று சேர்ந்து விடுவதும் வேடிக்கையான ஒன்றுதான். ஆனந்தமான நீராட்டத்தைச் சின்னத்தம்பியா பிள்ளை முடிக்கும் தருவாயில் இருந்தார். மாசி மாதத்தின் பதினொரு மணி வெயிலின் கடுமையும் புன்னை மரத்தின் தண்ணென்ற நறுநிழலும் சூடேறிவிடாத சலசலக்கும் தண்ணீரின் இதமும் யாரையும் மெய் மறக்கத்தான் வைக்கும்.

துவர்த்தைப் பிழிந்து 'படார் படார்' என்று உதறி, தலையையும் உடம்பையும் துவட்டிவிட்டு, அரையில் துவர்த்தை உடுத்து எழுந்து நின்றார். படிக்கட்டுகளின் மீதேறி, காலண்டர் தேதித் தாளில் மடித்துக்கொண்டு வந்திருந்த திருநீற்றினை இடது கையில் வைத்து வலது கையால் சில துளிகள் தண்ணீர் விட்டுக் குழைத்து, மூன்று விரல்களால் நெற்றி, தோள்கள், மார்பு, முழங்கைகள் என்று இட்டுக் கொண்டு, கைகளைக் கழுவி, 'நமச்சிவாயம்' என்றவாறு கிழக்கு நோக்கிக் கைகுவித்தார்.

கல்மீது துவைத்துப் பிழிந்து வைத்திருந்த வேட்டியை உதறி, தலைக்குமேல் பட்டம்போலப் பிடித்துக்கொண்டு புறப்பட எத்தனித்தார்.

"என்ன அம்மாச்சா... இண்ணைக்கு பதினோரு மணிக்கே குளியல்?" என்றவாறு சங்கரலிங்கம் பிள்ளை ஆற்றில் இறங்கினார்.

சாதாரணமாக சின்னத்தம்பியா பிள்ளை இரண்டு மணிக்குத்தான் குளிப்பார். சாப்பாட்டுக்கு மூன்று மணி ஆகிவிடும்.

"இல்லேப்பா! அம்மாசியாச்சே இண்ணைக்கு! அவளுக்கு நேத்தையிலேருந்து உடம்புக்குச் சுகமில்லே. இழுத்து மூடிக்கிட்டுப் படுத்திருக்கா. காலம்பற கஞ்சி வச்சேன். நார்த்தங்காயைத் தொட்டுக்கிட்டு குடிக்கச் சொல்லிவிட்டு குளிக்க வந்தேன். பழையது பானை நிறைஞ்சு கெடக்கு. நாளும் கிழமையுமா விரதமும் அதுவுமா எப்படிப் பழையது சாப்பிடுகது? அதான் தாழக்குடி வரைக்கும் ஒருநடை போய்ட்டு வந்திரலாம்ணு பாக்கேன்."

சங்கரலிங்கம் பிள்ளை பல் தேய்த்து நாக்கு வழிக்கும் அழகு, ஊர் அறிந்ததொன்று. குடலையே வெளியே இழுத்து விடுவதைப்போல இரண்டு விரல்களைத் தொண்டைவரை போட்டுத் தோண்டி எடுத்து விடுவார். ஏற்கெனவே பன்னி ரெண்டு மணிவரை எதுவும் சாப்பிடாமல் வயிற்றைப் புரட்டிக்கொண்டு வரும் சின்னத்தம்பியா பிள்ளைக்கு, அந்தக் காட்சியைத் தாங்கும் திராணி இல்லாததால் மெதுவாக நடையைக் கட்டினார்.

பட்டம் பிடித்திருந்த வேட்டியின் நுனிகள் காற்றில் படபடக்க, தாழக்குடியை நோக்கிக் குறுக்கு வழியில் இறங்கினார். ஈர வேட்டி வெயிலின் கடுமையை வடிகட்டி, குளிர்ச்சியை அவருக்குத் தந்தது.

சின்னத்தம்பியா பிள்ளைக்கு இரண்டே பெண்கள்தான். அவர் கிராமத்திலிருந்து ஆறு பர்லாங் தூரத்தில் இருக்கும் தாழக்குடியில்தான் இரண்டு பேரும் வசதியாக வாழ்க்கைப் பட்டிருந்தார்கள். இங்கே நிலபுலன்களைக் கவனித்துக் கொண்டு பிள்ளைவாளும் மனைவியுமாக 'முதியோர் காதல்' நடத்திக்கொண்டிருந்தார்கள். தாழக்குடியை அடைந்ததும் சுக்காகக் காய்ந்துவிட்ட வேட்டியை இடுப்பிலும் இடுப்பி

லிருந்த துவர்த்தைத் தோளிலுமாக இடம் மாற்றிக்கொண்டார். கிட்டத்தில் இருந்த மூத்த மகள் வீட்டை நோக்கி நடையை எட்டிப் போட்டார். மணிதான் பன்னிரண்டரையாச்சே! மூத்தவள் வீட்டினுள் நுழைந்து, "உஸ்ஸ்... அப்பாடா..." என்று பெருமூச்சு விட்டுவிட்டு மேல் துண்டை வீசிறிகொண்டு உட்கார்ந்தார்.

"இந்த வேனா வெயிலிலே இப்ப என்ன எடுக்க இப்படி வீசு வீசுன்னு ஓடி வாறே..?" மகள் உரிமையோடு கடிந்து கொண்டாள்.

"இல்லேம்மா... இண்ணைக்கு அம்மாசியாச்சா..."

"அம்மாசியானா என்ன? சாப்பிட்டாச்சுண்ணா படுத்து ஒரு உறக்கம் போடுகது. பிறகு வெயில் தாந்தப்புறம் வந்தாப் போச்சு! பேரப்பிள்ளையோ என்ன ஓடியா போறா?"

சின்னத்தம்பியா பிள்ளை 'திருதிரு'வென்று விழித்தார். மருமகன் வேறு வீட்டினுள்ளிருந்து எட்டிப் பார்த்தார்.

'சரி! இனி எப்படி இவளிடம் அதுவும் மருமகப் பிள்ளையையும் வைத்துக்கொண்டு, வெட்கத்தை விட்டு 'சாப்பட வந்தேன்'ண்ணு சொல்வது?'

"இந்தக் கட்டைக்கு மழையானா என்னா, வெயிலானா என்னம்மா? கறுத்தா போயிரப் போறேன்?" முகத்தில் வந்த பசிக் களைப்பை விரட்டிவிட்டு, பேரக் குழந்தைகளுடன் கொஞ்சுவதாகச் சற்று நேரம் 'பாவலா' பண்ணினார்.

"சரிம்மா! தங்கச்சி வீடுவரை போய்விட்டு வாறேன்" என்று சொல்லிவிட்டு "கொஞ்சம் படுத்துக் கிடயேன், சாயங்காலமாப்போனால் போராதா?" என்ற மகளின் வேண்டுகோளையும் தட்டிவிட்டு – தட்டாமல் என்ன செய்வது – அடுத்தத் தெருவை நோக்கி நடந்தார்.

இளைய மகளின் வீட்டை நெருங்கும்போதே பிள்ளைவாளுக்குக் கொஞ்சம் 'திக்'கென்றுதான் இருந்தது. போவதற்குள் அங்கே எல்லோரும் சாப்பிட்டுவிட்டால் என்ன செய்வது? எல்லோரும் சாப்பிட்டான பின்பா விரதச் சாப்பாடு சாப்பிடுவது? நல்ல வேளை! அவள் வீட்டில் அப்போது தான் இலை போட ஏற்பாடாகிக்கொண்டிருந்தது.

"வாப்பா..." இளைய மகள் ஓடிவந்தாள். சாப்பிடத் தயாராகிக்கொண்டிருந்த மருமகன் புன்னகைத்தார்.

வெண்டைக்காய் பொரியல் மணம் 'கம்'மென்று மூக்கில் தாக்கியது. மூன்று வயதுப் பேரன் "தாத்தா வந்தாச்சு! தாத்தா வந்தாச்சு!" என்று குதித்தான். ஆனால் இந்த இன்பச் சூழலை ரசிக்கும் மனநிலை கிழவருக்கு இல்லை.

"அக்கா வீட்டுக்குப் போயிருந்தேயாப்பா?"

"ஆமா!"

"உங்கிட்ட எத்தனை நாள்ப்பா சொல்லுகது? வந்தா நேரே இங்கே வாண்ணு! நீ பாட்டுக்கு அக்கா வீட்டிலே சாப்பிட்டுட்டு அப்புறமா இங்கே வாறே!"

"அதுக்கில்லேம்மா . . . அம்மாசியாச்சா . . . இண்ணைக்கு . . !"

"அம்மாசியானா என்னா? நானுந்தான் குளிச்சு முழு கிட்டு உலை வைச்சேன் . . . உன் விரதத்துக்கு எங்க வீட்டிலே சாப்பிட்டா என்ன பங்கம் வந்திருமாம்? இனி இப்படி வா சொல்லுகேன் . . ."

அன்பில் விளைந்த கோபம் அவரை அதட்டியது. அடுக்களையில் காய்ந்த தேங்காய் எண்ணெயில் பப்படத் தைப் போட்டதால் உண்டான 'சொர் . . .' என்ற ஒலி.

கிழவருக்குத் தோன்றியது: 'இன்னும் சாப்பிடலை'ண்ணு இவளிடம் சொன்னால் என்ன? என்ன இருந்தாலும் மகள் தானே! பெற்ற மகளிடமுமா கௌரவம் பார்ப்பது?

'செருப்பால அடி. மருமகன் வேற இருக்கார். அப்படி யென்ன பசி? மரியாதை கெட்ட பசி? அப்படி வயத்தை நிறைக்காட்டாத்தான் என்ன?' மனம், வாதமும் எதிர்வாதமும் செய்தது. கிழவருக்கு அப்போதுதான் படீரென்று புத்தியில் உறைத்தது. 'சே! எல்லாம் இந்தத் திருநீறால் வந்த வினை!'

ஆமாம், ஐம்பதாண்டுப் பழக்கம். குளித்துவிட்டுத் திருநீறணிந்து விட்டுத்தான் சாப்பிடுவார். நெற்றியில் துலங்கும் நீறுடன் அவர் வெளியே இறங்கிவிட்டால் பிள்ளை வாள் சாப்பிட்டாகிவிட்டது என்று பொருள். இது ஊர் மாத்திரமல்ல, அவரது உறவினர்களும் அறிந்ததொன்று. அது தான் இன்று அவரைக் காலைவாரி விட்டுவிட்டது.

"குடிக்கக் கொஞ்சம் வெந்நீர் குடும்மா." விரத நாட் களில் சாப்பாடாகி விட்டால், இரவு பலகாரம் வரை அவர்

வெந்நீர்தான் சாப்பிடுவது. 'சாப்பிட்டாகி விட்டது' என்று நிச்சயமாக்கப்பட்டுவிட்ட பிறகு அதிலிருந்து நழுவ முடியுமா? வெந்நீரை வாங்கிக் குடித்துவிட்டு பேரனின் கன்னத்தை ஒரு தட்டுத் தட்டிவிட்டு "சரிம்மா! கீழத் தெருவில் ஒரு ஆளைப் பாக்கணும். பாத்துட்டு வந்திருதேன். நேரமானா அவரு வெளியே போயிருவாரு" என்று சாக்குச் சொல்லிவிட்டு, ஒன்றரை மணி வெயிலில் வெளியில் இறங்கினார்.

வெயிலையும் பொருட்படுத்தாமல், வேகுவேகென்று முக்கால் மைல் நடந்து வீட்டினுள் நுழைந்து, அடுக்களைக் குள் புகுந்து, பானையிலிருந்த பழையதைப் பிழிந்து வைத்து விட்டு ஊறுகாய் பரணியைத் தேடிய சின்னத்தம்பியா பிள்ளையை, போர்த்திக்கொண்டு படுத்திருந்த அவர் மனைவி, விசித்திரமாகப் பார்த்தாள்.

தீபம், 'இலக்கியச் சிந்தனை பரிசு', ஜூலை 1975

உப்பு

சொக்கன் சுற்றுமுற்றும் பார்த்தான். அவனுக்கு இப்போது என்னவாவது தின்றால் கொள்ளாம் என்று தோன்றியது. அரங்கினுள் புகுந்து ஒவ்வொரு மண் பானையாக இறக்கி இறக்கிப் பார்த்தான். ஒன்றில் உப்பு அரைப் பானை இருந்தது. அதைத் தின்ன முடியாது என்பது போல் தலையை அசைத்தான். அதன்கீழ் புளிப்பானை. கறுகறுவென லேகியம் போல். அதிலும் அவனுக்கு நாட்டமில்லை.

அடுத்த வரிசையைப் பார்த்தான். கீழ் பானையில் கொஞ்சம் வறுத்த நிலக்கடலை, டப்பாவில் போட்டு மூடி வைத்திருந்தது. "கிளட்டுச் சவம் எங்க கொண்டு ஒளிச்சு வச்சிருக்கு பாரு..." என்று முனகிக்கொண்டு நிலக்கடலையைக் கையில் அள்ளிக்கொண்டு பழைய இடத்தில் வந்து உட்கார்ந்தான்.

வெளியே இன்னம் 'சோ'வெனப் பெய்துகொண்டிருந்தது மழை. அத்தோடு காற்றும் ஆனி ஆடிச் சாரல், அடித்துப் பெய்தது.

அழுக்குத் துவர்த்து ஒன்றால் இழுத்து மூடிக் கொண்டு சுகமாக நிலக்கடலையை உடைத்து பருப்பை வாயில் போட்டுக்கொண்டான்.

"ம்... இந்த வெறையலுக்கு கடலை சொகமாகத் தான் இருக்கு..."

மழையில் எங்கோ போய்விட்டு வந்த நாய் படிப் புரையில் ஏறி கழுத்தையும் உடம்பையும் நீட்டிச் சடசடவென உதறியது. உதறியபின் சொக்கன் மேல் போய் உராய்ந்தது.

“ச்சீ . . . கூறு கெட்ட மூதி, தண்ணியைக் கொண்டாந்து மேலயா தேய்க்க?”

நாயை இடது கையால் தூரத் தள்ளினான். அது சற்று தள்ளி நின்று வாலை ஆட்டிக்கொண்டே இளித்தது.

சொக்கனுக்கு வருகிற மாசியில் பதினாறு வயசு திகையும். சொக்கலிங்கம் என்பது பள்ளிக்கூடப் பெயர் என்றாலும் எல்லோருக்கும் அவன் ‘சொக்கா’தான். அவன் அப்பாவைப் பெற்ற ஆத்தா காதுகளில் அந்த ஓசை விழுந்துவிட்டால் போதும் ‘யாருலே அது நீக்கம்புலே போவான்? சொக்கலிங்கம்ணு கூப்பிட்டா வாய் அவிஞ்சா போயிரும்? சொக்கனாம் சொக்கன் . . .” என்று மல்லுக்கு வந்து விடுவாள்.

இரண்டு வயதிலே அம்மையையும் அப்பனையும் தொலைத்துவிட்ட சொக்கனுக்கு ஒரே ஆதாரம் ஆத்தாதான். அறுபது வயதுக்கு மேலானாலும் இருந்த ஆறு மரக்கால் விதைப்பாடு நிலத்தை வைத்துக்கொண்டு சுயாட்சி நடத்திக் கொண்டு போனாள். பேரன்மீது ஈயோ கொசுவோதான் உட்காரும். அதுகூடப் பொறுக்காது ஆத்தாவுக்கு.

எப்போதாயினும் கோபத்தில் பேரனை ஒரு அறை வைத்துவிடுவாள். அடிபட்ட கோபத்தில் சொக்கன் “கிளட்டுச் சவம் . . . இனிமே அடிச்சுப்பாரு . . . கையை நொடிச்சிருகேன் . . .” என்று சொல்லும்போது கிழவிக்கு வாயெல்லாம் ஈறாகிவிடும்.

“சவத்துக்கு வாற கோவத்தைப் பாரு . . .” என்று பூரித்துப் போவாள்.

நெத்திலிக் கருவாடும் வாழைக்காயும் போட்டு சந்தனம் போலப் புளிமுளம் வைத்துவிட்டால் போதும் சொக்கனுக்கு. கொண்டாட்டம்தான். “சவத்துக்கு நெத்திலிக் கருவாடுண்ணா உசிருதான் . . .” என்று சொல்லிக்கொண்டே பரிமாறுவாள்.

ஊர்ப் பையன்களோடு விளையாடும்போது சிலசமயம் சண்டை வந்துவிடும். ஏச்சோ அடியோ பொறுக்க முடியாமல் போனால் சொக்கன் வீசும் கடைசிப்பாணம் “எங்க ஆத்தாட்ட போய்ச் சொல்லீருவேன் . . .” என்பதுதான். பலமிக்க அந்த பாணம் சண்டைக்காரச் சிறுவர்களின் வாய்க்குப் பூட்டும் கைக்கு விலங்கும் போட்டுவிடும்.

ஆத்தாளின் வாய் ஆரல்வாய்மொழிக் குதிரை வாகனம் போல . . . “எந்த நாய்க்குப் பொறந்த பய எம் பேரனை அடிச்சான்?” என்று எடுத்தாளானால் இந்நாட்டு இங்கர்சால்,

சொல்லின் செல்வர், சிந்தனைச் சிற்பி, நடமாடும் பல்கலைக் கழகம் எல்லாம் கைகட்டி உட்கார்ந்து குருகுலம் பயில வேண்டும்.

எனவே சொக்கன் சம்பந்தப்பட்ட வரைக்கும் யாரும் அத்து மீறுவதில்லை.

போன வருசம் சொக்கன் ஒன்பது படித்துக்கொண்டிருந் தான். படிப்பில் அத்தனை மோசமில்லை. ஆனால் கணக்கில் பிணக்கு. கணக்கு வாத்தியார் ஞானசிகாமணிக்கு அன்று லேசான வயிற்றுப் பொருமல் வேறு.

"ஏம்பிலே என் உசிரை வாங்குகே? செத்த மூதி ... எங்க யாம் பண்ணி மேய்க்க தொலைஞ்சு போயேன் ..." என்று விளாசித் தள்ளிவிட்டார்.

அன்று சாயங்காலம் பேரனின் குண்டியில் சிவந்து கிடந்த பிரம்பு வரிகளைப் பார்த்த ஆத்தா பொறுப்பாளா? கணக்கு வாத்தியார் உள்ளூர் வாசிதான். பேரன் கையைப் பிடித்து இழுத்துக்கொண்டு போய்க் கணக்கு வாத்தியார் வீட்டுக்கு முன் நின்றாள். கையில் சிலம்பு பிடித்த பரம்பரை.

"அட பேதீல போவான்" என்று தொடங்கிப் பொழிந்த வசவுகளை இங்கே எழுதினால் வகுப்புக் கலவரம் வந்து விடும்.

கணக்கு வாத்தியாருக்குக் கை கூப்பித் தொழுவதைத் தவிர வேறு மார்க்கமில்லை. அன்றுடன் சொக்கனின் படிப்பும் வீரமரணம் அடைந்தது. அது மட்டுமல்ல "திஸ் இஸ் எ கேட் ... தேட் இஸ் எ ரேட் ..." என்று சொக்கன் பிளந்து கட்டுவதை "என்ன எளவு பாசையோ? திஸ் புஸ் ... தஸ் புஸ் திஸ்ஸுண்ணு ... சவத்துக்கு வாதான் வலிக்காதோ?" என்று அண்டை அயலிடம் ஆத்தா பீத்திக்கொள்வதும் முற்றுப்பெற்றது.

இப்போதெல்லாம் வீட்டில் நின்ற எருமையை மேய்ப் பதும் அதற்குப் புல்லறுத்துப் போடுவதும் கிழவியுடன் வயலுக்குப் போவதும் களை பறிப்பதும் சாணி பொறுக்கு வதும் என ... பிழைக்க வழியா இல்லை நாட்டில்?

மழை நின்றுவிட்டது. வெளியே எட்டிப் பார்த்தான் சொக்கன். மணி நாலரை இருக்கும். அவனுக்கு உட்கார்ந்து உட்கார்ந்து அலுத்துப் போய்விட்டது. ஆற்றுப் பக்கம் போகலாம் என்றால் ஆத்தாள் ஏசுவாள்.

கடல்புரண்டு மறிவது போல் ‘கும்’மென்று ஓசை பாறையாற்றில் இருந்து எழுவது கேட்டது. தொடர்ந்த மழை காரணமாக ஆறு கரை புரண்டு பாய்ந்தது. நிரப்பான மேட்டில் இருந்து பாறைகள் நிறைந்த பள்ளத்தில் சடா ரெனச் சரிந்து தன்னையே பாறையில் போட்டுத் துவைத்துக் கொண்டிருந்தது ஆறு. செங்காவி நுரைகள் ஒதுங்கின. மேகக் கொத்துக்கள் போல நீர்த்துளிகள் உயர்ந்து பரந்தன.

பள்ளத்தில் விழுந்த ஆறு அங்கு திசை மாறித் திரும்பி யது. பள்ளமும் பாறைக் கூட்டமும் வேகமும் திருப்பமுமாக அந்தப் புள்ளியை ஆறு ஒரு கயமாக மாற்றியிருந்தது.

ஆத்தா அங்குதான் போயிருந்தாள். புதுவெள்ளத்தில் அடித்து வரப்படும் பெரிதும் சிறிதுமான சுள்ளிகள், தென்னை மடல்கள், காற்றில் முறிந்துபோன பச்சைக் கிளைகள் என்று ஆற்றில் இருந்து பிடித்துக்கொண்டு வருவாள். காற்றில் உதிர்ந்த தேங்காய் நெற்றுக்கள் கூடக் கிடைக்கும். புதுவெள்ளம் வந்தால் மூன்று நான்கு மாதங் களுக்குத் தேவையான விறகு கிழவியின் வீட்டில் சேகர மாகி விடும். தண்ணீரில் கொவர்ந்தவற்றை மழை வெறித்த வுடன் காயப் போட்டு, தரப்படுத்தி அடுக்கி விடுவாள்.

அழுக்குச் சேலையை இடுப்பில் வரிந்துகட்டி, கொக்கி போல் வளைந்திருக்கும் கம்புடன் இடுப்பளவு வெள்ளத்தில் பாறைமீது நின்றுகொண்டு, பிடிக்கின்ற சுள்ளிகளை கரை நோக்கி வீசி எறிந்து . . .

அவற்றை வீட்டுக்குச் சுமப்பதில் சொக்கனுக்கும் பங்கு உண்டு. அலுத்துப் போன சொக்கன் ஆற்றை நோக்கி நடந்தான். நாயும் அவன் பின்னாலேயே ஓடி வந்தது. மழை, ஊசித் தூறல் போட்டுக்கொண்டிருந்தது. வானம் இன்னும் வெளிவாங்கவில்லை. தாடகை மலையில் ‘பளீர் பளீர்’ எனச் சிரித்தது மின்னல். மேகம் கவிந்து ‘கரும்’ கும்மென இருண்டது. சொக்கன் பழையாற்றை அடைந்துவிட்டான்.

“யாத்தா . . . யாத்தோவ் . . . மளை வருகு . . . சீக்கிரம் கரையேறு.”

“இரி மக்கா . . . இன்னா வந்திற்றேன் . . . அந்தச் சுள்ளி யளை எடுத்து அடுக்கு . . .”

தாடகை மலையில் மழை அடர்ந்து பொழிந்தது. மேகத் துக்கும் பூமிக்குமாய் படுதாபோலப் பிடித்த கரும்போர்வை யொன்று நகர்ந்து வருவது போல் மழை பாய்ந்து வந்தது. சொக்கனுக்கு அடிவயிற்றில் பயம் பரவியது.

“ஏ மூதி . . . வா போலாம் . . . பெலமா மளை வருகு . . .”

தன்னை நோக்கி சுழித்துக்கொண்டு வந்த ஒரு கிளை யைப் பிடிப்பதில் கவனமாக இருந்தாள் கிழவி. கொக்கிக் கம்பால் இழுக்கத் தேவை இல்லாமலேயே அது புரண்டு மறிந்து அவளை நோக்கித் திரும்பியது.

இத்துடன் வீடு திரும்பிவிடலாம் என்ற நினைப்பில் கையிலிருந்த கொக்கியைக் கரையில் விட்டெறிந்து விட்டுக் கிளையைப் பிடிக்கத் தயாரானாள்.

அது ஒரு புன்னைமரக் கிளை, கையினால் எட்டிப் பிடித்தாள். ஒரு கையினால் இழுக்க வரவில்லை. இரண்டு கைகளாலும் பற்றிப் பிடித்தாள். அவளையும் சேர்த்து அது இழுக்கும்போலத் தோன்றியது.

‘இது கிளையல்ல தண்ணீரில் அடித்துப் புரண்டு அழிந்து வரும் முழுமரம்’ என்ற உணர்வு கிழவியின் மூளையைச் சென்று தாக்கிக் கைகளை விட்டுவிடலாம் என்று தீர்மானிப் பதற்குள் . . .

சுழிப்பில் புரண்டு திரும்பிய அடிமரம் கிழவியை வெடுக் கெனப் பாறையில் இருந்து பிடுங்கி வெள்ளத்தில் உதறியது.

கிழவிக்கு நீச்சல் தெரியும் என்றாலும் மறிந்து புரண்ட அடிமரம் அழுத்தியதில் . . .

‘சோ’வென மழை அடிக்க ஆரம்பித்தது.

“ஏ மூதி . . .” எனக் கத்தத் தொடங்கிய சொக்கனுக்கு ஆற்றின் நடுவில் உயர்ந்த இரண்டு கைகள் மங்கலாகத் தெரிந்தன.

ஆற்றின் கரையோரமாகச் சொக்கன் ஓடினான். கிழவி யின் தலையோ கையோ தெரிந்தால் ஆற்றில் சாடிவிடலாம் என்ற நினைப்பில் அதிர்ச்சியும் திகைப்புமாய் துவைக்க ஓடிக் கொண்டே இருந்தான். கூடவே நாயும் . . .

கன்னங்கரேலென்றிருந்த மழை இருட்டைக் கைளால் விலக்கி, எதிர்காற்று எதிரே நீந்தி, முகத்தில் அறையும் மழை நீரும் கண்ணீருமாய் வாயில் வடிவதைத் துப்பி, முள் நிறைந்த புதர்கள் கீறுவதை உணராமல் ஆற்றின் கரையோரமாகச் சொக்கன் ஓடிக்கொண்டிருந்தான்.

ஓடிக் களைத்து அவன் உட்கார்ந்தபோது இருள் கவிந்து விட்டிருந்தது.

கிழவியின் சடலம்கூடக் கிடைக்கவில்லை.

அது கடலில் சங்கமித்துப் போயிருக்கும்.

ஈரவிறகின் புகை சூழ்ந்து கண்ணெரிய சொக்கன் கஞ்சி வைத்துக்கொண்டிருந்தான். அடிநாக்கில் துயரம் கசந்தாலும் வயிறு பசித்தது.

மிளகாய் சுட்டு உப்பும் புளியும் உள்ளியும் இட்டுப் பிசைந்த இடையன் புளியை அலுமினியத் தட்டில் வைத்துக் கொண்டு மண் சட்டியில் வைத்து இறக்கிய கஞ்சியை சிரட்டை அகப்பையால் கோரி தட்டத்தில் விட்டுக் கொண்டு, இடையன் புளியை நாக்கில் தீற்றி, ஒரு கை கஞ்சியை அள்ளி வாயில் வைத்தான்.

சூடு கையையும் நாக்கையும் தாக்கியது. காரம் கண்களில் நீர் கொணர்ந்தது.

"சவத்து மூதி! ஆற வச்சுக் குடிக்கப்படாதா?" காதருகே ஒரு குரல்.

சொக்கன் வாயில் கண்ணீர் உப்புக் கரித்தது.

வஞ்சிநாடு, 1975

ஐந்தில் நான்கு

மிஸ்டர் எஸ்.கே. முத்து, நாகர்கோயில் பேருந்து நிலையத்தில் விரைவு வண்டியில் இருந்து இறங்கிய போது எங்கும் ஒரே நீலமயமாக இருந்தது. அதிகாலை ஐந்து மணி ஆகிவிட்டாலும் சுற்றுப்புறம் அழுது வடிந்தது. எதிரே தெரிந்த நித்தியானந்த விலாஸ் காபி சாப்பாடு ஓட்டலில் மட்டும் நாலைந்து டிரைவர் கண்டக்டர்கள். ஒன்றிரண்டு அதிகாலைப் பயணிகள்.

வண்டியிலிருந்து இறங்கி, அதன் விலாவில் இருந்து எடுக்கப்படும் பெட்டிகளுக்காகக் காத்து நின்றான். முகத்தில் இருந்த குளிர் நீலக் கண்ணாடியைக் கழற்றிய பிறகுதான் அவனுக்குத் தன் பெட்டிகளை அடையாளம் தெரிந்தது. ஏர் பேக், சஃபாரி சூட்கேஸ், வி.ஐ.பி. பிரீஃப்கேஸ் என்று மூன்று.

இறக்கி வைக்கப்படும் வரை இடது கையில் கூலிங்கிளாசின் காம்பைப் பிடித்து ஆட்டிக்கொண்டும் பற்களால் அதைப் பொய்க் கடி கடித்துக் கொண்டும் நின்றவன், பெட்டியைக் கண்டவுடன், பான்ட் பாக்கெட்டில் இருந்து மணிபர்சை எடுத்தான். ஜிப் மூடிய அதன் வாயைக் கிழித்து, மடிக்கப்படாமல் முழுதாக இருந்த புதிய நோட்டுக்களில் பத்து, ஐந்து, இரண்டு என்று தாண்டி ஒற்றை ரூபாய்த் தாளை உருவி இறக்கி வைத்தவனிடம் நீட்டினான்.

அவனுக்கு இப்போது ஒரு யோசனை. நாகர்கோயிலில் இருந்து உடனேயே ஊருக்குப் போவதா? இல்லை ஏதாவது ஒரு லாட்ஜில் தங்கி, ஷேவ் செய்து, குளித்து உடைமாற்றி, பத்துமணி சுமாருக்குப் போவதா?

சொந்த ஊரான ஈசாந்திமங்கலம் அங்கிருந்து நாலே மைல்தான். பத்து நிமிடத்துக்கு ஒரு முறை அந்த வழியாக பஸ்கள் உண்டு. ஆனால் மூன்று ஆண்டுகளுக்கு பிறகு பம்பாயில் இருந்து வருபவன் பஸ்ஸிலா போவது? அது கௌரவத்துக்கு இழுக்கு என்று அவனுக்குத் தோன்றியது.

டாக்ஸியில் போவதானால் ஆறுமணிக்கே ஊருக்குப் போய் இறங்கிவிட முடியும். அதிகாலையில் தெரு முற்றங்களில் சாணித் தண்ணீர் தெளிக்கும் சில பெண்டுகளின் விழிகள் நெற்றிமீது ஏறுவதைத் தவிர அதில் என்ன கவர்ச்சி இருக்கிறது? பலர் பார்வையிலும் படாவிட்டால் இந்தப் புதிய ஏர்பேக், சஃபாரி, வி.ஐ.பி, ஷோலே ஷூ, டபிள் நிட்டட் பேன்ட், பாம்பே டையிங் நூற்று முப்பது ரூபாய் கூலிங் கிளாஸ் இவற்றுக்கெல்லாம் என்ன அர்த்தம் இருக்கிறது?

கூலியைப் பிடித்து, பக்கத்தில் இருந்த ரகு விலாஸ் போர்டிங் அன்டு லாட்ஜிங்கில் இறங்கினான். காலை மொட்டவிழ்ந்து பகல்பூக்க ஆரம்பித்ததும் சுமார் பத்தரை மணிக்கு ரூமை காலி செய்துவிட்டு படிக்கட்டுகளில் இறங்கியவன் தோற்றத்தில் சில சில்லறை மாற்றங்கள்.

பாக்கெட்டில் இருந்து எட்டி எட்டிப் பார்க்கும் தங்க முலாமிட்ட ஹீரோ 70 பேனா. அதன் உள்ளே இருந்தபடி மறைவாகக் காட்சி தரும் ரோத்மான்ஸ் கிங் சைஸ் சிகரெட்டுகள் இருபது கொண்ட பெட்டி, நாஷனல் பேனோ சோனிக் என்ற பெயர் கொண்ட, ஜப்பானில் தயாரானது என்ற போர்வையில் வரும் உல்லாஸ் நகர் டிரான்சிஸ்டர் கம் காசெட் பிளேயர். முன்நெற்றி முடியைக் கோதி பின்னால் தள்ளி, சொன்னபடி கேட்காமல் அது ஷாம்பூ குளியலில் கண்டபடி அலைவதை மனதுக்குள் ரசித்துக்கொண்டு லாட்ஜ் வாசலுக்கு வந்தான்.

‘தூத்துக்குடிக்கு அடுத்த வண்டி எப்போ?’ என்று கண்டக்டர் ஒருவரைத் துளைத்துக்கொண்டிருந்த சில கிராமத்து ஆட்கள் இவன் அலை பரப்பிய வாசனையால் திரும்பி, ‘இது என்ன புதுசா மணக்கு’ என்று மூக்கு நிறைய இழுத்து சுவாசித்துவிட்டு எஸ்.கே. முத்துவை பயபக்தியுடன் பார்த்தனர்.

ஒரு கையில் டிரான்சிஸ்டர், மறு கையில் பிரீஃப்கேசுமாக அவனும், பின்னால் தலைச்சுமட்டு சாமான்களோடு கூலியாளுமாக வந்ததைக் கவனித்த டாக்ஸியொன்று மெல்ல நகர்ந்து கிட்டே வந்தது. சாமான்களை டிக்கியிலும் பிரீஃப்

கேசை பக்கத்திலும் வைத்து சாய்ந்து உட்கார்ந்துகொண்டான். முத்து தியேட்டரைத் தாண்டி, சி.பி.ஆஸ்பிடல், புத்தேரி, இறச்சகுளம் . . . பிரீஃப் கேசைத் திறந்து படம்போட்ட ஆங்கில சினிமாப் பத்திரிகை ஒன்றைக் கையிலெடுத்துப் புரட்டத் தொடங்கினான். படிப்பது நோக்கமில்லை. ஆதலால் சற்றுப் புரட்டுவதும் வெளியே வேடிக்கை பார்ப்பதுமாய் . . .

ஈசாந்திமங்கலம் நெருங்கியதுமே சிறிய புளகம் தோன்றி, புதிய பரபரப்பை அவன் மேல் ஏற்றி இறக்கியது. பத்திரிகையை மூடிவிட்டு டிரைவருக்குச் சொன்னான்.

“அதோ ரெண்டு மருதமரம் தெரியுது பாருங்கோ . . . அங்கே நிறுத்தினாப் போதும் . . . கொஞ்சம் மெதுவாய் போங்க. நிறுத்தி ரெண்டு ஹார்ன் குடுங்க . . . யாராவது வருவாங்க . . .”

எஸ்.கே.முத்துவுக்கு ரோட்டோரத்து வீடல்ல. மெயின் ரோட்டில் இருந்து கிழக்காக உள்ளே சரியும் முடுக்கில் கடைசி வீட்டுக்கு முந்திய வீடு. அந்த முடுக்கில் கார் நுழைவது என்பதோ, நுழைந்தாலும் மேலேறி வருவது என்பதோ நினைக்கக்கூடியதல்ல.

மெயின் ரோட்டின் மேற்குப்புறமாக நின்ற மருத மரங்களும் அதைத் தொட்டுக்கொண்டு ஓடும் கால்வாயும் அதில் துணி துவைத்துக்கொண்டிருந்த ஆண்களும் பெண் களும் மருதமரத்துக்கு நேர் கிழக்காக இருந்த காளி கோயிலும் காளி கோயிலின் படிப்புரைகளில் தாயக்கட்டம், நாயும் புலியும் போன்ற வீரவிளையாட்டுக்களில் மெய்மறந்திருந் தோரும் ஒருமித்துத் திரும்பிப் பார்க்க . . . டாக்ஸி நின்றது. நின்ற வாக்கில் மூன்று முறை சங்கொலித்தது. அந்த வழி யாகக் கார்கள் போவது ஒன்றும் புதியதல்ல என்றாலும் குறிபார்த்து அணில் அடித்ததைப் போன்று அங்கேயே அது நின்றதால், காரில் வந்தது யாராக இருக்கும் என்ற முனைப்பில் ஜோடிக் கணைகள் பல காருக்குள் எறிபட – இடது கையில் பெட்டியும் இரண்டாக நெடுக்கு வாட்டில் மடிக்கப்பட்ட படம் போட்ட ஆங்கிலப் பத்திரிகையுமாகக் காரில் இருந்து இறங்கி, சித்திரைத் திருநாள் மகாராஜா போலச் சுற்றுப் புறங்களை ஒரு பார்வை பார்த்து, ஜிப் வைத்த மணிபர்சைத் திறந்து ரூபாயை எடுத்து டிரைவரிடம் நீட்டி . . .

இன்னும் இது யார் என்று தெரியாத வியப்பில் – குளிர் நீலக் கண்ணாடி, கலைந்த முன் சிகை, தொழியுழவில்

செதுக்கிய வரப்பு போலத் திட்டவட்டமான மீசை, இந்தி சினிமா நாயகன் போன்ற பேன்ட் சட்டை, அகலமான பெல்ட், ஸ்வஸ்திக் சின்னம் – இரைகின்ற ஸ்டவ்வை அணைத்தது போன்ற அமைதி.

"அட ... நம்ம காத்த முத்தல்ல ..." திடீரென அவனை அடையாளம் கண்ட ஒரு அவயம்.

"ஆமா ... அவந்தான். அட செறுக்கி விள்ள! ஆளு அடையாளமே தெரியல்லியேடே! என்னண்ணு மாறிப் போனான். பறட்டத் தலையும் ஊள மூக்குமாத் திரிஞ்ச பயலா?"

ஏதோ ஒரு அசிங்கத்தைச் சொதக்கென்று மிதித்ததைப் போல, அவன் முகம் போனதைக் கண்டு பெரிய அபசாரம் செய்துவிட்ட குற்ற உணர்வு குடைய ...

யாரோ ஒருவர், பெட்டி பேக்கை தூக்கிக்கொள்ள, கீழே லெதர் சோல் கொண்ட ஷூ புன்னைச் சருகில் சாரைப் பாம்பு ஊர்வது போலச் சப்திக்க நடந்த காத்த முத்துவின் பின்னால் – "இவன் கிளக்கே எங்கயோ இருக்காண்ணு சொன்னா ... அவன்தானா ... பய ஆளாயிட்டான்டே ... இங்க கெடந்தா அந்த எட்டு மரக்கா விதைப்பாட்டையும் உழுதுகிட்டு ரெண்டு எருமையையும் மேச்சுக்கிட்டுத்தாலா கெடக்கணும்."

"பின்னே! இங்கிண கெடந்தா எவன்தான் உருப்படு வான்? நல்ல சம்பா அரிசிச் சோறும் சாளைப் புளிமௌகும் திண்ணு ருசி கண்டாச்சுண்ணா ஈரமண்ணா வெளங்கு வான்? எங்கயாம்போயி நாலு காசு பாக்கணும் ... எசக்கி யப்பன் சொல்லச்சிலே நான் நம்பல்லே பாத்துக்கோ. ரெம்பத்தான் டாவு விடுகான்ணு நினைச்சுப்போட்டேன். மாசம் சொளையா நூறு ரூவா அனுப்புகாண்ணா பாத்துக் கோயேன். பயலைப் பாத்த பொறகுல்லா தெரியி ... காரியக்காரன்தான்டே ..."

விமர்சனங்களைப் பின்னணியில் விட்டு, மனதுக்குள் மகிழ்ந்து அதி கௌரவத்தோடு நடந்தான் எஸ்.கே. முத்து.

ooo

அன்று ஞாயிற்றுக்கிழமை. வடக்கே இருந்து நாகர் கோயிலுக்குப் போகும் பஸ் நிறுத்தத்தில் சிறியதோர் கும்பல். ஒன்றிரண்டு கிசுகிசுப்புகள். கண்கள் கலங்கிச்

சிவந்தன. நாசி விடைத்தபடி எஸ்.கே. முத்துவின் அம்மா. எங்கோ பார்த்துக்கொண்டு அப்பா.

அண்ணன் ஊருக்குப் போகிறான் என்ற நினைப்பில் அதிகமாக வாலாட்டாமல் அடங்கி நின்ற தம்பி, தங்கைகள். எஸ்.கே. முத்துவின் பக்கத்தில் சூட்கேஸ். பம்பாயில் கிடைக் காத அரும்பொருட்கள் கொண்ட பனையோலைக் கடவம் நான்கு புறமும் கொச்சக்கயிற்றால் வரிந்து, போய்ச் சேருவது வரை அவிழாமல் இருக்க கட்டப்பட்டு நெரிந்து பிதுங்கியது. அதன்மேல் பெருங்காயப் பை. அதன் புறக்கோட்டு வடிவம் பார்த்தால் திருநெல்வேலி தொடங்கி பம்பாய் வரைக்கு மான சாப்பாட்டுப் பொட்டலங்கள் போலத் தோன்றியது. வரும்போது இருந்ததைப் போலல்லாமல் நெற்றியில் பூசிய சுடலைமாடன் கோயில் திருநீறு, அதன்மேல் பத்ரகாளி கோயில் குங்குமம். ஆனால் எஸ்.கே. முத்து கண்களில் ஒரு வெறுமையும் துயரமும் மிடைந்து கலந்து நெருங்கிப் பிசைந்து கொண்டு கிடந்தன.

“பத்திரமாப் போயிட்டு வாப்பா ... போனதும் எளுத்துப் போடு, டிக்கட்டை மறந்திராதே ... ரெயில்லே ராத்திரி உறங்கீராதே ... செலவாதிக்கு கிலவாதிக்கப் போனாலும் யாருகிட்டேயும் சொல்லி ஏப்பிச்சிக்கிட்டுப் போ ...” அப்பா வின் அறிவுரைகள்.

“ஏ காத்து முத்து! என்னா பொறப்பிட்டாச்சா? இல்லாட்டாலும் இங்கிண கெடந்து என்னத்துக்கு? நம்ம பயலுக்கும் அங்க என்னமாம் ஒரு சான்ஸ் உண்டும்ணா பாருடே! சிஸ்த் பாசாயிருக்கான்” என்று ஒரு தகப்பனார் பரிந்துரை செய்தார்.

“மக்கா! போனால நம்ம பூலிங்கத்துக்கு மச்சினனைப் போயிப் பாத்து நான் சொன்னதை ஞாபகமாச் சொல்லு. இந்தப் பூவிலே முடியாதாம். அடுத்த பூவிலே வேணும்ணா பார்க்கலாம்ணு சொல்லு. வெலை குறுணிக்கு எண்ணூ றாயிட்டு இருக்குண்ணு சொல்லு என்னா? சரி ... போயிட்டு வா. போயி வெவரமா லெட்டர் எழுது ...” என்று ஒரு கோரிக்கை.

“அப்பம் போயி வீடெல்லாம் ஏற்பாடு செய்துக்கிட்டு எளுத்துப் போடு. உனக்க அத்தானும் எப்படியும் வாற ஆவணியிலே கலியாணத்தை முடிச்சுப் போடணும்ணு சொல்லுகா. கண்டமானம் செய்யாட்டாலும் உள்ளதுக்குள்ள

செய்வா ... மெத்தனமா இருந்திராதே" என்ற அம்மா பதினெட்டாம் முறையாக ஞாபகப்படுத்தினாள்.

வாழைக் குலைகளை மேலேயும் மனிதக் குலைகளை உள்ளேயும் திணித்துக்கொண்டு கீரிப்பாறை நாகர்கோயில் பஸ் ஒன்று நிற்காமல் விரைந்து சீறியது. "சவம் சந்தை முறையில்லா ... கார் கிடைக்காது போலிருக்கே ... பன்னி ரண்டுக்க திட்டுவிளை வண்டி உண்டு ... அது வந்துண்ணா கொள்ளாம். எல்லாரையும் ஏத்திக்கிடுவான் ..."

மணி பார்க்க மணிக்கட்டைத் திருப்பினான் எஸ்.கே. முத்து. அது மூளியாக இருந்தது. பகீரென்ற நெஞ்சப்பதங் குலைச்சல். சொன்னது போலவே திட்டு விளை வண்டி வந்தது. நின்ற வண்டியில் சாமான்களையும் ஏற்றி அவனையும் ஏற்றிவிட்டு அப்பாவும் ஏறினார். டிக்கட் வாங்கியபோது இன்னும் மூன்று ஆண்டுகள் ஊருக்கு வரக்கூடாது என்று எண்ணினான்.

பம்பாயிலிருந்து வந்த ஆடம்பரத்தில், உறவினர் வீடுகள் ஒன்றுவிடாமல் போய் வந்ததும் கண்டபடி சினிமாவுக்கு அலைந்ததும் கன்னியாகுமரி, பத்மநாபபுரம் என்று சுற்றிய தும் உடம்பு மேலும் கறுத்துப்போயிருந்தது. உடல் சற்றுக் கனத்திருந்தது. அயிலைக் கருவாடு புளிமுளம், நெத்திலி அவியல், திரைச்சி மீன் தீயல் என்று சாப்பிட்டது வீண் போகவில்லை.

ஆனாலும் ஒரே மாதத்தில் பன்னிரண்டு நூறு ரூபா யும் வெங்காயம் உரித்ததைப்போல் ஒன்றுமில்லாமல் போய், கடைசியில் டிக்கட் வாங்கவும் காசில்லாமல், யாருக்கும் தெரியாமல் அம்மாவிடம் சொல்லி படிக்கல் வீட்டில் நூறு ரூபாய் வாங்கித் தந்தாள்.

நாகர்கோயிலில் இறங்கி, திருநெல்வேலி பஸ்ஸில் அவனை ஏற்றி, பஸ் புறப்பட்டதும் கண் கலங்கக் கையசைத்த அப்பா – ஒழுகினசேரி தாண்டியதும் எஸ்.கே. முத்துவின் மனம் கூட்டிக் கழித்தது.

ஊருக்கு வருவதான ஏற்பாட்டில் இரண்டு மாதம் முன்னால் சேர்ந்துப் பிடித்த சீட்டில் இன்னும் இருபத் தெட்டு மாதங்கள், மாதம் ஐம்பது ரூபாய். தவணையில் வாங்கிய கைக்கடிகாரத்துக்காகச் செலுத்த வேண்டிய கப்பம். அதையும் அனுபவிக்க முடியாமல், அக்காளைக் கட்டிய உரிமையில் அத்தான் எடுத்துக்கொண்டு, அங்கு நீ போய்

வேறு ஒன்று வாங்கிக்கொள் என்றபோது மறுக்க முடியவில்லை. இதெல்லாம் போக, கூட வசிக்கின்ற குத்தாலத்திடம் இரவல் வாங்கிக்கொண்டு வந்த டிரான்சிஸ்டர் – காசெட் பிளேயரை தங்கை கணவர் பிடுங்கிக்கொண்டார் அன்பாக. மேலுக்கு, வேண்டுமானால் பணம் தந்துவிடுகிறேன் என்று கை கழுவி விட்டார். அடுத்தமுறை வாங்கி வருவேன் என்றால் யாருக்கு சமாதானம்?

இந்தக் கடன்களையெல்லாம் கழிக்க, எத்தனை ஆண்டுகள் இனிமேல், "தோ மசால் தோசா, ஊத்தப்பா ஏக் பிளேட், வடா சாம்பார் தீன்" என்று கூச்சலிட வேண்டும் என எண்ணுகையில் அவன் கண்கள் கலங்கிக் கசிந்தன.

'அருமாந்த பிள்ளை... தூரா தொலைக்குப் போற மேண்ணு வருத்தப்படுகு' என்று பக்கத்து இருக்கைப் பெரியவர் மனதுள் அனுதாபம் சிந்தினார்.

தீபம், 1976

இடலாக்குடி ராசா

'இடலாக்குடி ராசா' என்றால் எல்லோருக்கும் ஒரு இளக்காரம். வெள்ளாட்டு மறியைப் பார்த்தாற் போல. வாயால் 'புர்ர்ர்...' என்று ஒலியெழுப்பி மருட்டும் விளையாட்டு. சிலருக்கு வண்ணாக்குடி கழுதையைக் கண்டது மாதிரி. முன்னங்கால் கறண்டையில் முறுக்கிய துணிப் பிரியால் கட்டு. உராய்ந்து உராய்ந்து முட்டிகளில் சிதைந்த செம்புண் பின்காலில் ஒவ்வொரு முறை இடம் பெயர்கையிலும் முன்னங் கால்களைத் தூக்கித் தூக்கித் தத்தித் தாண்டும் பெட்டைக் கழுதையைக் கண்ட பரிதாபம்.

ராசாவின் தோற்றம் வாட்டசாட்டமாக, தாள் தொடு தடக்கையொடு ராஜா போல்தான் இருக்கும். ஐந்தே முக்காலடி உயரம். காலில் செருப்பு இல்லாமல் கருமருதுப் பலகை போல் விரிந்த மார்பும் முதுகும். 'இன்று போல் இருத்தி' என்று எந்தச் சீதை வாழ்த்தினாளோ? என்றைக்குப் பார்த்தாலும் நாற்பது சொல்லும் உடல். ஆனால் கண்கள்? வெண்டிலேஷனுக்குப் போடும் நிறமில்லாத ஒளி ஊடுருவாத கண்ணாடிபோல் ஒரு மங்கல். அல்லது வெளிறல். கண்களையே பேசும் மனம். பேச்சில் ஒரு வெடுக்கு.

பெயரில் இடலாக்குடி இருந்தாலும் அங்குதான் தங்குகிறானா? வீடுண்டா? பெண்டு பிள்ளைகள் உற்றார் உறவு உண்டா? யாரும் கண்டுபிடிக்க முனைந்ததில்லை.

எப்போதாவது திடீரென அவன் பிரசன்ன மாவான். அரையில் கிழிசல் இல்லாத பட்டைக் கரை

ஒற்றை வேட்டி. தோளில் சுட்டிபோட்ட ஈரிழைத் துவர்த்து. இடதுகையில் நரைத்துப்போன காசிக்கயிறு. குளித்து கோயிலுக்குப் போன அடையாளமாக காதில் பொன்னரளி அல்லது செவ்வரளி அல்லது திருநீற்றுப் பட்டை அல்லது மஞ்சள் காப்புக் கீற்று. எப்போது பார்த்தாலும் களைந்துப் போன ஒரு சாமானை எடுக்கப் போவதுபோல் 'விறீர்' என்று ஒரு நடை.

முற்பகல் பதினோரு மணிக்கு, பிற்பகல் மூன்று மணிக்கு, இரவு எட்டுமணிக்கு என்று எந்த அட்டவணைப்படியும் இல்லாமல் கிழமையில் இரண்டு மூன்று முறை அந்த ஊருக்கு வருவான். மனதில் தோன்றிய – அப்படி ஏதாவது தோன்றுமோ என்னவோ – யார் வீட்டுத் தெருப் படிப்புரையி லாவது ஏறி வட்டச் சம்மணம் போட்டு உட்காருவான். துண்டால் முகத்தை ஒரு முறை துடைத்துக்கொள்வான். ஒரு வளையத்தின் நெளிவு இல்லாமல், நேர்கோட்டுக் கோணங் களில் வெடுக்வெடுக்கென்று காக்கையைப் போல் தலையைத் திருப்பிச் சுற்றுமுற்றும் பார்ப்பான்.

யார் கவனத்திலாவது பட்டால் சரி. படாவிட்டால் "எக்கா ... ஏ எக்கா ... ராசா வந்திருக்கேன்" என்று இரண்டு விளி. அல்லது "பெரீம்மா ... பெரீம்மோவ் ...என்னா அனக்கத்தைக் காணேம். ஏ பெரீம்மா ..." என்றொரு கூப்பாடு. இன்னாருக்கு இன்ன முறைதான் என்று ஒரு வரைமுறை கிடையாது. எல்லோரும் தன்னைவிட வயதில் பெரியவர்கள் என்ற அனுமான முறைகள். ஆனால் எந்த வீட்டிலும் ஆண்களைக் கூப்பிடுவது இல்லை.

சத்தம் கேட்டு வீட்டினுள்ளிருந்து 'அக்காவோ' 'பெரியம்மா'வோ எட்டிப் பார்ப்பார்கள். "என்னா ராசா? இந்த வேனா வெயில்லே எங்கயாக்கும் போய்ட்டு வாறே?"

"யாரு? ராசாவையே கேக்கே? காலம்பற நாவக்காடு ... நம்ம அத்தானுக்க எளைய குட்டியைக் கெட்டிக் குடுத் திருக்கில்லா ... ஆவுடையம்மை. எட்டிப் பார்த்து ரெம்ப நாளாச்சு. பிள்ளை என்ன நெனைச்சுக்கிடும்? நம்மளைத் தேடாதா? ஒரு நடை ... இன்னா இரி காப்பி குடிச்சுக் கிட்டுப் போலாம்ணா ... ராசாக்கு கொறைச்சலுல்லா ... கொண்டாங் கொடுத்தான் வீட்லயா காப்பிக்குடி ... கொள்ளாமே! அவ அடுக்களைக்குப் போனா. வண்டியை விட்டுட்டேன். அக்காளைப் பாத்து நாளாச்சுல்லா ..."

“ஆகாங் . . .”

“என்ன ஆகாங் . . . பேசிக்கிட்டே நிக்கே? விடிஞ்சாப் பிலே இருந்து ஒண்ணும் குடிக்காம அலைஞ்சு வந்திருக் கேன் . . . பசிக்காதா!”

“அட காலறுவான் . . . இன்னா இரி . . . எல்லாம் ஒன் அதியாரந்தான் . . .”

மஞ்சளாகப் பழுத்த ஒரு வாழையிலைத் துண்டு. அதன் சுருளை நீக்கி ராசா விரித்துப் பிடிக்க, அந்த ‘அக்கா’ கற்சட்டி யில் பிழிந்துகொண்டு வந்திருந்த பழைய சோற்றைக் கையால் அள்ளியள்ளி வைப்பாள். ஒரு முழு வேலைக்காரன் திருப்தி யாகச் சாப்பிடும் அளவுக்கு. அதன்மேல் கொடியடுப்பில், மண்பானையில், எப்போதும் அனந்து நுரைத்துக்கொண் டிருக்கும் பழங்கறியில் இரண்டு மூன்று சிரட்டை அகப்பை. ‘பழஞ்சித் தண்ணி’யும் கொண்டு வைப்பாள்.

எதையோ நினைத்துக்கொண்டு “எக்கா . . . ஏ எக்கா . . ?”

“என்னா? ஏன் போட்டு தொண்டையைத் தீட்டுகே?”

“ரெண்டு உப்புப் பரல் தரப்பிடாதா? வீட்டிலே எளவு உப்புக்கும் பஞ்சமா?”

“கரி முடிஞ்சு போவான் . . . மறந்து போச்சுப்பா . . . மொளகா வேணுமா?”

“கொண்டா.”

விரல்களை விரித்து, முழு உருண்டையாக உருட்டி ராசா பழையது சாப்பிடுவதைப் பார்த்தால் இரண்டு கவளம் நமக்கும் தரமாட்டானா என்று இருக்கும். ‘நறுக்நறுக்’கென்று பச்சை மிளகாயைக் கடிக்கையில் நாவூறும். வள்ளிசாக ஒரு பருக்கை மீதமில்லாமல் சாப்பிட்டு முடிப்பான்.

“என்னா போருமா?”

“போரும் . . . ராசாவுக்கு வயறு நெறஞ்சாச்சு . . .” தண்ணீர் விட்டுக் கையைக் கழுவுவான். சாப்பிட்ட இடத்தைத் துடைப்பான். “அப்பம் ராசா வரட்டா?”

“என்னா அதுக்குள்ளே பொறப்பிட்டாச்சா?”

“அப்பம் ராசா வண்டியை விட்டிரட்டா. எக்கா, ராசா வண்டியை விட்டிருகேன் . . . பிள்ளைகளையெல்லாம்

பாத்துக்கோ என்னா? வண்டியை விட்டிருகேன் ...” விறீர் என்று நடைதொடரும். எங்கே வந்தான்? எங்கே போகிறான்? யாருக்குத் தெரியும்?

அந்த ஊரில் தெருப்படிப்புரை உள்ள எல்லா வீடு களிலும் இந்த அதிகாரம்தான். அந்த வீட்டில் பழையது இல்லாவிட்டால் அடுத்த வீட்டுக்காரியோ எதிர்த்த வீட்டுக் காரியோ அவன் உட்கார்ந்திருக்கும் இடத்துக்கு கொண்டு வந்து அமுது படைப்பாள்.

பெரும்பாலும் ராசா சாப்பிடவரும் நேரங்களில் ஆண்கள் வீட்டில் இருப்பதில்லை. இருந்தாலும் அவன் அதிகாரங் களைக் கண்டுகொள்வதில்லை. ஒரு அலட்சியம் அல்லது இளப்பம். குறுஞ்சிரிப்போடு விட்டுவிடுவார்கள். சிலருக்கு மட்டும் அவனுடன் விளையாடத் தோன்றும். “என்ன ராசா! அதியாரம் தூள் பறக்கு? இஞ்ச என்னா அறுத்தடிச்சுக் கொண்டு போட்டிருக்கையா?”

“யாரு சித்தப்பாவா? ராசாக்கு பசிக்கில்லா?”

“பசிச்சா ..? அது கொள்ளாண்டே ..!”

“அப்பம் ராசாக்கு சாப்பாடு இல்லையா? ராசா வண்டியை விட்டிரட்டா ... வண்டியை விட்டுருகேன் ...” வேறு நிறங்கள் ஏதும் இல்லாத அந்தக் குரலில் ஒலிக்கும் ஒரு ஏமாற்றம் குடலைச் சுண்டி இழுக்கும். தொண்டையில் ஏதோ அடைக்கும்.

“அட இருப்பா ... சொரணையிலே கூடுனவன்தான், ஏவுள்ளா ... ராசாவுக்கு என்னமாங் குடு ...”

“ஆமா! உங்களுக்கு அவன்கிட்ட என்ன பரியாசம்? சவம் இப்படி ஒரு பொறவி ... கடவுளு படைச்சு விட்டுட்டான் ...” சொல்லும்போதே அந்த ‘சித்தி’க்குக் கண்ணீர் முட்டும்.

ராசாவின் வரத்தும் போக்கும் எந்தவித முன்னறிவிப்பும் இல்லாமல் நிகழும். தொடர்ந்தாற்போல் சில வாரம் கண் மறைவாகப் போய் விடுவான். “ராசாவை எங்க கொஞ்ச நாளாக் காணவே இல்லை” என்று சில தாய் வயிறுகள் முனகும். நாள் கிழமைகளில் அவன் நினைவு வரும். “மூதி வரச்சிலே எல்லாம் புளிச்ச பளையது குடிச்சுட்டு போகு ... ஒரு விசேச நாளுண்ணு வரப்பிடாது? சவம் எங்கின சுத்தீட்டுத் திரியோ?” என்று அங்கலாய்க்கும். இதெல்லாம்

அவனுக்கு எட்டுமோ எட்டாதோ? இரண்டு மூன்று நாட்களில் திடீரென காட்சி கிடைக்கும்.

ராசா ஒரு கிறுக்கன் அல்ல. எந்த வயதில் அவன் மன வளர்ச்சி நின்றுபோனதோ தெரியாது. யாருக்கும் எந்த விதத்திலும் இம்சை செய்ததாகத் தகவல் கிடையாது. எதையும் யாரையும் கவனிக்காத ஒரு நிமிர்ந்த நடை. எதுவும் குறுக்கிட முடியாத வேகம். குறுக்கிட்டாலும் அவன் பொருட்படுத்துவ தில்லை. சில சமயங்களில் அவன் சாப்பிடும்போது சிறு குழந்தைகள் சுற்றி நின்று வேடிக்கை பார்க்கும். ஒன்றை மற்றது அவன் முன்னால் தள்ளி விடும். மற்றது "ஙே" என்று கத்தும். அவன் நடக்கையில் பின்னாலிருந்து "ஏ இடலாக்குடி ராசா" என்று கூச்சலிட்டுப் பின்தொடரும். யாராவது வயதானவர்கள் அதட்டினால்தான் உண்டு. ராசாவின் கண்கள் இதனைக் காணவே செய்யும். ஆனால் உதடுகள் பிரிவதில்லை.

○○○

வடக்குத் தெரு, மூலைவீட்டு வன்னியப் பெருமாள் வீட்டில் அன்று திருமணம். மூத்த மகளுக்கு. மாப்பிள்ளை செண்பகராமன்புதூர். திருமணம் முடிந்து பந்தி நடந்து கொண்டிருந்தது. ஞாயிற்றுகிழமையாதலின் அவ்வூர் இளம் பிராயப் பிள்ளைகள் அனைவரும் நின்று விளம்பிக் கொடுத்துக் கொண்டிருந்தார்கள். பகல் பன்னிரண்டு மணி சாய்ந்தது. காலை எட்டரை மணி முகூர்த்தம். முகூர்த்தம் முடிந்ததும் இலை போட்டாயிற்று. மாப்பிள்ளை வீட்டுக் காரர்கள், கல்யாணத்துக்கு வந்திருந்த பெண் வீட்டு வெளியூர்க்காரர்கள், உள்ளூர் ஆண்கள், பெண்கள், அடியந்தரக்காரர்கள் அனைவரும் சாப்பிட்டாயிற்று. கடைசி யாக விளம்பிக் கொடுத்துவிட்டு நின்ற பையன்களுக்கான தனிப் பந்தி. ஏற்கனவே சாப்பிட்டு விட்டிருந்த ஐந்து பையன்கள் மட்டும் விளம்புவதற்காக நின்றனர்.

எப்போதுமே இந்தப் பந்தி ஏகக் கூச்சலும் கும்மாளியு மாக இருக்கும். உடல் வருத்தம் பாராமல் முந்தின இரவு தொட்டு வேலை செய்தவர்கள், சீமான் வீட்டுச் சீராளன் முதல் கூரை வீட்டுக் குமரன் வரை. படித்துக்கொண்டிருக் கும் அல்லது படிப்பை நிறுத்திய பையன்கள் வேறுபாடு களற்றுப் புரண்டு மறியும் வயது. எனவே இந்தப் பந்தியில் என்ன நடந்தாலும் கல்யாண அடியந்திரக்காரர்கள் கண்டு

முகம் சுளிப்பதில்லை. மாறாக ஒரு மன நிறைவுடன் பார்த்துச் சிரித்துவிட்டுப் போவார்கள்.

இடலாக்குடி ராசா எங்கோ போய்விட்டு 'விறீர்' என்று சப்பாத்துக் கலுங்கைத் தாண்டி வடக்குத் தெரு மூலையில் ஏறினான். இனிமேல் யாராவது சாப்பிட பாக்கி இருக்கிறார்களா என்று பார்க்க பந்தலைவிட்டு தெருவுக்கு வந்த பெண்ணின் தம்பி பார்வையில் பட்டான்.

"ராசா வா... வாவா... நல்ல சமயத்திலேதான் வந்திருக்கே..."

கையோடு கொண்டுபோய், ஆக்குப் புரையில் நிறுத்தினான். கை கழுவி சாப்பிட உட்காரப்போகும் இளைஞர் கூட்டம் ராசாவை உற்சாகமாக வரவேற்றது.

பந்திப்பாய் விரித்து, எதிர் எதிராக இரண்டு வரிசையில் உட்கார்ந்தனர். தென் வடலான அந்தப் பந்தலில், கிழக்கு வரிசையில், தென்னை ஓலை நிரை ஒட்டிய வரிசையின் நடுவில் இடலாக்குடி ராசா. அவன் முகத்தில் பரவசக் கொந்தளம்.

நீள நீளமான தலைவாழை இலைகள். ஏந்திய கைகளில் எவர்சில்வர் மூக்கனில் இருந்து தண்ணீர். தண்ணீர் தெளித்து, இலையைத் துடைத்து – விளம்ப நின்ற ஐந்து பையன்களின் முகத்தில் குறும்பின் தெறிப்பு. உப்புப் பரல் வந்தது. துவட்டல் வந்தது. தயிர்க் கிச்சடி வந்தது. அவியல் வந்தது. எரிசேரி வந்தது. வந்தவன் எல்லாம் ராசாவின் இலையை மட்டும் விட்டுவிட்டு விளம்பிச் சென்றான். பரபிரம்மாக ராசா இடமும் வலமும் பார்த்தான்.

நடப்பதைக் கவனித்த யாவரின் முகத்திலும் பிதுங்கி நின்ற சிரிப்பு. எப்போது வெடிக்குமோ என்ற தெறிப்பு. கறி வகைகள் வைத்து முடித்து பப்படம் போட்டு, ஏத்தங்காய் உப்பேரி வைத்து...

காது வைத்த செம்பு நிலவாயில் சாதம் எடுத்து, பித்தளைக் கோருவையால் பறித்து, இலையிலையாக வைத்துக் கொண்டு போனான் ஒருவன். தன் இலை தாண்டிப் போனதும் இடலாக்குடி ராசா விளித்தான். "எண்ணேன்... ஏ எண்ணேன்... ராசாக்குப் போடாமப் போறியே..."

சிரிப்பை அடக்கிக்கொண்டு பருப்பு ஊற்றுபவன் வந்தான்.

"எண்ணேன்... ராசாக்கு வயிறு பசிக்கில்லா..."

பருப்புக்குப் பின்னால் நெய் வந்தது.

ராசாவின் முகத்தில் ஒரு பதைப்பு அடர்ந்தது. "எண்ணேன்... எனக்கில்லையா? அப்பம் நான் வண்டியை விட்டிரட்டா..."

இதற்காகவே காத்துக்கொண்டிருந்ததைப் போல–'சோ' வென்று ஒரு சிரிப்பு. ஒரே சமயத்தில் பொட்டித் தெறித்த அலைகள். பந்தலின் கூரையைக் கிளப்பும் எக்காள ஓசை.

ராசாவின் கண்களில்...

அவன் இலைக்கு ஒருவன் சாத நிலவாயை எடுத்து வருமுன்னால் –

"அப்பம் நாம் வண்டிய விட்டிருகேன்..." சொற்கள் நனைந்து வந்தன.

திடீரென்று சிரிப்பு நின்றது.

'விறீர்' என்று எழுந்து நடந்தான் ராசா.

யாருக்குமே சாப்பிடப் பிடிக்கவில்லை.

தீபம், ஏப்ரல் 1978

ஆங்காரம்

பன்னிரண்டு மணிக்கு ஏர் அவிழ்த்து மாட்டைக் கொண்டுபோய் இலுப்பாற்றுத் துறையில் இறக்கினான் கறுத்தச் செல்லையா. எருமைக் கடாக்களின் அடிவயிற்றுத் தொழி போகத் தேய்த்துக் கழுவினான். புட்டியில் கை வைத்தால் கிடாக்கள் காலைத் தூக்கி உதறின. தார்க்கம்பு ஏற்படுத்திய புண். ஒரு மாதிரி பொத்திப் பொத்தித் தேய்த்துக் கழுவி, கிடாக்களை கரையேற்றினான். தன் நடையில் மாடுகள் தொழுவத்தை நோக்கி நடந்தன.

தலைமுண்டை அவிழ்த்து இடுப்பில் கட்டி, வேட்டியை உதறி மடித்து வைத்துவிட்டு ஆற்றில் முங்கிக் குளித்தான். தலை துவட்டி, செம்பட்டைத் தலைமயிரில் கைவிட்டு உதறி, பண்ணையார் வீட்டை நோக்கி நடந்தான்.

எருமைக் கடாக்களைக் கண்ணியில் பிணைத்து வைக்கோல் படப்புக்குப் போனான் செல்லையா. புற வாசலிலேயே சாமிப்பண்ணையாரின் தொழுவம். அறுத்தடிக்கும் களம். வைக்கோல் படப்பு. அறுப்பு வைத்திருந்த படப்பில் இருந்து கை நிறைய வைக்கோலை வெட்டி இழுத்துப் பிடுங்கி இரண்டு குத்தாகப் போட்டு அழியில் கொண்டு அமுக்கி வைத்தான். அதிகமாக வைத்தால் கடாக்கள் வைக்கோலை இழுத்துக் கீழே போட்டு மிதிக்கும். அதன்மீது சுகமாகப் படுத்துக்கொள்ளும். வெள்ளையாக இருக்கும் வைக்கோலில் சாணியும் மூத்திரமும் புரண்டு மஞ்சள் பூத்து உரக்குண்டுக்குப் போகும். அதைப் பார்த்தால் சாமிப் பண்ணையாருக்கு ஆராசனை வந்துவிடும்.

இதற்காக வைக்கோல் குறைத்துத்தான் வைப்பது. சாயங் காலம் இன்னும் ஒருமுறை பிடுங்கி வைக்க வேண்டும்.

சாமிப்பண்ணையாருக்கு நான்கு கோட்டை விதைப்பாடு சொந்தம். கொஞ்சம் தோட்டம் துரவும் உண்டு. பிள்ளை கள் கிடையாது. ஆனால் சுற்று வட்டாரத்தில் ஆள்கட்டு கொண்ட குடும்பம். அவரும் பொண்டாட்டியுமாக ஆனந்த மான வாழ்க்கை.

சம்பாப் பயிர் கதிராகிவிட்டது. வயல் வேலைகள் என்று ஏதும் அதிகமாகக் கிடையாது. நாற்றுப் பாவுவதற்கு ஏழு மரக்கால் விதைப்பாடு நாற்றங்கால். அதைத்தான் உழுது விட்டு வந்தான் செல்லையா.

செல்லையாவுக்கு மாதச் சம்பளம். உண்டான வேலை களைச் செய்வது, மேற்பார்வை செய்வது, யாரும் ஏவ வேண்டும் என்று இல்லை. அவன் பாட்டுக்குச் செய்து கொண்டிருப்பான். ஒன்றில்லாவிட்டால் ஒன்று இருந்து கொண்டிருக்கும். மாதம் ஒரு கோட்டை நெல்லு, மத்தியானத் துக்குக் கஞ்சியும் என்பது விதி. இது போக காலையில் சுட்டு மீந்துபோன தோசையோ, கொழுக்கட்டையோ, விறைத்த பிணம்போல சாயங்காலம் வீட்டுக்குப் போகுமுன் கிடைக்கும்.

சாமிப் பண்ணையார் வீட்டுக்கு செல்லையா வேலைக்கு வந்து பத்திருபது ஆண்டு இருக்கும். ஒரு முரட்டு சுபாவம். விசேடமான அறிவு என்று இல்லை. வேலையில் பழகிய மாடு. ஏறத்தாழ சாமிப்பண்ணையாருக்கும் செல்லையா வுக்கும் சம பிராயம். புதன் சனிகளில் எண்ணெய் தேய்த்துக் குளியல். அன்று நல்ல கோழிக்கறி. வெள்ளி செவ்வாயில் விரதம். விரதம் என்றால் பட்டினி என்பது அந்தப் பக்கம் நடைமுறை இல்லை. எனவே அறுபது திகைந்துவிட்டாலும் சாமிப்பண்ணையார் திடகாத்திரமாகவே இருந்தார்.

செல்லையாவின் கதை அதல்ல. பெரிய சம்சாரி. ஏழெட்டுப் பிள்ளைகளைப் பெற்று வளர்த்தும் தாங்குவார் இல்லை. அவனவன் பாடு அவனவனுக்கு. யார் வீட்டிலும் முட்டைச் சொறிந்து கொண்டிருப்பவன் செல்லையா அல்ல. உடல்பலம் ஓரளவு குன்றிப்போனாலும் பழைய வாசனை களில் வண்டி ஓடியது. தொட்டுப் பொட்டிட்டுக் கொள்ள லாம்போல் பிரகாசமான கறுப்பு. தோலில் செதில் செதிலான சடை. பல்லெல்லாம் பட்டுப்போய் ஈறுமெல்லல் நடைமுறை.

நாற்றங்காலை உழுது போட்டுவிட்டதால் மத்தியானம் கஞ்சி வாங்கிக் குடித்த பிறகு மேலப்பத்து வயலில் வெள்ளம் நிற்கிறதா என்று பார்த்து அடைத்து வரவேண்டும் என்ற நினைப்பில் வைக்கோலை அழியில் வைத்துவிட்டு புன்னக் கெண்ணெய் கொண்டுவந்து மாட்டின் கழுத்தில் தொட்டுப் போட்டான் செல்லையா. சாம்பலைக் குழைத்துப் புட்டி யில் பூசினான். வைக்கோல் படப்பின் ஓரத்தில் பூவரச மரநிழலில் சாய்ந்தான். காற்று சொகுசாகத் தடவியது.

அடுக்களையிலிருந்து ஒரு வாசனை மூக்கில் உராய்ந்தது. சுப்பம்மாள் உளுந்தஞ்சோறு பொங்குகிறாள் போலிருக்கிறது. வறுத்த உளுந்தும் வித்துச் சம்பா அரிசியும் சுக்கும் திருவிய தேங்காய் பூவும் வெந்தயமும் வெள்ளாங்கியமும் சேர்ந்து கலந்து கொதிக்கும் மணம். அதன் கரங்கோர்த்து உலாவிய முட்டை அவியலின் வாசனை. முட்டையோடு முருங்கைக் காயும் வடகமும் போட்டிருப்பாள் போலிருக்கிறது.

செல்லையாவின் வயிறு புறுபுறுத்தது. கன்னத்துச் சதையை உறிஞ்சிச் சப்பி உமிழ் நீரை உள் விழுங்குகையில் தன் காதுக்கு மட்டும் கேட்கும் சன்ன ஒலித்துணுக்கு . . .

‘காலம்பற குடிச்ச கஞ்சி பரலோகம் போய்ச் சேர்ந் திருக்கும் . . . உண்டான மத்தியானக் கஞ்சியை நேரத்தோடு தந்தா குடிச்சுட்டுப் போட்டு செத்த கண் அசரலாம். அதுக்காச்சுட்டி இன்னி காத்துக் கெடக்கணும். போய்க் கேட்டா, பெரிசா கோவம் வந்திரும். உனக்கு அதுக்குள்ள சாப்பாட்டு மணி அடிச்சிற்றா? நாங்களே இன்னும் சாப்பிட லியே. தலைவாழை இலை பரத்தி அவியலும் பொரியலுமா பரிமாறித் தாறதுபோல . . . எண்ணும் உண்டான பளங் கஞ்சியை நேரத்துக்குத் தந்தா என்ன?’

வாழைக்காய் பொரியல் தேங்காய் எண்ணெயில் முறுகும் வாசனை. இரும்பு சீனிச்சட்டியில் வெண்கலக் கரண்டி ‘கணங் கணங்’ என்று தட்டும் ஓசை. ‘சுர் சுர்’ என்று வாழைக்காயின் வலி முனகல்.

‘சின்ன நாச்சியாரு சமைஞ்சி இருக்கச்சிலே எதாம் நல்ல பண்டம் பலகாரம் செய்தா கூப்பிட்டுத் தருவாவ . . . உளுதுக்கிட்டு வந்தால, நாச்சியாரே சுடுதண்ணி இருக் காண்ணு கேட்டாப் போரும். போணியிலே உப்புப்போட்டு சோறு வடிச்ச தண்ணி, தேங்காத் திருவின செரட்டை, ஒரு துண்டு கருப்பட்டி கொண்டாந்து தருவா புண்ணியாட்டி. இப்போ பெரிய நாச்சியாரு ஒரு கொணம் வந்தா தருவாவ . . .

போயிக் கேட்டா ஈனாப்பேச்சி கெணக்க முளிப்பாவ... இண்ணு உளுந்தஞ்சோறு பொங்குகாவ. இன்னாலே இதைக் கொஞ்சம் திண்ணுண்ணு தரவா போறாவ... நமக்கு அந்த புளிச்ச பளையது. திண்ணு மிச்சம் மீதி வந்தா தண்ணி ஊத்திப் புளிக்கப்போட்டு நாளைத் தருவாவ...' சுப்பம்மாளின் தங்கை இங்கு நின்று வளர்ந்த காலத்துக் கதையின் பிசிறு.

வடகமும் அரிசி வத்தலும் வறுக்கும் வாசனை. மோர் மிளகாய் எண்ணெயில் கரியும் கமறல். விறகை வெளி இழுத்து அடுப்பைத் தாழ்த்தி, தீக்கங்கில் மண் தோண்டியில் குடிதண்ணீர் வைத்துவிட்டு அடுக்களை வாசலில் வந்து எட்டிப் பார்த்தாள் சுப்பம்மாள். "லே ... எலே செல்லையா ..."

கஞ்சி எடுத்து வைத்துவிட்டுக் கூப்பிடுகிறாள் என்று எழுந்து போனான்.

"வீட்டைக் கொஞ்சம் பாத்துக்கலே ... ஆத்திலே போயி ஒரு முங்கு போட்டுக்கிட்டு வந்திருகேன் ... பண்ணையாரு குளிக்கப் போயிருக்காரு. அவுரு வாறதுக்கு மின்ன வந்திருவேன். எங்காச்சும் போயிராதே ... கதவு தொறந்து கெடக்கு ... நா வந்து உருட்டீராம ..."

முன் வாசலைத் தாள்போட்டு, அடுக்களைக் கதவை ஒருக்களித்துச் சாத்திவிட்டு சுப்பம்மமாள் குளிக்கப் போனாள். செல்லையாவின் வயிறு கொந்தளித்துக் குலுங்கியது, குமுறியது. உளுந்தஞ் சோற்றின் மெல்லிய வாசனை இழைகள் மூக்கின் முனையில் சுற்றிச் சுற்றி வந்தன.

மெல்ல அடுக்களைக் கதவைத் திறந்து தலைநீட்டிப் பார்த்தான். கலவறைமீது வெண்கலப் பானை, அவியல் உருளி, சீனிச்சட்டி. மெதுவாக ஆண்டுக்கொருமுறை கழுவி விட்டு வெள்ளையடிக்க மட்டுமே நுழையும் அடுக்களையின் உள்ளே நுழைந்தான். வெண்கலப் பானையை மூடியிருந்த சிப்பலை நீக்கிப் பார்த்தான். குப்பென்று கிளம்பிய ஆவி, கன்றுள்ளிக் கனைக்கும் எருமையின் மடுக்காம்பின் பால் பீய்ச்சல் போல் உமிழ்நீர் பீய்ச்ச, இரண்டு விரலால் வழித்து வாயில் போட்டு இடமும் வலமும் சூடு பொறுக்க ஒதுக்கி விழுங்கினான்.

"லே நாய்க்குப் பொறந்த பயலே ... என்ன காரியம்லே செய்யே ..." குரல்வளையில் கைவைத்து வெளியே தள்ளினார் சாமிப் பண்ணையார். "எறங்குலே வெளீல, நண்ணி கெட்ட நாயே." ஏச்சும் அறையும் சேர்ந்து விழுந்தன.

"போ போக்களிஞ்சு... இரக்கம் பாத்து இந்தால விடுகேன்... இனி இந்த நடைக்கு வந்தே குருத்தைப் பறிச்சிருவேன்..."

பிடரியோடு சேர்ந்து விழுந்த அடி வயிற்றில் உறைத்தது. மனத்தில் ஒரு ஆங்காரமும் பொங்கியது.

'விறீர்' என்று நடையைக் கட்டினான். வீமநேரி குத்தா லிங்கம் வீட்டில்போய் வேகம் நின்றது.

"என்னலே செல்லையா? என்ன சங்கதி?"

"உம்மைக் கையோடு கூட்டியாரச் சொன்னா?"

"என்னலே சொல்லுகே? வெவரமாச் சொல்லு..."

"பண்ணையாருக்கு இறுக்கமாக் கெடக்கு."

"என்னது?"

"நீரு சட்டுண்ணு பொறப்பட்டுப் போவும்..."

வீமநேரியில் தொடங்கிய நடை சுற்றுப்புற ஊர்களில் புகுந்து வெளி வந்து மாலை நான்கு மணிக்குத் திரும்பினான் செல்லையா.

தெருமுனையில் நின்று சாமிப்பண்ணையாரின் வீட்டைப் பார்க்கையில் – வீட்டுமுன் படைபடையாய்ச் சனக்கூட்டம். பிள்ளை இல்லாத 'சொம்மு'க்காக ஆலாய்ப் பறந்து வந்து சாரிசாரியாய்ச் சேர்ந்த உறவினர்கள்... தெரிந்தவர்கள்.

இரவுச் சாப்பாட்டுக்காகப் புறவாசலில் கிடார அடுப்புகள் இரையத் துவங்கின.

தீபம், ஆகஸ்ட் 1978

விலாங்கு

கள்ளிவெட்டிப் போட்டு ஒரு மணி நேரமாவது இருக்கும். துண்டு துண்டாக, இரண்டங்குல கனத்தில் திருகுக் கள்ளிகள் குட்டையாகத் தேங்கிக் கிடந்த தண்ணீரில் மிதந்தன. சில துண்டுகள் வெட்டுப்பட்ட வெள்ளை சோற்றுப் பாகத்தைக் காட்டிக் கொண்டு, சில ஜோடி ஜோடியான முள்முனை வரிசைகளை மாட்டுக் கொம்புகள் போல் நீட்டிக்கொண்டு கால்மாடு தலைமாடாக வசமில்லாமல் கிடந்து உறங்கும் பிள்ளை கள் போல் குட்டைத் தண்ணீர் முழுக்க மிதந்தன.

நல்ல நடுமத்தியானம். புன்னை மரக்கிளைகளின் ஊடாக நங்கூரம் பாய்ச்சிய சூரியக் கற்றைகள் தண்ணீரைச் சூடாக்கிக் கொண்டிருந்தன. கள்ளிப்பால் பரவலாக தண்ணீர் முழுக்கப் பரந்து தண்ணீருக்கு ஒரு வெளுப்பு நிறத்தைக் கொடுத்தது. கள்ளிப் பாலின் வாடையும் வெக்கையும் சுற்றுப்புறத்தில் காரமாக வீசியது.

வெளியே எங்கும் நல்ல வெயில் காய்ந்தது. வற்றல், வடகம் உணக்குவதற்கு ஏற்ற வெயில். ரோட்டில் ஆள் நடமாட்டம் இல்லை. நிலம் மழைக்காகக் காய்ந்து கிடப்பதால் வரப்போரப் புல்லை, அவிழ்த்து விடப் பட்ட பசுமாடுகள் கரம்பிக் கொண்டிருந்தன ... காளை யும் பசுவும், கன்றுமாக ... தூரத்துக் கடுக்கா மர மூட்டின் கீழே சகதிபட்டுக்கிடந்த கால்வாயில் இரண்டு எருமைகள் வசமாய்ப் புரண்டு கொடுத்தன. கொம்பில் முன் உச்சி மண்டையில் தொழி அப்புவதை அலங்காரம் நடப்பதுபோல் கருதிக் கொண்டு சுகம் பெற்றன.

ஒன்றரை மணிக்கூருக்கு ஒரு பஸ் வீதம் வந்து போகும் கீல் ரோடு அது. ரோட்டின் தாழ பதினைந்தடி அகலமுள்ள வாய்க்கால், வாய்க்கால் தண்ணீர் ரோட்டின் அடியோடு பாய்ந்து போவதற்கு, குறுக்காகச் சிறிய பாலம். ஓராள் தலை தட்டாமல் நடந்து போகும் உயரமும் ஐந்தடி அகலமும் கொண்ட சுரங்க வழி போல. சுரங்கத்தில் ஓடிய தண்ணீர் வெளிச்சத்தில் வந்து விழும் இடத்தில் மண் பறிந்து பறிந்து சிறிய குட்டைபோல் பள்ளம் விழுந்திருந்தது. பள்ளத்தில் கரடு முரடான கருங்கல் துண்டுகள், கால்வாய்ப் பாலத்தின் இரண்டு விலாப் பக்கமும் செங்கல் மதில் சிறகுகள் சாய் வாக, எந்த ஆண்டில் கட்டப்பட்ட பாலமோ? செங்கல் வரிசைகளின் ஊடே எத்தனையோ இடுக்குகள்! புடைகள்!

கால்வாயின் இருபுறமும் புன்னைமரம் சரிவாக வளர்ந்து செழித்திருந்தது. குழியின் ஆழமும், கல்இடுக்குகளும் புடை களும், ஓரங்களில் வளர்ந்திருந்த சேம்பிலைப் புதர்களுமாய் விலாங்குகளுக்கும் மற்ற சில்லறை மீன்களுக்கும் நல்ல உறைவிடம் அமைத்துத் தந்தது.

நல்லமழை பெய்யும் மாதங்களானால், 'திமுதிமு'வென கால்வாயில் வெள்ளம் புரண்டு மறியும், கல்லில் மோதும், வெள்ளத்தின் வேகத்தில் பிரிந்த நீர்த்துளிகள் ரோட்டில் இருந்து குனிந்து பார்ப்பவரின் முகத்தில் 'சில்'லென்று தெறிக்கும்.

ஆனால் இது மழையற்ற மாதம். அக்கினி நட்சத்திரம் தீட்டிக்கொண்டிருந்தது. பெரிய குளத்தில் இன்னும் கால்குளம் வெள்ளம் கிடந்ததால் கால்வாயில் எப்போதும் ஒரு கசிவு உண்டு. நீர் கலங்கிக் கிடந்தாலும், ஆடுமாடுகள் இறங்கி மேய்ந்து தொழி பறிந்து நாற்றம் எடுத்தாலும் மீன்களின் துள்ளாட்டத்துக்குக் குறைவில்லை. பாலம் முடியும் இடத்தில் இருந்து இருபது முப்பது அடிநீளத்துக்கு இருகரையும் சேம்பு, கோரை, நீர் முள்ளி என ஏகமாய் சப்பும் சவறும் வளர்ந்து கிடந்தது.

பாலத்தின் முன்புறம், கால்வாயின் குறுக்கே முன்னணை கட்டி, கசியும் தண்ணீரைத் தேக்கி இருந்தனர் பிலிப்பும் தவசியும். நல்ல திடமான அணை. ஒரு பொட்டுத் தண்ணீ ரும் கீழே கசியாது. இறைவட்டி கொண்டுவந்து பாலத் துக்குக் கீழிருக்கும் குண்டில் தேங்கிக் கிடந்த தண்ணீரை இறைத்து வெளியேற்றினர். சுமாராக ஒரு பின்னணையும் போட்டாயிற்று.

தூரத்து வேலிகளில் இருந்து, தொண்டு விழாமல், பாலுள்ள இளம் திருகுக் கள்ளிகளாக வெட்டி கவையால் தூக்கி, கம்பில் வைத்து இருகரையும் தோள் போட்டுத் தூக்கிக்கொண்டு வந்தார்கள் பிலிப்பும் தவசியும். இடுப்பு வேட்டியில் கொளுவிப் போட்டிருந்த வெட்டுக் கத்தியால் கள்ளிக் கவிர்களைச் சீவிச்சீவி குட்டைத் தண்ணீரில் எறிந்தனர்.

திரட்டு வரப்பின் மேல், புன்னைமர நிழலில் அமர்ந்து உள்ளங்கையில் ஒட்டிக் கறுத்து பிசின்போல் ஆகி இருந்த கள்ளிப்பாலை நகத்தால் சுரண்டி எடுத்தான் தவசி. முந்தியில் இருந்த பீடிக்கட்டையும் தீப்பெட்டியையும் எடுத்து பீடியைப் பற்ற வைத்து ஒரு இழுப்பு புகையும் விட்டபின் ஒரு பீடியையும் தீப்பெட்டியையும் தவசியிடம் எறிந்தான் பிலிப்பு.

பின்னணையை ஒட்டி இறைவட்டி, மண்வெட்டி, வெட்டுக்கத்தி, கவைக்கம்பு எல்லாம் சிதறிக் கிடந்தன.

அந்தப் பக்கமாய் பாலத்தின் மேல் வழி நடந்தவர்கள் இரண்டு நிமிடம் நிழலில் நின்று வேடிக்கை பார்த்துவிட்டுப் போயினர். சிலர், “என்னலே? விலாங்க புடிக்கேளா?” என்று ஒரு கேள்வியை கேட்டுவிட்டுப் போயினர். இரண்டு மாடு மேய்ச்சிப் பையன்கள் கையில் இருக்கும் கம்பைப் பாலத்துச் சுவரில் தட்டியபடியே உட்கார்ந்து பார்த்துக்கொண்டிருந்தனர். கோடை விடுமுறை ஆனபடியால் பள்ளியில் படிக்கும் இரண்டு சிறுவர்கள் தவசியிடம் இருந்து சற்றுத் தள்ளி குத்த வைத்து உட்கார்ந்து ஆர்வமாய் குட்டைத் தண்ணீரையே கவனித்துக்கொண்டிருந்தனர்.

வெயில் ஏறி, தண்ணீர் சுட ஆரம்பித்தது. அசையாது நிற்கும் தண்ணீரில் திட்டாக விழுந்த கற்றைகள் கள்ளிப் பாலின் போதையோடு தகிப்பையும் மீன்களுக்கு ஏற்றிக் கொண்டிருந்தது.

மணி இரண்டுக்கும் மேலிருக்கும். பால் படர்ந்திருந்த தண்ணீர்ப் பரப்பில் சிறுசிறு அசைவுகள், குமிழ்கள் தோன்ற ஆரம்பித்தன. கள்ளிப்பால் கலந்த தண்ணீர் குடித்த போதையில், கிறக்கத்தில் சின்னச் சின்ன மீன்கள் வெளியேறத் துவங்கின. வாயைத் தண்ணீரின் மேல் மட்டத்துக்கு உயர்த்திப் பிடித்து, மண்டையை மண்டையை ஆட்டிக் கொண்டு, திக்கும், திசையும் இழந்து, கண் பஞ்சடைந்து . . .

பின்னணையின் கீழே, பிடிக்கும் மீன்களைப் போட்டு வைப்பதற்காக, மண் வெட்டியால் சிறிய குண்டு தோண்டினான் தவசி. தண்ணீர் சிறிது ஊறியது. பிடித்த மீன்கள் செத்துவிடாமல் இருக்க இந்த ஏற்பாடு. வெட்டுக்கத்தியால் இரண்டு புன்னைமரச் சல்லிக்கிளைகளை வெட்டி குண்டின் பக்கத்தில் வைத்தான். பிடிக்கப்பட்ட மீன்கள் துள்ளி விழுந்து வெளியேறாமல் இருக்கவும், அவற்றை வெயில் கண்டமானம் தாக்காமல் இருக்கவும் இது உதவும்.

தண்ணீர்ப் பாம்பு ஒன்று துள்ளி விழுந்து ஓடியது. "பே" என்று விளையாட்டாகக் கூச்சலிட்டுச் சாடினான் தவசி. வேடிக்கை பார்த்திருந்தவர்கள் சிரித்தனர்.

கள்ளிப்பால் போதையில் மீன்கள் ஒவ்வொன்றாக வெளிவர ஆரம்பித்தன. தண்ணீர் அதிகம் அலுங்காமல் உடைந்த பானையின் வயிற்றுப் பாகத்தால் தேக்கத்துக்கு பின்புறம் காட்டி கால்களை அகற்றி நின்று குனிந்து பின்னணைக்கு வெளியே தண்ணீரை இறைத்துத் தள்ளினான் பிலிப்பு.

தண்ணீர் வற்ற வற்ற சிறுசிறு மீன்களின் அனக்கங்கள் தெரிந்தன. பெரிய மண்டையும் சூம்பிய உடலுமாக அசிங்கமாய் இளித்துக்கொண்டு வந்தது ஒரு உளுவை.

"கண்டார... நீயா முதமுதல்ல வாறே..." என்று ஏசிக் கொண்டு அதை அப்பிப் பிடித்து குழிக்குள் எறிந்தான் பிலிப்பு. வெளியே இறைத்த தண்ணீரோட சில மீன்கள் விழுந்து மணலில் துடித்தன.

இறவையை நிறுத்திக்கொண்டு மீன்களை அரிக்க ஆரம்பித்தனர். துள்ளத் துடிக்க உளுவை, கயிலி, சிலேபியாக் கெண்டை, ஆராங்கு, சள்ளை, அயிரை, கிளாத்தி...

"தேவ்டியாவுள்ளா..." என்று காட்டமாய் வைது கொண்டு கிளாத்தி ஒன்றின் சங்கை நெருக்கிப் பிடித்து மீசைபோல் நீட்டி நின்ற முள்ளை முறித்து குழிக்குள் எறிந்தான். இந்த ஆற்று மீன் குளத்து மீன்களிலேயே கிளாத்தி ஒன்றுதான் சண்டாள மூதி, தண்ணீரில் ஆயும் போதே மின்னல்போல் துடித்துக்கொண்டு நிற்கும். அப்பிப் பிடிக்க முயன்றால் முள்ளால் கணிசமாக ஒரு போடு. போதும் மூன்று நாளைக்கு.

சிறுசிறு மீன்கள் எல்லாம் குழியினுள் நிறைந்தன. ஆனால் பிலிப்பும் தவசியும் பதினோரு மணியில் இருந்து மெனக்கெடுவது இவற்றுக்காக அல்ல.

○○○

பத்தரை மணிக்கு பாலக்கலுங்கில் உட்கார்ந்து தவசி பல்லைக் கிளைத்துக்கொண்டிருந்தபோது அங்கு வந்த பிலிப்பு தான் கேட்டான்.

"என்ன மாப்பிளே? சோலி ஒண்ணும் இல்லையா? சொகமா பல்லு குத்தலு ஆகு ..."

"ஒண்ணுங் கோளு இல்லடே ..."

"பாக்கியம் பிள்ளைக்கு ஒரு பின்னைமரம் தறிக்கணு மாம். போவமா?"

"அந்த நசுநாறிக்கு சோலிசெய்யதைவிட எங்கிணயாம் தேனை வாங்கீட்டு போலாம் ..."

"ஏம்லே? பணம் தரமாட்டாரரா?"

"பண்ணிக்குப் பொறந்த பய, மனுசனா அவன்? மூணு ரூவா பேசிக்கிட்டு ரெண்டரைதான் தருவான். மத்தியானம் தாற கஞ்சியை மாடுகூட குடிக்காது ... நொளு நொளுண்ணு மொரைச்சுகிட்டு நிக்கும் ... கேட்டா நக்கித் தாயளிக்கு வாற கோவத்தைப் பாக்கணுமே ..."

"சரி பின்ன விடு. இங்கிண பாலத்துக்குக் கீள கள்ளி வெட்டிப் போட்டா என்னா? மொறட்டு விலாங்கு ஒண்ணு கெடக்கு பாத்துக்கோ ... அண்ணைக்கு எனக்க தூண்டி முள்ள அத்துக்கிட்டுப் போயிட்டு ..."

"அண்ணைக்கு யாரோ அணை போட்டிருந்தாளே?"

"அதா? மேல தெவக்கம் ஒண்ணு ஒடச்சு வந்து எல்லாம் போச்சி ..."

"அப்பம் வெட்டுக்குத்தி, மம்பெட்டி, கவக்கம்பு, எறவட்டி எல்லாம் வேணும்லா?"

"நீ அவுரு முடுக்கு வேலப்பன் கிட்டே போயி மம்பெட்டி யும் வெட்டுக்குத்தியும் வாங்கீட்டு வா ... நம்ம ஆவரான் சித்தப்பா கிட்டே எறவட்டி கெடக்காண்ணு பாக்கியேன் ..."

○○○

மற்ற மீன்களோடு சுண்டுவிரல் கனமும் இளஞ்சிவப்பு நிறமும் உள்ள சில விலாங்குக் குட்டிகளும் நீந்தின.

கரையிலிருந்த பையன்களில் ஒருவன், "அண்ணா ஓடுகு... அண்ணா ஓடுகு..." என்று விரல் தூண்டிக் காட்டினான். தவசியும் பிலிப்பும் விலாங்குக் குட்டிகளை கருணையோடு விட்டனர். பருவட்டாகப் பார்த்து மற்ற மீன்களைப் பிடித்த பிறகு, வெள்ளத்தை வேகமாக இறைத்து வெளியேற்றினான் தவசி. கையில் சிறு கம்பினால் சேம்பிலை, நீர் முள்ளிப் புதர்களைக் கலைத்தான் பிலிப்பு.

முழுநீளமும் முழங்கைக் கனமும் கொண்ட விலாங்கு ஒன்று தள்ளாட்டம் போட்டு வெளியே வந்தது. கையால் கோரிக் கரையில் எறிந்தான் பிலிப்பு. மணலில் விலாங்கு புரளும்போது மேலும் மணல் புரட்டி, தோல் மீதுள்ள வழுவழுப்பைப் போக்கி, பழைய பானை ஒன்றில் போட்டு மூடி வைத்தான் தவசி. பிலிப்பு வேறொரு விலாங்கோடு போராட்டம் நடத்திக்கொண்டிருந்தான். கையில் அகப்படாமல் வளைந்தும் வழுக்கியும் ஓடியது அது. பிலிப்புக்கு, இந்த வேடிக்கை பார்க்கும் கூட்டத்தின் முன்னிலையில் தன்னை அவமானப்படுத்தும் விலாங்கின்மீது கோபம் வந்தது. கேவலமான கெட்டவார்த்தை சொல்லி ஏசிவிட்டு வெட்டுக்குத்தியை கையில் எடுத்தான். வாக்கான இடத்தில் நின்று கொண்டு தண்ணீருக்குள் வெட்டுக்குத்தியை சாய்வாகப் பாய்ச்சிக் கோரி விலாங்கைக் கரையில் எறிந்தான். முழங்கால் பருமனும் இரண்டு முழம் நீளமும் இருக்கும். நல்ல ஏந்தின வெட்டு. சப்பையான வாலை மண்ணில் போட்டு அடித்துக் கொண்டிருந்தது விலாங்கு. ஒருவேளை பிலிப்பின் தூண்டில் முள்ளைக் கவ்வித் துண்டித்த விலாங்கு இதுவாகக்கூட இருக்கும்.

அன்று நல்ல கணிசமான வேட்டை. இறைவட்டி நிறைய உளுவை, கிளாத்தி, ஆராங்கு, கயலி, சிலேபியாக் கெண்டை... வாட்டமான பத்துப் பன்னிரண்டு விலாங்குகள். வெட்டுப்பட்ட பெரிய விலாங்கு ஒன்றே இரண்டு ரூபாய்க்குப் போகும்.

சாமான்களை எல்லாம் ஒதுக்கிக் கரையேற்றி, மேலணையும் கீழணையும் உடைத்துவிட்டு கை கால்களில் இருந்த தொழியைக் கழுவினர் இருவரும். கழுவிய கையை முகர்ந்து பார்த்து பிலிப்பு முகத்தைச் சுளித்தான்.

சாலப்பரிந்து . . .

சுருட்டி வைத்திருந்த வேட்டியை எடுத்து அன்டர்வேருக்கு மேல் கட்டிக்கொண்டு, பீடி பற்ற வைக்கும் போது ஊர்க்காவல் தேவர் வந்து எட்டிப்பார்த்தார்.

“என்னலே? எல்லாம் உங்க மனம் போலத்தான் ... எவன் வேலியையாம் வெட்டிப் பிரிச்சுக் கள்ளி வெட்டி மீனு புடிக்கது ...”

“இல்லே பாண்டியரே ...”

“என்ன இல்லே ... சொள்ளமுத்துப் பிள்ளை நாக்கைப் புடுங்குக மாதிரி கேப்பாரே ... அம்மா ஆத்தாண்ணு ... நீயா வந்து பதிலு சொல்லுவே ..?”

“தொண்டு விளாமத்தான் அஞ்சாறு கள்ளி வெட்டி னோம் பாத்துக்கிடும் ...”

“அஞ்சாறு வெட்டினேயாக்கும் ... இனி அவருக்க எளவிலே நிண்ணு முடியாதே ... சரி ... சரி ... ரெண்டு விலாங்கு எடு இப்படி ...”

“விலாங்கு மூணோ நாலோதான் கெடச்சு பாண்டி யரே ... இனி எறவட்டிக்காரனுக்கு குடுக்கணும். மம்பெட்டிக் காரனுக்கு குடுக்கணும் ... அஞ்சாறு கயிலி சேம்பிலைலே பொதிஞ்சு தாறேன் ...”

“கயிலி ஒங்க அம்மைக்கு கறி வச்சுக் குடு ... தாயோளி எனக்கு முன்னால கோமண மில்லாம அலஞ்ச பய எங்கிட் டேயே வேலை வைக்கான் ... மீசை வச்சிட்டாலே பெரிய ஆளாயிருவியாலே?”

பாலத்திலிருந்து இறங்கி வந்த ஊர்க்காவல் தேவர், இருந்ததில் இரண்டு பெரிய விலாங்குகளைத் தேடி எடுத்து வாலைப் பிடித்துத் தூக்கிக்கொண்டு போனார்.

தீபம், மார்ச் 1981

கிழிசல்

காப்பிக் கடையில் சரியான கூட்டம். ஆள் இருக்க இடமில்லை. நீளவாட்டத்தில் போட்டிருந்த பெஞ்சுகளில் நெருக்கிப் பிடித்துக்கொண்டு உட்கார்ந் திருந்தார்கள். பெஞ்சின் ஓரங்களில் இருந்தவர்களுக்கு ஒரு கை முட்டியை ஊன்று வதற்கு மட்டும் இடம் இருந்தது. கை கழுவிவிட்டு வந்தவர்கள் தேயிலை குடிக்க வருமுன் காலியான இடத்தில் வேறு ஆட்கள் அமர்ந்தாயிற்று. தேயிலையை நின்றுகொண்டே குடிக்கும்படி ஆயிற்று. மூன்று பேர் நான்கு பேராக வந்தவர்களுக்கு எல்லோருக்கும் ஒரே பெஞ்சில் இடம் கிடைக்கவில்லை. வெவ்வேறு பெஞ்சுகளில் அமர்ந்தவர்களுக்கு எல்லாம் கிடைக்கிறதா என்று எட்டிப் பார்க்கவும் கவனிக்கவும் வேண்டி இருந்தது.

சாம்பார் வாளியும் சட்னி வாளியும் கொண்டு நடந்தவன் "வழி வழி" என்று கத்தியும் அங்கும் இங்கும் ஒதுங்க இடமில்லை. வாளிகளின் விளிம்புக் கறைகள் ஒதுங்குவதான பாவனையில் முதுகு வளைத்தவரின் சட்டையில் உராய்ந்தது. சாப்பிட்ட இலையை எடுத்து, தானே போடுவது அந்தப் பக்க நாகரீகம். துண்டு வாழை இலைகளை எச்சிக் கையில் சுருட்டிப் பிடித்து எடுத்துக்கொண்டு இலைத் தொட்டியை நோக்கி நடந்தவர் எச்சில் சொட்டு விழாமல் கவனமாகப் பிடித்துக் குனிந்து நடந்தனர். ஆனாலும் தலையிலும் வேட்டிகளிலும் சாம்பார் சட்டினி கலவைச் சொட்டு கள் சிதறின.

தோசை, இட்டிலி, வடை, பஜ்ஜி என்று கேட்ட சத்தங்கள். இட்டிலி ஆறிப் போயிருக்கும் என்று சூடு

தோசைக்காக இலை முன்னால காத்திருந்தவர். ரசவடை வரட்டும் என்று இலையில் கிடந்த தோசையை விள்ளாமல் இருந்தவர். முதல் எடுப்பு தின்றுவிட்டு இரண்டாவது எடுப்புக் காக கை காய உட்கார்ந்தவர். கையோடு தேயிலையும் குடித்துவிட்டு எழலாம் என இருந்தவர். விளிம்பு இருக்கைக் காரன் சாப்பிட்டு முடிக்கட்டும் என பொறுமையோடு இருந்தவர். “ஏ! வெள்ளம் கொண்டாப்பா . . .” என்று குரல் கொடுத்தவர். பாதித்துண்டு தோசையை இலைமீது மீதம் வைத்துக்கொண்டு இன்னொரு டோஸ் சட்னி சாம்பாருக் காக எதிர்பார்த்திருந்தவர், “ஏ! கணக்கு என்னப்பா?” என்று கேட்டு நின்றவர் . . .

அண்டர்வேருக்கு மேல் அழுக்குத் துண்டு மட்டும் கட்டிக் கொண்டு, தட்டில் இட்டிலி தோசை எடுத்துக்கொண்டு நடந்த சர்வர்கள் கையைத் துண்டில் துடைத்துவிட்டு, தண்ணீர் தம்ளருக்குள் விரல்விட்டு எடுத்து வந்து கொடுத்தார்கள். சட்டினி வாளியைத் தூக்கிக்கொண்டு ஓடினார்கள். ஓடிப் போய் கல்லா முன் கணக்குச் சொன்னார்கள். சமையல் அறையினுள் நின்றவர்களைச் சத்தம் போட்டு விரட்டினார் கள்.

தினமும் அந்தக் கடையில் இந்தக் கதியில் நள்ளிரவி லும் வியாபாரம் நடக்குமென்றால் காப்பிக் கடைக்காரன் கோடீசுவரன் ஆகி இருப்பான். இது பத்துநாள் பாடு. அதுவும் கொடி ஏறிய முதல் மூன்று நாட்களிலும் விசேடமாகக் கூட்டம் இருக்காது. நாலாம் திருவிழாதொட்டு மாலை ஆறு மணிக்குக் கடை திறந்தால் விடிய விடிய இந்தக் கதைதான். தேரோட்டம் அன்று இராப்பகலாகக் கடை ஓய்வே கிடையாது.

மேலத் தெரு மகாராஜன் இந்த ஏழு நாட்களிலும் ஒரு அள்ளு அள்ளி விடுவார். இதில போலீஸ்காரர்களுக்கு, தேவஸ்வம்போர்டு அதிகாரிகளுக்கு, கடை ஏலம் விடும் மகமைக்காரர்களுக்கு, உள்ளூர் சட்டம்பிகளுக்கு ஓசிப்படி அளந்தாலும் அது சண்டு சாவி போலத்தான். பெரிதாக பாதிப்பு ஏதும் வந்துவிடாது.

கொடி ஏறிய அன்றே தனது அறுத்தடிப்புக் களத்தின் மண்சுவரை மூணு பாக நீளம் இடித்துத் தள்ளி வாசல் உண்டாக்கி, அம்மாசி அண்ணனைக் கூப்பிட்டு ஓலைக் காமணம் போட்டு, சாப்பிடும் இடம் சமையல் அறை என்று பிரித்து, சுற்றிலும் இடுப்பளவுக்கு ஓலையால் நிரைத்து, பத்து பெஞ்சுகளும் மேஜைகளும் போட்டு –‘பகவதி விலாஸ் காப்பி கிளப்’ தயார்.

ஒன்றுக்கு இரண்டு விலை, சாதாரண நாட்களில் பத்து பைசா என்று விற்கும் இட்டிலி, தோசை, வடை எல்லாம் இருபது பைசா. அளவும் தரமும் கூட்டத்தைப் பார்த்துக் குறையும். பாந்தண்ணியாய் தேங்காய் புண்ணாக்கு அரைத்த சட்டினி. பூசணிக்காய் வெட்டிப்போட்டு கடலை மாவு கலக்கிய சாம்பார். ஆனால் எல்லாம் கொதிக்கக் கொதிக்க எப்போதும் இருக்கும்.

உள்ளூர் ஆட்கள் யாரும் திருவிழாக் காலங்களில் காப்பிக் கடைக்கு வரமாட்டார்கள். எல்லாம் கச்சேரி கேட்க வும் வாகனம் எடுப்புப் பார்க்கவும் வரும் சுற்றுப் புறக்கூட்டம் தான். விடிய விடிய நாகர்கோவிலில் இருந்து சுசீந்திரத்துக்கு 'திருவிழா ஸ்பெஷல்' பஸ் உண்டு. எனவே பத்துப் பதினைந்து மைல் சுற்றளவில் உள்ள கிராமங்களில் இருந்தெல்லாம் கூட்டம் சாயும்.

என்றும் இரண்டு கச்சேரிகள். மாலையில் சூலமங்கலம் சகோதரிகள், கே.பி. சுந்தராம்பாள், சீர்காழி, பாலமுரளி கிருஷ்ணா என்று ஆறு முதல் ஒன்பது வரைக்கும். பிறகு நாமகிரிப்பேட்டை, ஏ.கே.சி., சிட்டிபாபு, ரமணி என்று இரவு மூன்று மணி ஆகும். எத்தனையோ ஆண்டுகளாய் கேட்டுக் கேட்டு சுற்றுப்புற கிராமங்களுக்கு ஓரளவு சங்கீத ஞானம் ஏற்பட்டிருந்தது. கச்சேரி எதிர்பார்த்தபடி அமையாவிட்டால் சங்கீத அறிவு தற்காலிகமாகப் பின்வாங்கி, கல்லையும் மண்ணையும் வாரி எறிந்து ஊளை இட்டு வித்துவானை விரட்டியதும் உண்டு.

ஒருமுறை, முங்க தண்ணீர் போட்டுவிட்டு ராஜரத்தினம் பிள்ளை நாதசுரக் குழலை கையில் வைத்துக்கொண்டு பெண்டாட்டியைப் பறி கொடுத்தவர் போல் தலைகவிழ்ந்து உட்கார்ந்திருந்ததாகவும், மண்ணை வாரிப்போட்டு அவரை விரட்டியதாகவும் இன்னமும் சொல்வார்கள். அதற்கு மறு ஆண்டில் வாசி வைத்துக்கொண்டு விடியற் காலம் ஐந்து மணி வரை அவர் வாசித்ததாகவும் ஒன்றரை மணி நேரமாக அவர் ஊதிய தோடி கச்சேரி மண்டபத்தில் இன்னும் தொங்கிக் கிடப்பதாகவும் வாயாறப் பேசுவார்கள்.

திருவிழாக் கூட்டம் ஆண்டுதோறும் குறையாமல் இருக்கும்போது காப்பிக்கடைக் கூட்டமும் குறைவதில்லை. இத்தனைக்கும் திருவிழாக்கால ஸ்பெஷல் காப்பிக் கடைகள் அங்கு எத்தனையோ உண்டு.

மாணிக்கத்துக்கு சங்கீதத்தில் அவ்வளவு பெரிய ஈடுபாடு ஒன்றும் கிடையாது. கொஞ்சம் பாட்டுக் கிறுக்கு உண்டு.

சினிமாப் பாட்டை அதேபோல் திரும்பவும் பாடுவான். பள்ளிக்கூடத்தில் பாட்டுப் போட்டியில் கலந்துகொண்டு பாரதியார் பாட்டுப் பாடுவதும் குடியரசு தின விழாவில் – சுதந்திர தினவிழாவில் இறை வணக்கம் பாடுவதும் உண்டு. இப்போது ஒன்பதாவது வகுப்புக்கு வந்த பிறகு தமிழாசிரியர் சில தேவார திருவாசகப் பாடல்களை ராகம் போட்டுப் படிக்கச் சொல்லிக் கொடுத்தார். ஆனாலும் அது சினிமாப் பாட்டுப்போல வருவதில்லை.

மாணிக்கத்தின் தகப்பனாருக்கும் தோடி, பைரவி, கரகரப்பிரியா என்ற வேறுபாடு புரிந்துவிடும் என்று சொல்வதற்கில்லை. இருந்தாலும் கச்சேரிக்குப் போவார். எல்லோரும் போகிறார்கள் என்பதாலும் இருக்கலாம். கச்சேரி முடிவில் பாடும் துக்கடாக்களுக்காக, சினிமாப் பாட்டுக்களுக்காக இருக்கலாம். அல்லது ஆள் கூட்டம், இரைச்சல், வெளிச்சங்கள், பீடி விளம்பரக்காரர்களின் ஓரியண்டல் நடனம், மச்சக்கன்னி, மரணக்கிணறு கவர்ச்சி களுக்காகவும் இருக்கலாம். எதுவும் நிச்சயமாய் சொல்லிவிட முடியாது.

கொடி ஏறி, திருவிழாப் புரோக்ராம் நோட்டீசு பார்த்த அன்றிலிருந்தே மாணிக்கம் தகப்பானாரைப் பஞ்சரிக்க ஆரம்பித்தான்.

"யப்பா! ஏளாந் திருநாளுக்கு நானும் உன்கூட வரட்டா?"

"நீ அவ்வளவு தூரம் நடந்துக்கிட மாட்டலே . . ."

"நடப்பேம்பா . . ."

"பொறவு காலு வலிக்கு கையி வலிக்குன்னு சொல்லப் பிடாது . . . போக வர பத்து மைலாக்கும் . . ."

"போன வருசம் தேரோட்டம் பாக்க நடத்தித்தான கூட்டிக்கிட்டுப் போனே?"

"அது பகலு . . . இது ராத்திரில்லா? உறங்காம இருக்க ணும் . . . திருநாக்கடையிலே அது வாங்கித்தா இது வாங்கித் தாண்ணு நச்சரிக்கப்பிடாது . . ."

அப்பா போட்ட நிபந்தனைகளுக்கெல்லாம் ஒத்துக் கொண்டுதான் மாணிக்கம் திருவிழாவுக்குப் புறப்பட்டான்.

ஐந்து மணிக்குள் அப்பாவும் மகனும் சாப்பிட்டுவிட்டுப் புறப்பட்டாயிற்று. திருவிழா பார்த்துத் திரும்பி வர

அதிகாலை ஆகும் என்பதால், வயிறு பசிக்காமல் இருப்பதற் காக 'புல்'லாக சாப்பாட்டை ஒரு பிடி பிடித்தாயிற்று. நடக்கும்போது இரண்டு மூன்று முறை கையை மணத்திப் பார்த்துக்கொண்டான் மாணிக்கம். கருவாட்டுக் குழம்பின் வாசனை 'கம்'மென்று சுகமாக இருந்தது.

தேரேகால்புதூர், புதுக்கிராமம், தேரூர், அக்கரை வழியாக சுசீந்தரம் அடைய ஏழுமணி தாண்டிவிட்டது.

"எப்பா! சீர்காழி சினிமாப்பாட்டு பாட ஆரம்பிச்சிருப் பானா?"

"அதுக்கு எட்டு மணி ஆகும்லே... இப்பம் ராகந்தான் பாடீட்டிருப்பான்..."

பழையாற்றின் குறுக்கே இறங்கி, மெயின் ரோட்டைத் தாண்டி, கரும்புக் கடை, பால்பாண்டியன் மிட்டாய்க் கடை, வேல்விலாஸ் மிட்டாய்க் கடை எல்லாம் கடந்து தெப்பக்குளக்கரைக்கு வரும்போது கூட்டம் கரை கடந்து கிடந்தது. எங்கும் இரும்புச் சட்டி ரிசர்வ் பட்டாளம். கையில் தடியோடு பார்க்கவே பயமாக இருந்தது.

"நிக்காதே... போ, நேரா போயிட்டே இரி..."

முகப்பு முன் இருக்க இடம் இல்லை. கூட்டத்தைக் கவிராகப் பிளந்திருந்த பாதையில் சுற்றி வந்தாகிவிட்டது. எங்கும் இருக்கத் தோதுப் படவில்லை. ஊர் பூராவும் ஒலிபெருக்கி கட்டப்பட்டிருந்ததால் ஆங்காங்கே கும்பல் கும்பலாக உட்கார்ந்து கச்சேரி கேட்டுகொண்டிருந்தார்கள்.

"பா... பா... பா..." என்று இன்னும் எவ்வளவு நேரத்துக்குத்தான் இழுப்பான் என்று தோன்றியது மாணிக்கத் துக்கு. ஒரு சுற்றுச் சுற்றி வந்து, பாடகர் கண்ணில் படும் விதத்தில் முகப்புக்கு பக்கவாட்டில் இருந்து மண்டபத்தின் மீது இருந்த மனிதர்களோடு ஏறி உட்கார்ந்தார்கள் மாணிக்க மும் தகப்பனாரும்.

சினிமாப் பாட்டு பாடும் நேரம் வந்துவிட்டது போலிருக் கிறது. கூட்டத்தின் நடுவில் இருந்து "சினிமாப்பாட்டு, சினிமாப்பாட்டு" என்று கைகள் உயர்ந்தன. ஒரு நீண்ட நெடு மௌனம்.

"கந்தனை கந்தக் கடம்பனை..." என்று பெரிய எடுப்பாய் சீர்காழியின் குரல் ஊதுபத்திக் கட்டின் புகையாய் சுருண்டு, பிரிந்து பரவியது.

கச்சேரி முடிய ஒன்பதரை மணி ஆயிற்று. ஒரு கூட்டம் புறப்பட்டுப் போயிற்று. ஷேக் சின்ன மௌலானா நாதசுரம், வலயப்பட்டி, வலங்கை மான் ஸ்பெஷல் தவில் கேட்க மறு கூட்டம் வந்துகொண்டிருந்தது. கச்சேரிக்கு ஒரு மணி நேரம் இடைவேளை உண்டு. இந்த இடைவேளையில் தான் சர்க்கஸும் ரெக்கார்ட் டான்சும் மும்முரமாய் நடக்கும். கிடைத்த இடைவெளியைப் பயன்படுத்திக்கொண்டு பால் பாண்டியன் மிட்டாய்கடை, தானா பீனா சொக்கலால் ராம்ஷேட் பீடி விளம்பரக்காரர்கள் போட்டுக் கொளுத்தினார்கள். ஒலிபெருக்கி ஒன்று நாகர்கோயில் கடைகளுக்கு வாய் ஓயாமல் விளம்பரம் சொல்லிக்கொண்டிருந்தது.

மணி ஒன்றிருக்கும். குளிர்ந்த காற்று மெதுவாக வீசியது. கூட்டத்தின் நடுவில் உட்கார்ந்து இருப்பதற்கு கதகதப்பாக இருந்தது. மாணிக்கத்துக்கு. கூட்டத்தின் நடுவில் பிரிந்த பாதையோரம் உட்கார்ந்து கொண்டிருந்ததால் மேடையும் நாதசுரமும் தவிலும் நன்றாகத் தெரிந்தன. ஒரு கை விரல்களில் தொப்பிகள் போட்டு மறுகையில் குட்டையாய் கம்பு வைத்துக்கொண்டு, "திடும் திடும் திடும்" என தவில்கள் ஆங்காரமாய் அதிர்ந்தன.

மாணிக்கத்துக்கு உறக்கம் வரும்போலிருந்தது. உறங்கினால் அப்பா ஏசுவார் என்று பயமும் இருந்தது. கச்சேரி முடிய இன்னும் இரண்டு மணி நேரமாவது ஆகும் போலிருக்கிறது. அதுவரை உறக்கத்தை இழுத்துப் பிடித்து நிறுத்துவதும் கடினம். பரக்க பரக்கப் பார்த்துக்கொண்டு உட்கார்ந்திருந்தான் மாணிக்கம்.

தனி ஆவர்த்தனம் முடிந்து – பத்துப் புளிய மரங்களில் புளியம்பழம் ஒரே நேரத்தில் உலுக்கியது போல் – சடசட சடவென கைதட்டல் தெப்பக்குளத்து மூலைப்பாறையில் மோதி எதிரொலித்தது. கும்பல் கும்பலாக ஆட்கள் எழுந்தனர். காலி விழுந்த இடத்தில் வேறு வேறு ஆட்கள் வந்து அமர்ந்தனர்.

கூட்டத்தோடு எழுந்த தகப்பனாரோடு மாணிக்கம் நடந்தான். நன்றாக வயிறு பசித்தது. ஐந்து மணிக்குத் தின்ற சோறு போன இடம் புரியவில்லை. கரகரவென உமிழ் நீர் சுரந்தது. ஏதாவது தின்றால் கொள்ளாம். அப்பாவிடம் கேட்கலாமா வேண்டாமா என்று தோன்றியது.

கொஞ்ச நேரம் திருவிழாக் கடைகளை வேடிக்கை பார்த்துச் சுற்றி அலைந்துவிட்டு 'பகவதி விலாஸ்' கடைப்

பக்கம் வந்தனர். சூடான கடலை எண்ணெயில் பஜ்ஜி முறுகும் வாசனை. அப்பா மாணிக்கத்திடம் கேட்டார், "வயிறு பசிக்காலே?"

ஆம் எனும் அர்த்தத்தில் தலையசைத்தான்.

வெளியே வருபவர்களை இடித்துக்கொண்டுதான் உள்ளே நுழைய வேண்டி இருந்தது. பணம் வாங்கிப் போடும் மேஜையைச் சுற்றி ஒரே கூட்டம்.

இரண்டு பேரும் இடம் பிடித்து உட்கார்ந்தார்கள்.

ஆளுக்கு நாலு தோசை, இரண்டு ரசவடை, தேயிலை. சாக்குக் கட்டியால் எழுதிய விலைப் பட்டியலைப் பார்த்து மனதுக்குள் கூட்டிக் கொண்டான் மாணிக்கம். எல்லாமாக இரண்டு ரூபாய் தொண்ணூறு பைசா ஆகியது. இலையை எடுத்துப் போட்டுவிட்டு, வாய் கொப்பளித்து, துண்டில் அப்பாவும் சட்டைத் தும்பில் மாணிக்கமும் துடைத்துக் கொண்டு பணம் கொடுக்கும் இடத்துக்கு வந்தனர்.

"கண்ணாடிப் போட்ட அண்ணாச்சி நாலு நுப்பது."

"அடுத்தாப்பிலே ஒரு ஒண்ணு இருவது."

"பாட்டா ஒண்ணு அஞ்சு" என்று தாறுமாறாகக் குரல் கேட்டுக்கொண்டிருந்தது. வாங்கிப் போடுபவருக்கு முகம் ஏறிட்டுப் பார்க்கவும் காசை எண்ணி வாங்கவும் பாக்கி கொடுக்கவும் பெரும்பாடாக இருந்தது.

ஒன்றும் அறியாதவர் போல் முன்னால் நடந்த மாணிக்கத்தின் அப்பா நிதானமாக நின்று மடியை அவிழ்த்து ஒரு எட்டணாத் துட்டை எடுத்து மேஜைமேல் வைத்தார். ஏறிட்டுப் பார்த்த கடைக்காரரிடம் "ரெண்டு தேயிலை" என்று கணக்குச் சொல்லிவிட்டு மாணிக்கத்தின் கையைப் பிடித்துக்கொண்டு நடந்தார்.

கொஞ்சதூரம் போனதும் மாணிக்கம் திரும்பித் திரும்பிப் பார்த்தான். அப்பாவின் முகத்தைக் கள்ளக் கண் போட்டுப் பார்த்தான். ஒரு வேளை இதற்காகத்தான் அப்பா ஒரு திருவிழா விடாமல் கச்சேரி கேட்க வருகிறாரோ என்று தோன்றியது. இனி இவரோடு வரக்கூடாது என்று தீர்மானித்துக் கொண்டான்.

தீபம், ஜூலை 1981

தேடல்

பலபலாவென விடிந்தது.

தெரு முற்றங்களில் தெளிபடுகிற சாணித் தண்ணீரின் சளசளப்பு, உழப்போகிற மாட்டுக்குத் தண்ணீர் வைக்கின்றதால் எழும்பும் உலோக வாளிகளின் கிணுக்காரம். ‘கடக் கடக்’ என்று வட்டக் கொம்புகளைப் பிணைத்துக்கொண்டு செல்லச் சண்டை போடும் எருமைக் கடாக்கள். கழுநீர்த் தொட்டிக்குள் முகத்தை முக்கி மூச்சு விட்டுக் ‘கடகடகட’வெனச் சப்தமெழுப்பும் எருமைக் கன்று. சம்பாத் தவிட்டின் ரேகைகள் கண் மட்டத்துக்கு வட்டம் போட, நாடி மயிர்களிலிருந்து தண்ணீர் சொட்ட, மேலுதட்டை உயர்த்தி இளித்து ‘ங்றீங்ங் . . .’ என்று குரலெழுப்பும் தாய் எருமையின் பின்புறத்தை முகர்ந்து பார்த்து நக்குகின்ற இரண்டுபல் கிடாக் கன்று. “சவத்துப்பய சாதிக்கு ஒரு வகுதருவு கெடையாது!” என்று கிடாக் கன்றின் புட்டியில் அழிசன் கம்பால் சாத்துகின்ற செல்லையா!

இதையெல்லாம் மௌனமாகக் கவனித்துக் கொண்டு கட்டிலில் கிடந்து புரண்டான் சிதம்பரம். இந்தக் காலை வேளை அவனுள்ளே அனுபூதியை நிகழ்த்திக்கொண்டிருந்தது. வெறும் அனுபூதிகள் வயிற்றை நிறைப்பதில்லையாதலால், இந்த இனிய அசைவுகளையெல்லாம் விட்டு விட்டுச் சில நூறு மைல்கள் அவனுக்கு ஓட வேண்டியதிருந்தது.

இந்தக் காட்சிகளின் இடையே நெளிந்து அவன் வேலை பார்க்கின்ற அந்த நகரத்தின் காலை நேரம் கண்முன் பிதுங்கியது.

பால் பாட்டில்களின் 'களங், ஙணங்..!' 'தடக் தடக்' கென்று ஓடத் துவங்கும் லோகல் ட்ரெயின்... அதிகாலை ஷிப்டுக்குப் போகிறவர்களின் பேச்சொலி... ஸ்டவ்வுகளின் பாம்பிரைச்சல்... எங்கோ சப்பாத்தி தீய்கின்ற நாற்றம். எந்த ரொட்டி சிறந்தது என்றும் ஆணுறைகளின் அவசியம் பற்றியும் அதிகாலையில் விளம்பரம் செய்யும் வானொலி. மொழி கண்டு சொல்ல முடியாத இரைச்சல் பாட்டுகள்.

ஷேவ் செய்து முடிக்கின்ற ஐந்து நிமிட இடைவெளியில் கவனிக்கையில் எட்டு முறை கொட்டாவியை மெல்லுகின்ற எதிர்வீட்டுக் கிழவன்... பல் தேய்ப்பது மட்டுமே அன்றைய வேலை என்று பிரஷ்ஷைக் கடித்து உறிஞ்சுகின்ற இளைஞன். டப்பா மூடியில் கருகிய புகையிலையைப் பொடித்துப் பல்லில் இளுவும் மராட்டியப் பெண்... மௌனமாக அந்தக் காலைக் காட்சியை மென்று விழுங்கினான் சிதம்பரம்.

தினம் தினம் தின்று அலுத்த ஓட்டல் சாப்பாடுகள். உப்புச் சப்பில்லாத தினசரிகள். பார்த்து அலுத்த அலுவலக முகங்கள். ரயில் வண்டி கம்பார்ட்மெண்டின் நெரிசல். வியர்வைப் புழுக்கம். முன்தினச் சாராய ஏப்பம்...

இங்கே வாழ்ந்து, இப்படிச் சம்பாதித்து, இத்தனை செலவு செய்து, என்ன சாதித்துவிடப் போகிறோம் என்று மனம் அலைந்தது. ஆண்டுக்கொரு முறை செய்யும் ஓவராலிங் போல் இந்த உரிமை விடுப்புகள்.

மாதம் இருநூறு ரூபாய் சம்பளத்தில் இங்கேயே வேலை கிடைத்தால்...

என்ன பெரிய கால்கேட்டும் பாமாலிவும் வேண்டிக் கிடக்கிறது? வெறும் உமிக்கரி, மாதமிருமுறை ஊர் நாவித னிடம் சவரம், தேங்காய் எண்ணெய் என்று இருந்துவிடக் கூடாதா?

மாடு வைக்கோல் தின்பதைப் போல ப்ரெட்டும் பட்டரும் ஜாமும் யாருக்கு வேண்டும்? ஒரு கும்பா பழையது, இரண்டு உப்புப்பரல், ஒரு நார்த்தங்காய் ஊறுகாய்த் துண்டு – போதாதா? உண்டு, உடுத்து, ஆடம்பரமாக அலட்டிக் கொண்டு என்ன கண்டுவிட்டோம்?

ஞாயிற்றுக் கிழமைகளில், வேறு செய்வதற்கு வேலைகள் இல்லாமல், படுக்கையில் சாய்ந்து, கால் மேல் கால் போட்டு, நெஞ்சுமீது ஒரு வாராந்தரியைப் பரத்திப் போட்டு, எங்கோ லயித்த சிந்தனையில் இருக்கும்போது குறுக்கு வெட்டும் இந்த

நினைவுகள். இன்று காலையும் அந்த இடைச் செருகல்களின் வியாபகம்.

சிலவற்றைப் பெறும்போது சிலவற்றை இழந்துதான் தீர வேண்டும் போலிருக்கிறது! இந்த வேப்பமர நிழல், புன்னம் பூக்கள் மிதக்கும் ஆற்று நீர், செம்போத்து அடையும் நொச்சிப் புதர், மஞ்சள் குலுங்கும் ஆவாரஞ் செடிகள் – இதை நினைத்துத்தான் ஏங்கும்போது . . .

“எப்பம் வந்தே?” என்று முதல் கேள்வியைக் கேட்டு, அதன் ஈரம் காயுமுன், “எல்லாம் என்ன சம்பளம் கிடைக்கும்?” என்ற இரண்டாவது கேள்வியை கேட்டு, அதற்குப் பதில் கிடைத்ததும் பெருமூச்சுவிடும் இவர்கள்.

“சவம் இல்லேண்ணாலும் இங்கே கிடந்து என்னத்தைக் கண்டோம்? தூராதொலைக்குப் போயிண்ணாலும் அஞ்சாறு சக்கரம் சேர்க்கணும்!” என்ற விமர்சனங்கள். ஒருவரைப் பார்த்து மற்றவர் ஏங்குதலும் எரிச்சல் படுதலும் பொறாமையில் தீய்ந்து போதலிலுமே காலம் கழன்று விடும் போலிருக்கிறது.

“ஏகதேசம் எழுநூறு கிடைக்கும்!” என்று சொல்லி முடிக்கு முன்பேயே – “போகட்டும் . . .” என்று ‘பெருந்தன்மை’ யோடு அங்கீகாரம் செய்பவர்களும் . . .

“இம்புட்டு மயிருதாலா . . . நானும் என்னமொண்ணுல்லா நினைச்சேன் – எழுநூறுண்ணா இங்கிண இரு நூறுக்குச் சமானம்!” என்று தன்னையே ஆற்றிக் கொள்பவர் களும் . . .

“அங்கே எழுநூறுண்ணா செலவுதாலா களியும்!” என்று அனுதாபப் படுபவர்களும் – இல்லை . . . நூறு ரூவா கடன் வாங்கினாத்தான் செலவு களியும் என்று சொல்லத் தோன்றும்.

இதுபோன்ற சந்தர்ப்பங்களில் உடனிருந்தால் கை முட்டியால் விலாவில் இடிக்கும் முத்து. கேட்டவர் போன பிறகு, “ஏண்டா ஆயிரத்தி முன்னூறுண்ணு சொல்லுகதுக்கு என்ன கொள்ளை? இங்கே கொண்டாண்ணா கேக்கப் போறான்? கூடக் கொஞ்சம் வயிறெரிஞ்சு சாகட்டுமே!” என்று அவன் செய்யும் நையாண்டி.

இதுபோன்ற நொள்ளைத்தனங்களும் நோக்காடுகளும் இருந்தாலும் அதிலும் ஒரு சுகம். கோபமும் எரிச்சலும் மகிழ்வும் துன்பமும் பொறாமையும் பூசலும் கலப்படமற்று

அனுபவிக்க முடிகிற சுகம். பொய்மைகள் படியாத மெய்ப் பாடுகள். அவ்வப்போது உள்ளம் புண்பட்டாலும் பின்னர் நினைத்துப் பார்க்கையில் நகக்குறி தடவுதலைப் போன்ற ஒரு ரசம்.

கழட்டி மேசை மேல் போட்டிருந்த கைக்கடிகாரத்தை எடுத்து மணி பார்த்தான் சிதம்பரம். ஏழு முப்பத்தைந்து. சுமார் ஐம்பது மணி நேரப் பயணத்தின் அலுப்பு உடம்பில் இன்னும் மீதமிருந்தது. நன்றாக உறங்கட்டும் என்று யாரும் இதுவரை எழுப்ப வரவில்லை. இன்னும் பதினைந்து நாட்கள் இப்படிக் கவலையற்று, எட்டு ஐம்பதுக்கு நுழைய இன்னொரு உலகம் இல்லாமல் புரளலாம் என்று எண்ணமிட்டபோது கீழே இருந்து ஒரு குரல். அம்மா!

"சிதம்பரம்... ஏ! சிதம்பரம்... என்னா, இன்னுமா எந்திரிக்கல்லே...? பல்லைத் தேச்சு சீக்கிரம் காப்பியைக் குடி" என்ற அதட்டலுக்குப் பணிந்து...

நாள் தொடங்கி விட்டது. கண்டதும் காட்டும் மலர்ச்சி கள். நல உசாவல்கள். எத்தனை நாள் விடுப்பு என்பது போன்ற தகவல் ஒலிபரப்பு இலாகா வினாக்கள்...

ஆற்றங்கரை, தமிழர் படிப்பகம், சாத்தாங்கோயில், இலுப்பாற்று மணல்மேடு என்று நண்பர்கள் கூடும் இடங் கள். ஆனாலும் பகல் பொழுதுகள் கெட்டித் தட்டிச் சலன மற்று நிற்கின்றன. காலைக் குளியும் காப்பிக் குடியும் கழிந்த பிறகு மலையாகக் கிடக்கும் முற்பகல். எதையாவது படித்து, தூங்கி – மீண்டும் சாப்பாடு. மாலை மலர்ந்தால் பொழுது ஓடிவிடும். ஆனால் வறண்ட முற்பகலும் பிற்பகலும்... நான்கு நாட்களிலேயே சலிப்பூட்டும் ஓய்வு. அங்கேயானால் எப்போதும் பசித்தவாறிருக்கும் வயிறு இங்கு மந்தித்துக் கிடந்தது. போட்டதற்கு மேல் போடுவதால் புறுபுறுப்பும் பொருமலும். வேண்டாம் என்றால் போயிற்று. "அவன் முன்னமாதிரியா, பவுறுல்லா வந்து இறங்கீருக்கு. அடங் கொளத்தா மக பெற வந்திருக்காளேண்ணு பாக்கப் போறதுக்கு நாலு விடி அரிசி போட்டு முறுக்குச் சுட்டேன்... பம்பாயிலேருந்து வந்திருக்கானேண்ணு அருமையா ரெண்டு எடுத்து வச்சா அவன் தொட்டே பாக்கல்லே..." என்ற ரீதியிலான ஆட்சேபங்கள். இன்னும் எத்தனை நாள் இப்படி ஓட்டுவது என்று எண்ணுகின்றபோது ஏற்படுகின்ற மலைப்பு.

என்றாலும் –

கண்ணுக்குக் குளுமையான பச்சை வயல்களை, நிலாப் பெண்ணின் முந்தானை போல் பாறைமீது சலசலத்துக் கொஞ்சி வழியும் கண்ணாடி நீரை, எங்கிருந்தோ பறந்து வந்து 'டுமுக்'கென்று குளத்துக்கெண்டையைக் கொத்திக் கொண்டோடும் மீன் கொத்தியை . . .

மழையில் நனைந்து கொவர்ந்திருக்கும் மண் சுவர்மீது கொம்பால் உராயும் எருமைக் கடாவை, காலைத் தூக்கி ஆலடிமாடன் கற்சிலை மீது ஒன்றுக்குப் போகும் நாயை . . .

முத்துப் போலப் பனித்துளிகளைத் தாங்கி அசைகின்ற இளம் குருத்து வாழைப் பரத்தல்களை புன்னை மரத்து முடிச்சில் உட்கார்ந்து வெயில் காய்ந்து, வாயைப் பிளந்து காற்றுக் குடிக்கும் ஓணானை – காணும்போதெல்லாம் எதையோ இழந்துகொண்டிருக்கிறோம் என்று ஏங்கி . . .

பகல் பொழுதுகள் பாறையாகக் கனத்தாலும் ஒவ்வொரு நாளும் குறைகையில் இன்னும் பதின்மூன்று நாள், பன்னி ரண்டு நாள் என்று காலக் கணக்கன் போல உள்ளே இருந்து ஒலிபரப்பாகும் ஒரு குரல். அந்தக் குரல் கேட்கும்போதெல் லாம் கொப்பளித்துப் பாயும் தாகங்கள் . . .

ஒவ்வொரு நாளும், "வீமநேரி மாமா வீட்டுக்குப் போய் பார்த்துக்கிட்டு வா . . . பொறகு அவ்வோ பராதி சொல்லுவா . . ." என்ற அம்மாவின் தார்க்குச்சியைத் தாங்க முடியாமல், 'சரி, போய்ப் பார்த்துவிட்டு வந்து விடலாம்' என்று போனால் அங்கு பேசுவதற்கு என்று வந்த அந்தக் கிழவர் . . . ஏதோ ஒரு காலத்தில், கிளாஸ் ஃபோர் ஆக இருந்து ஓய்வு பெற்று, எவன் எங்கு வேலை பார்த்தாலும் அதற்கு ஈடும் இணையும் இல்லை என்ற மனோபாவத்தில் பழங்கால நினைவுகளைக் கடை விரிக்கும்போது ஏற்பட்ட ஆயாசம் . . . எல்லாம் பேசி முடித்துவிட்டு –

"உனக்கு நம்ம குமரேசனைத் தெரியுமா . . ? அதான்டே . . . செம்பராம்பூரு தாணம்மைக்கு மவன் . . . அட, உனக்கு அம்மையைப் பெத்த ஆத்தா யேக்கியம்மைக்க சொக்காற னுக்க பேரன்பா . . . அவனும் பம்பாயிலேதானே வேலைக்கு நிக்கானாம் . . . ஒரு கம்பேனியிலே . . . சவத்து எளவு பேரு வாயிலே வரமாட்டங்கே . . ." என்று சொல்லும்போது அந்த எழுபது லட்சம் கொண்ட இராட்சத நகரின் மக்கள் திரளும் அலைமோதி மூச்சு முட்டச் செய்யும் இயக்கங்களும் நினைவில் விரிந்தன.

"கட்டாயம் போய்ப் பாரு... எம் பேரைச் சொன்னாப் போரும்... உனக்கு என்ன வேணும்ணாலும் செய்வான்... எந்த நேரமானாலும் இருந்து பார்த்துக்கிட்டு வா... காணல் லேண்ணு உடனே திரும்பீராதே..." என்று விழுந்த கட்டளை.

இதுபோன்ற வேண்டுதல்களுக்காகப் போய்ப் பார்த்து, தன்னை அறிமுகம் செய்து, நெடு நேரயோசனைக்குப் பிறகு, அந்த 'ஈச்சங்காட்டு உமயம்ம பேரன்' "ஓகோ, அப்படியா?" என்று பெருந்தன்மையாகக் கேட்டு வாசலிலேயே வைத்துப் பேசி அனுப்பிவிடும் அனுபவங்கள் புதியவை அல்ல அவனுக்கு. அதை நினைவுகூர்ந்து மனதுக்குள் சிரிக்கையில் –

"எப்பம்டே கலியாணம்..," என்று திடீரென விழுந்த அடி பதிலை எதிர்பார்க்காமலேயே...

"சட்டுபுட்டுண்ணு செய்து போட்டிர வேண்டியது தாலா... ஒரு கட்டையோ நெட்டையோ பார்த்து... வயசும் ஆகுல்லா... உனக்கு இதெல்லாம் அங்கே ரொம்பத் தாராள மாகக் கிடைக்குமாமே... பொம்பிளையோ எல்லாம் ரோட்டிலே நிண்ணு கூப்பிடுவாளுகளாம்... பெருந்தொடை தெரியத்தாலா பாவாடை உடுப்பாளாம்..." என்று நாக்கைச் சுழற்றி நொட்டை போட்டு – அவனுக்கு எரிச்சல் வந்தது.

நாகர்கோயிலில் அவசர வேலையிருப்பதாகச் சொல்லி, அந்தப் பிடுங்கலிலிருந்து விடுதலை பெற்றுச் சிதம்பரம் வெளியே வந்தான். மணி ஐந்தரைதான் ஆகியிருந்தது. காலாற நடந்தான். திருப்பதிசாரம் தாண்டி, ஓட்டுப்புரை விலக்கில் ஒரு ஆமவடை தின்று சுக்குக் காப்பியும் குடித்து மீண்டும் நடந்தான்.

மணி ஆறேகாலே ஆகியிருந்தது. இனிமேல் என்ன செய்வது என்று திட்டமில்லை. கொஞ்ச நேரம் டவுனைச் சுற்றித் திரிந்துவிட்டு பஸ் ஏறி வீட்டுக்குப் போகலாம். அல்லது ஏதாவது ஒரு சினிமா பார்க்கலாம். தமிழ்ப் படங்கள் எல்லாம் பழைய படங்கள்.

எதிரே தெரிந்த வெற்றிலை பாக்குக் கடையில் கலர் கலராகப் புத்தகங்கள் தொங்கின. நாளை காலை படிப்ப தற்கு ஏதாவது வாங்கலாம் என்று கடையருகே போனான்.

தொங்குகின்ற பெண் முகங்கள் – உட்கார்ந்து, நின்று, சரிந்து, சாய்ந்து, மல்லாந்து, குனிந்து, நிமிர்ந்து தோன்றும் பெண் உடல்கள். மினி, மைக்ரோ மினி, கீழே கிடப்பதைக் குனிந்து எடுக்கக்கூடாத மினி ஸ்கர்ட்கள், கரவாத கால்கள்,

தொடைகள், ஆனிப்ரிஞ்ச் முத்திரைகள், பூ பதித்த தொப்பூள் குழிகள்.

இவற்றில் எதைத் தெரிவு செய்வது என்று சிதம்பரம் யோசித்து நின்றான். யோசித்தவாறே நின்றான்.

ஒரு நொடியில் அவனுக்கு உலகமே வெறுமையாகத் தெரிந்தது. இன்னும் ஆறு நாட்களில் ரயிலேற வேண்டுமே என்று நினைக்கும்போது திகிலாக இருந்தது. இன்னும் ஆறு நாட்கள் இங்கே கழிக்க வேண்டுமே என்று எண்ணும்போது மலைப்பாக இருந்தது. அங்கேயும் இங்கேயும் ஒரு பொருந்தாச் சேர்க்கையாகத் தான் ஆகி வருகிறோமோ என்ற மயக்கம்.

'ஓ'வெனப் பரந்து கிடக்கிற வயல் வெளிகள். குப்பம் குப்பமான குன்றுகள், ஒரு லயத்துடன் கொண்டையைக் குலுக்கும் பனைக் கூட்டங்கள், உடைமரப் பொட்டல்கள்... எங்காயினும் யாரும் கலைக்கத் துணியாத தனிமை... தன் னுள்ளே உறைந்து உறைந்து, மண் புற்று வளர்ந்து தன்னையே மூடிவிடாதா என்பதான ஏக்கம். கொதிக்கின்ற வெயில், கிடுகிடுக்கச் செய்யும் குளிர், 'வாங் வாங்'கென்று அலைக் கழிக்கும் காற்று எதுவும் இடையூறு செய்யாமல், எதுவும் பாதித்துவிடாமல், தன்னுள்ளே... தன்னுள்ளே... உருக் கலைந்து, உருச்சிதைந்து, தன்னையே இழந்துவிட மாட்டோமா என்று மனம் தவித்தது.

இடிபாட்டுக்குள்ளிலிருந்து கிளம்புவது மாதிரியான வாழ்க்கையின் இயலாத முனகல்... நொறுங்கிப் போன கனவுச் சிதைவுகளின் நெடுச்சு... இற்றுப்பொடிந்த எதிர் காலத்தின் மூச்சுத் திணறும் நெருக்கல்... கடந்த காலத்தின் தீய்ந்த நாற்றம்...

எதுவுமில்லாமல், எதையும் குறித்துக் கவலையில்லாமல் ஒரு மோனம் முற்றாகச் சித்தித்துவிடாதா என்ற மறுகல்.

அவன் வந்த பாதையில் திரும்பி நடந்தான்.

தீபம், அக்டோபர் 1981

துறவு

சாந்தம் தவழும் முகம். நெற்றியில் வரிவரியாக அனுபவக் கோடுகள். குறுகத் தறித்த தலைமயிர் – கரு முடியும் நரைமுடியும் கலந்து – சுருளவோ படியவோ செய்யாது. குற்றி குற்றியாக நிற்கும், தாள் பிடுங்காத வயல்போல. காதுகளில் கடுக்கன் போட்டிருந்த ஓட்டைகள் வழியாக ஒளி ஊடுருவும். நேரே நின்று பேசினால் துளைகள் வழியாகவும் வானவெளி தெரியும். நல்ல பரந்த நீள் சதுரமான முகம். தோள் பட்டைகள் உயர்ந்து இருந்தன. சதைப்பிடிப்பில்லாத, ஆனால் எலும்பு முள்ளாகத் துருத்தாத உடற்கட்டு. ஆறேகாலடி உயரம். துவைத்து உலர்த்திய பழுப்பில் அழுக்கற்ற வேட்டி. தோளில் சுட்டிப் போட்ட துவர்த்து. மடியில் எப்போதும் தேவார, திருவாசகத் திரட்டு; கையடக்கப் பதிப்பு.

காலையில் குளித்த அடையாளமாய் நெற்றியில், மார்பில், தோளில், முழங்கைகளில் திருநீற்று வரைகள். வெளுப்பான மேனியில் சாம்பல் திருநீறு மங்கலாகத் தெரியும். இது நமச்சிவாயம் பிள்ளை.

நாற்பத்தைந்து வயதிருக்கும். மனைவியும் இரண்டு பையன்களும் ஒரு பெண்ணும் உண்டு. சாப்பாட்டுக்கு நெல் வரும் நிலம் உண்டு. வெட்டுக்கு அறுபது தேங்காயும் ஆண்டுக்கு மூன்று சாக்குப் புன்னைக் காயும் பருவம் தவறாமல் கணிசமாய்க் காய்க்கும் தவிட்டு முருங்கையும் கிடைக்கும் தோப்பு உண்டு.

அந்தச் சிறிய குடும்பத்துக்கு இது போதும் என்றால் போதும், போதாது என்றால் போதாது.

வேலைக்கு எல்லாம் போவது கிடையாது. ஒரு சைவ வேளாளன் கலப்பைப் பிடித்து உழக்கூடாது, கோழி, ஆடு வளர்க்கக்கூடாது, வேறு எவனுக்கும் கூலி வேலைக்குப் போகக் கூடாது என்பது நமச்சிவாயம் பிள்ளை படித்த சிவஞான போதம்.

எனவே, குளித்து முழுகித் தேவாரம் திருவாசகம் படிப்பார், சாப்பிடுவார், உறங்குவார், பக்குவப்பட்ட பெரியார்களோடு வேதாந்த சர்ச்சைகள் செய்வார். யாரோடும் சண்டை போடமாட்டார். யாரையும் கோபித்துக்கொள்ள மாட்டார்; முகம் கறுத்து, வெட்டி முறித்துப் பேசமாட்டார்.

அவரது முதன்மையான பலவீனம் சாப்பாடு. அதன் புறத்துப் பிறந்த சில்லறைப் பலவீனங்களைப் பொருட்படுத்துவதற்கில்லை. அங்கே பலருக்கும் சாப்பாடு ஒரு பலவீனம்தான். சிலருக்கு ரசவடையில், சிலருக்கு தேங்காய்த் தோசையில், சிலருக்கு அவியலில், சிலருக்கு வேளாக்கட்டி மீனில் . . .

ஆனால் அவருக்கு அப்படி குறிப்பிட்ட வகைகளின் மீதல்ல பலவீனம். மொத்தமாக சாப்பாட்டின்மீது. அதாவது சைவ சாப்பாட்டின்மீது. குளித்து முடித்துவிட்டு வீட்டுக்கு வந்தால் சமையலை முடித்து மூடி வைத்துவிட்டு பெண்டாட்டி குளிக்கப் போயிருப்பாள். பிள்ளைகள் பள்ளிக்கோ, விளையாடவோ போயிருக்கும். சோற்றுப் பானை, கறிச்சட்டி, தண்ணீர்ச் செம்பு இவற்றை முன்னால் இழுத்து வைத்துக்கொண்டு சாப்பிடத் தொடங்குவார். சாப்பிட்டு முடியும்போது சில சமயம் இரண்டு அகப்பைச் சோறு மீதமிருக்கும். சிலசமயம் சில பருக்கைகள் மட்டும் பாசம் காரணமாகப் பானையில் ஒட்டிக்கொண்டிருக்கும். ‘பித்தா பிறைசூடி பெம்மானே அருளாளா’ என்று நாவுக்கரசர் பாணியில் ‘பாவி சண்டாளா பேயே பிணம்பிடுங்கி’ என்று பெண்டாட்டி எடுப்பாள். வாயை உரசிக் கொப்பளித்து மேல் துண்டால் முகம் துடைத்து நிற்கும் அவர்மீது இந்தப் பாணங்கள் ஏதும் பாயாது. அதே சாந்தம் பரவிய முகம். ‘ஞானத் தெளிவு’ துலங்கும் கண்கள். மாயையில் அகப்பட்டு உழலும் இந்த ஜீவன்களை எள்ளுவது போலப் புன்னகையின் மெல்லிய கீற்று.

மூன்று பேர் சாப்பிடும் சாப்பாடானாலும் உள்ளே போன பிறகு நமச்சிவாயம் பிள்ளையின் வயிற்றுப் பரப்பில் மாறுதல் ஏதும் தெரியாது. சாப்பிடுமுன் வயிற்றில் திருநீற்றுக்

கோடுகள் போல் இருந்த குறுக்கு வரிகள் சாப்பிட்ட பின்னும் அப்படியே இருக்கும். முன்புறமோ பக்க வாடுகளிலோ புடைத்தல் கிடையாது. தின்ற, தீற்றி எல்லாம் பிரம்மத்தில் கலந்துவிடும்போல.

நாளாக ஆக, குளிக்கப் போகும்போது பெண்டாட்டி வீட்டைப் பூட்டிக்கொண்டு போனாள்; தனக்கும் பிள்ளை களுக்குமான சோற்றை எடுத்து ஒளித்து வைத்துவிட்டு, மீதியைப் பானையில் விட்டுச் செல்வாள்; நமச்சிவாயம் பிள்ளை குளித்துவிட்டு வருமுன்பே தானும் தின்று பிள்ளை களுக்கும் போட்டு விடுவாள். அவருக்கு அதெல்லாம் அடிபிடி கட்டாயம் கிடையாது. இருந்தால் தின்பாரே தவிர இல்லாவிட்டால் சண்டை சச்சரவு ஏதும் போடுவதில்லை.

பெண்டாட்டி கெஞ்சிக் கெரவிக் கேட்டதின் பேரில், உழக்குக்குப் பதில் கால்பக்கா பச்சரிசி தருவதாய்ச் சொன்ன தின் பேரில் அழகம்மன் கோயிலில் பூசை வைக்க ஒத்துக் கொண்டார்.

ஊருக்கு ஒதுங்கிய மூலையில், வயல் ஓரத்தில், தங்கரளிக் காட்டுக்கு உள்ளே, ஆரோக்கியமான சூழ்நிலை யில் அழகம்மன் தனியாகவே இருந்தாள். அது பொதுக் கோயில் அல்ல. உள்ளூர் பண்ணையார் ஒருவரின் குடும்பக் கோயில். அந்தக் கோயிலுக்கு என்று இரண்டு கோட்டை விதைப்பாடு விட்டிருந்தார் செத்துப்போன மூத்தபிள்ளை. அழகம்மன் கோயிலையும் திடலையும் வெட்டி வயலோடு வாங்கி விடலாம் என பண்ணையாருக்குத் தோன்றாமல் இல்லை. ஆனால் இரண்டு கோட்டை விதைப்பாடும் பாகத் தில் போய்விடும். எனவே திரிகால பூசை, மேளதாளம் எனத் தடபுடல்கள் இல்லாவிட்டாலும் காலையில் நடை திறந்து பூசை உண்டு.

பக்கத்து ஓடையில் கோரிய தண்ணீரை அழகம்மன் தலையில் ஊற்றி அடித்துக் கழுவி, கழற்றி வைத்திருந்த சிவப்பு சீட்டிப் பாவாடையை மறுபடி உடுத்தி, கல்விளக்கில் சிறிது எண்ணெய் விட்டு ஏற்றி தங்கரளி செவ்வரளிப் பூக்களை உதறி, உழக்குப் பச்சரிசியை வெண்கல உருளியில் பொங்கி, சாமி முன் வைத்து மணி கிலுக்கி, சூடம் கொளுத்தி, காக்கைக்கும் இரண்டு சோற்றுப் பருக்கையைப் போட்டு விட்டால் தீர்ந்தது சோலி.

வெள்ளிக் கிழமைகளில் மஞ்சணை சாத்தவும் பிறந்த நாள், பொங்கல், வருடப்பிறப்பு போன்ற விசேட நாட்களில்

பாயசமோ அரவணையோ வைக்கவும் பண்ணையார் வீட்டி லிருந்து யாராவது வருவார்கள். அன்றைக்கு அழகம்மனுக்கு புதிய சீட்டிப் பாவாடை, பாளையங்கோட்டன் பழம், பாக்கு, வெற்றிலை, ஊதுபத்திப் புகை கல்முலை மேல் தவழும் ஆரம் எல்லாம் உண்டு. மற்ற நாட்களில் சோற்றுப் பருக்கைக்குக் கூட காக்கை வருவது நெடுநேரம் சென்ற பிறகுதான்.

மாதம் பத்து மரக்கால் நெல், விளக்குக்குத் தேவையான நல்லெண்ணெய், எரிக்க தென்னையோலை மடல்கள், திருநீற்று முட்டம் முதலியன பண்ணையார் வீட்டிலிருந்து தருவார்கள். அப்படிப் பெரிய வேலையும் இல்லை. சும்மா இருப்பதற்கு கொஞ்சம் வருமானமும் ஆகும் என்றுதான் நமச்சிவாயம் பிள்ளை இந்த சுமைதலையை ஏற்றுக்கொண் டார். சோற்றைப் பொங்கி, 'தீவார்ணை' காட்டிய பிறகு, அந்தச் சோற்றை ஒரு தேங்காய்ச் சில்லும் சர்க்கரைத் துண்டும் சேர்த்தோ, அல்லது சுட்ட கத்தரிக்காயும் பச்சை மிளகாயும் உப்பும் புளியும் சேர்த்துப் பிசைந்த கோசுடனோ சாப்பிட்டு, சட்டியைக் கழுவிக் கவிழ்த்துவிட்டுப் புறப்பட்டு விடலாம்.

கொஞ்ச நாட்கள் இது நடந்தது. நமச்சிவாயம் பிள்ளைக்கு, தேவாரம் திருவாசகம் தவிர மேலும் ஒரு ஷோக்கு உண்டு. கல்யாண வீடுகளுக்குப் போவது. கல்யாண வீடுகளுக்குப் போவது என்றால் கல்யாணக் கோலாகலங் களை ரசிப்பதோ, நாதசுர இசையில் லயிப்பதோ, மணமக்களை மனமகிழ வாழ்த்துவதோ அல்ல. சாப்பாடு. பருப்பில், சாம்பாரில் தண்ணீர் சேர்ப்பதற்கு முன்பான முதற்பந்திச் சாப்பாடு.

கல்யாணத்துக்குப் போவதற்கு அழைப்பிதழோ, சுருளோ, வாயால் கூப்பிடுவதோ தேவையில்லை. காதில் செய்தி காற்று மூலம் வந்து விழுந்தால் சரி. நமச்சிவாயம் பிள்ளை ஆஜர். கல்யாண வீட்டுக்கு போவதற்கு என்றே அவர் கோடி இரட்டை வேட்டியும் சந்தனக்கலரில் சில்க் ஜிப்பாவும் வைத்திருந்தார். இந்த உடையில் நெற்றியில் திருநீற்று வரையும் பார்த்தால் – இந்த ஆடவ லட்சணங்கள் கொண்ட மனிதனை யாருக்குச் சந்தேகப்படத் தோன்றும்? தலையைச் சுற்றி ஒளிவட்டம் கிடையாதே தவிர, முகத்தில் துலங்கும் ஞானக்களைக்குப் பழுது உண்டா என்ன! பன்னிப் பன்னி, 'என்று நீ அன்று நான் உன்னடிமை அல்லவோ' என்று ஓதுவது உதவாமலா போய்விடும்!

பெரும்பாரும் அந்தப் பக்கம் கல்யாணங்களில் வீட்டு முற்றத்தில் மணவறையும் வீட்டை அடுத்த அறுத்தடிப்புக் களத்தில் பந்தலும் ஆக்குப் புரையும் இருக்கும். தாலிகெட்டு முடிந்தவுடன் மைத்துனன் கையைப் பிடித்துக்கொண்டு மாப்பிள்ளையும், மாப்பிள்ளையின் கையைப் பிடித்து நாணிக் குனிந்து பெண்ணும், பெண்ணின் புடவைத் தலைப்பைச் சரி செய்யவும் வியர்வையைத் துடைக்கவும் முகத்தில் விழும் முடியை ஒதுக்கவும் சம்மந்திக்கொடியாளும் பந்தலுக்கு வந்து, காந்தி படமும் ஊதுவத்திப் புகையும் வெற்றிலை அடுக்கிய தாம்பாளங்களும் பழச்சீப்புகளும் சந்தனக்கும்பா குங்குமச் செம்பு, பன்னீர்குப்பி வகைகளும் இருக்கும் மேஜை அலங் காரத்தின் முன்னால் நிற்பார்கள். வாழ்த்துப்பா வாசித்து அளித்தலும் தாம்பூலம் வழங்கலும் நடந்துகொண்டிருக்கும் வேளையிலேயே கண்ணுக்குப் புலனாகாதபடி ஒரு அசைவு பந்தலுக்குள் இருக்கும். சமுக்காளத்தின் மீது இருந்தவர்கள் எழுந்து பந்தலின் ஓலை நிரைசல் சுவர் ஓரமாக ஒதுங்கு வார்கள். மாப்பிள்ளையும் பெண்ணும் பந்தலைவிட்டு நீங்குகையில், ‘புருசன் வீட்டில் வாழப்போகும் பெண்ணே, தங்கச்சி கண்ணே, சில புத்திமதிகள் சொல்றேன் கேளு முன்னே’ என்று இசைத்தட்டு ஒலிக்கத் தொடங்குகையில், இரண்டு பக்க நிரைவு ஓரமும் வரிசையாக ஆட்கள் நிற்பார்கள். முன் கூட்டிக் கதுக்கட்டி நிற்பது போலக் காட்டிக் கொள்ளாமல், ஆனால் அடுத்து வைக்கப்போகும் முதல் பந்தியைக் கருத்தில்கொண்டு, இடம் பிடிக்க ஏதுவாய்... எப்படியும் முதல் பந்தியில் நமச்சிவாயம் பிள்ளைக்கு இடம் கிடைத்துவிடும்.

வாட்டமான தாட்டு இலையை விரித்து, விஸ்தாரமாய் வட்டச் சம்மணம் போட்டு அமர்ந்து சாப்பிடுவது ஒரு கலைதான். வரிசையாய் கறிவகைகள் வைத்து செம்பு நிலவாயில் சோறு எடுத்து சிப்பலால் கோரி இலையில் வைப்பார்கள். முதலில் போடும் சோறு முழுவதும் பருப்புக்கு. இரண்டாவது போடும் சோறு முழுவதும் சாம்பாருக்கு. சிப்பலைத் தட்டுபோது இலையில் விழும்சோறு குறைந்து விட்டால் விளம்புபவனை வஞ்சத்தோடு ஒரு பார்வை. அவனுக்கு அந்தப் பார்வையின் பொருள் புரிந்தால் ஒன்றாக இரண்டு சிப்பல் இலையில் குவியும்.

இலையில் போட்டதைத் தின்பது என்பது என்ன சாமர்த்தியம்? தின்னவிடக்கூடாது என்று தீர்மானம் செய்து கொண்டதைப் போல, சாம்பார் சாதம் தீருமுன்னால்

புளிசேரிக்காரன் தலையைக் காட்டுவான். புளிசேரிச் சோறு தீருமுன்னால் பிரதமன் குட்டுவத்தை இரண்டு பேர் பிடித்து, பெரிய சிரட்டைத் தவியால் ஆளுக்கு ஒரு பக்கம் கோரிக் கோரி விட்டுக்கொண்டு வருவார்கள். எனவே கடைக் கண்ணால் பந்தி ஆரம்பத்தில் என்ன வருகிறது என்று கவனித்தபடிக்கு சாப்பாட்டின் வேகத்தைக் கூட்டவோ குறைக்கவோ வேண்டும். பந்தி ஆரம்பத்தில் இரண்டாம் முறை அவியல் அல்லது எரிசேரி தெரிகிறது என்றால் இங்கு இலையில் அந்த ஐட்டம் வள்ளிசாகத் துடைக்கப்பட வேண்டும். இதெல்லாம் பிராந்திய பந்திச் சாப்பாட்டின் பொதுவிதிகள். அங்கு அவர்கள் சாப்பாட்டுத் தேவையைக் கடந்தும் நெல் விளைந்தது.

சாதாரணமாகவே அவர்கள் 'மொண்ண' சாப்பாட்டுக் காரர்கள். டவுன்வாசிகள் யாராவது வந்து பந்தியில் உட்கார்ந்து பிரதமன் முடிந்ததும் இலையை மடக்கினால் சண்டாளக் கோபம் வரும். 'குறும வயத்தவலிக்காரனெல் லாம் ஏன் வந்து பந்தியிலே இருக்கான்?' என்று உறுமல்கள் கேட்கும். கடைசி ஐட்டங்களான ரசம், சம்பாரம் வரும் முன் இலையை மடக்கினால் ஒரு குறைச்சல் போல.

இப்படி முதல் பந்தியில் இடம் பிடிப்பது, கவனித்துச் சாப்பிடுவது என்பதெல்லாம் நமச்சிவாயம் பிள்ளைக்கு எப்போதோ கரதலபாடம். இப்போதெல்லாம் சாப்பாட்டு முறைகளில் ஆராய்ச்சி செய்யுமளவுக்கு அவரிடம் தேர்ச்சி உண்டு. பருப்பு விட்டுப் பிசைந்த சோற்றுக்கு எதைத் தொட்டுக்கொள்வது, சாம்பாருக்கு எதை, புளிசேரிக்கு எதை என்பதெல்லாம் அவரிடம் கேட்டுப் படிக்க வேண்டும். சாப்பிட்டு எழுந்து வெற்றிலையும் போட்டுக்கொண்டு கம்பீர மாக வீட்டுக்குப் புறப்படுவார். வரும் வழியில் மறக்காமல் உடை மாற்றிக்கொள்வார். நெடுநாட்களாகவே இந்தப் பழக்கம் அவருக்கு உண்டென்று ஊராருக்குத் தெரியும். சும்மா உலாத்துவதற்கு அல்லது கோயிலுக்கு அவர் புறப் பட்டுப் போனால்கூட 'என்ன கல்யாண வீட்டுக்கா?' என்று கிண்ணாரமாகக் கேட்கும் அளவுக்கு அது சாதாரணப்பட்டுப் போயிருந்தது.

இந்த அழகம்மன் கோயில் பூசை வந்த பிறகு கல்யாண நாட்களில் பெரிய சள்ளையாக இருந்தது. ஒன்பதுக்கு மேல் பத்துக்ககம் முகூர்த்தம் என்றால் ஒரு வழியாகச் சமாளித்து விடலாம். காகம் கரைந்து தரை வெளுக்கும்போது எழுந்து

குளித்துப் பூசையை முடித்து, அங்கேயே உடைமாற்றிவிட்டு நேராகக் கல்யாண வீட்டில் ஆசராகிவிடலாம். சிலசமயம் ஆறுக்குமேல் ஏழரைக்கு அகம் என்று முகூர்த்தம் வைக்கும் போது பூசையையும் முடக்க முடியாமல், கல்யாணச் சாப்பாட்டையும் மறக்க முடியாமல் தடுமாறி விடுவார்.

அந்த ஐப்பசி மாதத்தில் ஏகப்பட்ட முகூர்த்தங்கள். காமணக் கெட்டுகாரர்களுக்கு, சத்தி வைப்பு ஐயர்களுக்கு, பூக்காரர்களுக்கு, நாதசுர மேளக்காரர்களுக்கு நல்ல கோளுள்ள மாதம். எங்கு பார்த்தாலும் திருமண அடியந்திரங் கள். நாலு பக்கமும் ஒலி பெருக்கி அவயங்கள். சின்னச் சின்ன கிராமங்களில் கூட இரண்டு கல்யாணங்கள் ஒரே நாளில் ஒரே நேரத்தில் என.

கல்யாண வீடுகளில் சாப்பிடப்போவது என்பது ஒன்றே நமச்சிவாயம் பிள்ளைக்கு வாழ்வின் சத்தும் சாரமும். ஆனாலும், பேதாபேதமின்றி எல்லா வீடுகளிலும் நுழைந்து விடமாட்டார். நல்ல சொதையுள்ள வீட்டுக் கல்யாணமாக இருக்க வேண்டும். எல்லாவிதக் கூட்டுவானும் வேண்டும். செலவை மிச்சப்படுத்த புளிசேரியைக் குறைத்து, அடையோ சேமியாவோ திடீர் பாயசம் வைக்கும் இடமாக இருக்கக் கூடாது. சிறு பயறோ கடலைப் பருப்போ முதல் பாயசம், இரண்டாவது பால் பாயாசம், மாம்பழக்கீற்று, வருக்கைப் பலாச்சுளை எல்லாம் வேண்டும்.

மொறட்டுக் கல்யாணங்களாக ஆறேழு இருந்தால் அரிசி வைப்பு யார் என்று விசாரித்துத் தெரிந்துகொள்வார். ஒவ்வொரு ஐயரிடம் ஒவ்வொரு அயிட்டம் விசேஷமாக இருக்கும். சீனி ஐயர் அவியல் வைக்க வேண்டும். அப்பு ஐயர் எரிசேரி எக்ஸ்பர்ட். காசிப்பிள்ளைக்கு சில சமயம் பிரதமன் வாய்க்கும், சிலசமயம் வாய்க்காது. மாடசாமி புளிசேரி ஒன்றுதான் ஒழுங்காக வைப்பான். கண்ணு பிள்ளை இழவு வீட்டு அடியந்திரங்களுக்குத்தான் லாயக்கு. கோயில் தர்ம சாப்பாட்டு சத்தி வைப்புக்கு குளத்து. அதிலெல்லாம் நமச்சிவாயம் பிள்ளை ரிஸ்க் எடுத்துக் கொள்வதில்லை. எனவே எப்போதும் பழுது வராத வைப்பு ஐயர் இருக்கும் இடமாகத் தெரிந்து வைத்திருப்பார்.

சாப்பிட்ட கையோடு அடித்துப் பிடித்து ஓடி வருவது நமச்சிவாயம் பிள்ளைக்கு வழக்கமில்லை. எந்த ஐட்டம் அன்று நன்றாக இருந்ததோ அதைப்பற்றி வைப்பு ஐயரிடம்

பாராட்டிச் சொல்லாமல் புறப்பட மாட்டார். இதனாலேயே வைப்புக்காரர்களிடம் அவருக்கு நல்ல பரிச்சயம் உண்டு. சில சமயம் அன்றைய சமையலின் தீர்ப்பறிய அவரை எதிர் பார்த்து நிற்பதும் உண்டு. அன்று வேறு ஏதாவது கல்யாண வீட்டுக்கு அவர் போய் விட்டால் ஏமாற்றம் அடைவதும் உண்டு.

அப்பு ஐயருக்கும் அவருக்கும் அப்படி ஒரு நட்பு ஏற்பட்டுவிட்டது. அவர்மேல் ஒரு அனுதாபம் ஏற்பட்டுப் போயிற்று. திரும்பத் திரும்ப பேசிக் கரைத்த பிறகு நமச் சிவாயம் பிள்ளை அப்பு ஐயர் சமையல் குழுவில் சேர சம்மதித்தார்.

இப்போது பூஜை கிடையாது. தொழில் உள்ள சமயம் நமச்சிவாயம் பிள்ளையை ஊரில் காணவும் முடியாது.

சில நாட்கள் கல்யாணச் சாப்பாட்டை ஆர்வமாகத் தின்றார் நமச்சிவாயம் பிள்ளை. பிறகு, சாப்பாடு தயிரும் சோறும் மாங்காய் உப்பிலிடும்தான்.

வஞ்சிநாடு, 1981

ஒரு முற்பகல் காட்சி

முன்னின்றவர் போலீஸ்காரர். சீருடையில் இல்லாதபோதும் இதை யாரும் சொல்வார்கள். கண்கள் போதையின் நிரந்தரச் சிவப்பில் இருந்தன. காதோரம் மெஷின் ஒட்டிக்கரம்பிய கிராப். உத்யோகத்துக்கு பொருத்தமும் தொடர்பும் இல்லாத வயிறு.

அவருக்கும் முன்னின்றவர் சனிக்கிழமை வியாதி ஒன்றை லயித்துப் படித்துக்கொண்டிருந்தார்.

அவர்க்கும் முன்னால் அந்த ஓட்டலில் ஆண்டாண்டு காலமாய் பதிந்து சாப்பிடும் இருவர் நின்றிருந்தனர். அவர்கள் பேசியது எல்லோர் காதிலும் விழும்படியாக உரத்து இருந்தது. மலிந்த தமிழ் சினிமா ஒன்றை விவாதித்துக்கொண்டிருந்தனர். 'நான் தமிழ் பேசுவதால் பத்தினியாக இருக்கவில்லை; பத்தினியாக இருப்பதால் தமிழ் பேசுகிறேன்' என்ற ஒற்றை வரி வசனத்துக்காகவே அந்தப் படத்துக்கு அவார்டு வழங்கப்பட வேண்டும் என்றனர்.

மேலும் இருவர், ஓட்டலின் கம்பி அளிகளைப் பிடித்த வண்ணம் உள்ளே பார்த்துக்கொண்டிருந்தனர். எவர் எழத் தயாராகிறார். எவர் சோற்றில் மோர் ஊற்றிப் பிசைகிறார் என்ற கண்காணிப்பில் இருந்தனர்.

அந்த வரிசையில் அவன் கடைசியான ஆள். எண்ணிப் பார்த்ததில் அவனுக்கு முன்னால் ஆறு பேர்கள் இருந்தனர். அவன் முறை வந்து, அவனுக்கோர் இருக்கை அமைய இன்னும் பத்துப் பதினைந்து நிமிடங்கள் ஆகலாம். அது ஒன்றும் பெரிய சமாச்சாரம் இல்லை. சில சமயம் இருபத்தி மூன்றாவது ஆளாக

அடுத்த கடையின் வாசலை மறித்துக்கொண்டு நீளும் வரிசையில் நிற்க நேர்ந்ததுண்டு. பெரும்பாலும் எல்லா வார நாட்களிலும் இரவு ஏழரை முதல் ஒன்பது வரை இந்தக் கதி இருக்கும். அப்போது காத்து நிற்பது முப்பது நாற்பது நிமிடங்கள் கூட ஆகும். பசித்த வயிற்றுடன் சோற்றுக்கு வரிசை கிடப்பது மிக வசதியான காரியம் அன்று. அதுவும் வெக்கையாக வெளிப்பரவும் குழம்பு, கூட்டு வாசனையைத் தாங்கிக்கொண்டு காத்திருப்பது மிகவும் தொந்தரவு தரக்கூடியது.

நீளவாட்டத்தில் வரிசைக்கு ஆறு பேராகப் பன்னிரண்டு பேரே அமர்ந்து உண்ணும் வசதி கொண்ட ஓட்டல் அது. அதை ஓட்டல் என்று சொல்வதுகூட அவ்வளவு பொருத்த மில்லை. பெயர் மகேஷ் கபே. ஆனாலும் காப்பி, டீ, சாம்பார் வடை, உப்புமா, மசால் தோசை சமாச்சாரங்கள் ஏதும் கிடையாது. காலையில் பத்துமணி முதல் இரண்டு மணி வரையிலும், இரவு ஆறு மணி முதல் பத்துமணி வரையிலும் சாப்பாடு மட்டும்தான். சாப்பாடு தீர்வதுபோல் பத்திருபது நிமிடங்கள் நேரம் சுருங்கவோ நீளவோ செய்யும்.

முதலாளியின் இருக்கையை வெளியேயுள்ள வராந்தா வுக்கும் வாஷ்பேஸினை அடுக்களைக்கும் தள்ளினால் இரண்டு இருக்கைகள் அதிகமாகப் போடலாம்தான். அதை இதுநாள் வரை முதலாளி யோசிக்காமலா இருப்பார். வேறு ஏதும் அசௌகரியங்கள் இருக்கக் கூடும். எனவே மகேஷ் கபேயில் அவன் சாப்பிட்டு வந்த கடந்த ஆண்டுகளிலும் அதற்கு முன்பாகவும் இதே கதியில்தான் இயங்கிக் கொண்டிருந்தது.

அந்த வழியாகப் போவோருக்கு 'இது என்னத்துக்கு இந்த வரிசை' என்று தோன்றும். சங்கதி தெரிந்தவர்களுக்கு 'இவுனுகளுக்கு கிறுக்கோவ்? இதை விட்டா சோறு திங்க வேற ஓட்டல் கெடையாதா?' என்றும் தோன்றும். ஆனால் அது அவ்வளவு இலகுவான விஷயம் அல்ல.

முக்கியமாய், மகேஷ் கபேயில் நல்ல திருத்தமான பாலக்காட்டு சமையல். மலிந்த காய்கறிகளையே பட்டர் ஆக்கிப் போட்டாலும் ஒரு ரூடும் சுவையும் உண்டு. குழம்பில், கூட்டில், பொடித்துவளில் தினமும் மாற்றம் இருக்கும்.

மேலும் தனிச் சாப்பாடு நாலரை ரூபாய்தான். முப்பது சீட்டுக்கள் கொண்ட சாப்பாட்டுக்கு கூப்பன் புத்தகம்

நூற்றிருபது ரூபாய். அதாவது பதிந்து இங்கேயே சாப்பிடுபவர்களுக்கு நான்கு ரூபாய் ரேட்டுத்தான் விழும். விருந்தாளியை அழைத்துக்கொண்டு போனால் கூப்பனுடன் எட்டணா அதிகம் தர வேண்டியதிருக்கும்.

நான்கு சப்பாத்திகள். ஆலிலை கனமாகவும் அவ்வளவு 'மொடக்'கில்லாமலும். இரண்டு சின்னக் கிண்ணம் சோறு. சப்பாத்தி வேண்டாம் என்றால் மாற்றாகக் கூடுதல் ஒரு கிண்ணம் சோறு, கூட்டு, பொடுத்துவள், ஊறுகாய், சின்னக் கிண்ணம் தயிர், குழம்பு, ரசம், மோர். இதில் சோற்றுக் கிண்ணம் அல்லது சப்பாத்தி மேலும் வேண்டும் என்றால் எக்ஸ்ட்ரா.

தொடர்ந்து அங்கேயே சாப்பிடுபவர்களில் சிலர் சாப்பிட வரும்போது குங்குமச்சிமிழ் கிண்ணத்தில் நெய் கொண்டுவந்து சோற்றின் மேல் ஊற்றிக் கொள்வார்கள். சிலர் காய்ந்து சுருண்ட உப்பு நாரத்தங்காயைத் தாளில் மடக்கிக் கொண்டுவருவார்கள். சிலர் சீசனில் மாம்பழம் கொண்டுவருவார்கள்.

ஊரில் இருந்து வந்த புதிதில், இலையை விட்டு எழாமல் தொடராக, இதே சாப்பாட்டை மூன்று தரம் சேர்ந்து சாப்பிட முடிந்திருக்கும். நாகரீகம் கருதியும் கட்டுபடி கருதியும் அவ்வாறு செய்ய முடிந்ததில்லை. பின்னால் குடலும் சுருங்கிப் போயிற்று.

அறையில் இருந்து பத்து நிமிட நடை, காத்து நிற்பு, பசியின் தீவிரம் எல்லாம் சேர்ந்து, இலையின் முன்பு அமர்ந்ததும் இரண்டு தம்ளர் தண்ணீர் வாங்கும். சாப்பிட்டு முடிந்ததும் எதற்கும் இருக்கட்டும் என்று இன்னுமோர் தம்ளர் தண்ணீர் குடித்துவிட்டு வெளியே வரும்போது நிரம்ப உல்லாசமாக இருந்தாலும் இரண்டுமணி நேரம் பொறுத்துப் பசிக்கும். அதற்காக மறுபடியும் சாப்பிட முடியுமா என்ன?

நிறைய ஓட்டல்களில் அலைந்து அலுத்தும் வசதி குறித்தும் மகேஷ் கபே நிரந்தரமாகிவிட்டது. பழக்கம் காரணமாய் பட்டர், ஒரு புன்சிரிப்பும் சர்வர், குழம்பின் காய்களையும் சிந்துவர்.

இருவர் உட்புக, இருவர் வாய் துடைத்துபடி வெளிப் போந்தனர். அவனுக்குப் பின்னால் மேலும் நாலைந்து பேர் வந்து நின்றிருப்பதைக் கண்டான். தொட்டுப் பின்னால், முன்தலை வழித்த, தார்பாய்ச்சி வேட்டி கட்டி மேலே

இன்னுமோர் வேட்டி போர்த்திய, நரை முகம் கொண்ட, ரெக்ஸின் பை வைத்திருந்த புரோகிதர் ஒருவர். அவரை அடுத்து அவரது மகனே போலும் பையன். பதினேழு அல்லது பதினெட்டு வயதிருக்கும். கல்லூரிக்குப் போகும் களையில்லை. நகரத்து மண்டி இன்னும் தூசாகப் படிய ஆரம்பித்திருக்கவில்லை. கிராமத்து வியப்பின் சுவடுகள் முகத்தில் மீந்திருந்தன.

சிறிய ட்ரங்குப் பெட்டி வைத்துக்கொள்ள இடம். கக்கூஸ் போக, பல் தீற்ற, குளிக்க அனுமதி, வெளி வராந்தாவில் அல்லது கம்பி வரிசைகள் அமைந்த பால்கனியில் படுக்க வசதி, இவை அமைந்த 'பேயிங்கெஸ்ட்டாக' இருப்பவர் போலத் தெரிந்தனர். ஒருவேளை காலையில் ஒரு கப் காப்பியும் கூடுதலாகக் கிடைக்கலாம். இரவு பத்து மணிக்கு முன்பு படுக்கப் போகலாகாது என்று நியதி இருக்கலாம்.

மூன்று பேர் வெளிப்போக, மூன்று பேர் உட்புக முனைந்தனர். கம்பி அளியைப் பிடித்துக்கொண்டு நிற்கும் இரண்டாவது ஆளாக அவன் இருந்தான். உள்ளே விழியோட்டியதில் – ஒருவர் அப்போதுதான் மோர்க் கிண்ணத்தில் எச்சில் விரலை விட்டுக் கலக்கி சோற்றில் சரித்தார். இன்னொருவர் மோர்ச் சோற்றை உறிஞ்சிக் கொண்டிருந்தார். மோர்ச் சோற்று ஆளின் இருக்கைதான் அவனுக்கு வாய்க்கும் போலிருந்தது.

வராந்தாவுக்குக் கீழே நின்றிருந்த வாத்தியாரையும் பையனையும் கவனிக்க ஆரம்பித்தான். அந்த ஊரில் புரோகிதம் செய்யும் எல்லா வாத்தியார்களையும் போல அவரிடம் இருந்த ரெக்ஸின் பையினுள் கைவிட்டு சிறிய சுருக்குப்பை ஒன்றை எடுத்து, பத்து ரூபாய்த் தாளை எடுத்தார்.

முதலில், அதென்ன இவர்கள் எல்லோரும் ரெக்ஸின் பை வைத்திருக்கிறார்கள் என்று அவனுக்குத் தோன்றியது. துணிப்பையானால் பிறர் தொட்டால் தீட்டு. தோல்பை தொடாமலேயே தீட்டு. ரெக்ஸின் பையானால் தீட்டு தீண்டுவதில்லை என்று யோசித்துப் பார்த்ததில் புரிந்தது.

தெலாங் ரோட்டில் நடக்கும்போது, காலையிலும் மாலையிலும் ஹிந்து ஸமாஜ வாசலில், குடுமியும் முன்தலை மழிப்பும் பஞ்சகச்சமும் மேலே போர்த்திய சோமனும் ரெக்ஸின் பையுமாக குப்பம் குப்பமாய் அவர்களைக் காணும் போது திராவிட இனத்துக்கான எரிச்சலும் இளக்காரமும் ஏற்படும்.

அமாவாசை இரவு சோறு தின்னக்கூடாது என்பதால், இரண்டு சாதா ஊத்தப்பத்தை சாம்பாரில் தோய்த்துத் தோய்த்து ஆனந்தபவனில் தின்னும்போது, அரோரா சினிமாவில் முலை குலுங்கும் தெலுங்கு டப்பிங் படத்துக்கு அல்லது தமிழ் ரசனைக்கு என்றே எடுக்கப்பட்ட மலையாளப் படத்துக்கு பன்னிரண்டு மணி காட்சிக்கு வரிசையில் நிற்கும்போது, மட்கா சூதாட்டத்துக்கு சீட்டெழுதி வரும் போது காண நேர்ந்தால் அந்த இளக்காரம் வளர்ந்து பெருகும். அதீதமானதோர் கொச்சையில் சலம்பித் திரிகையில் எரிச்சல் ஏற்படும்.

ஆனால், தீவிரமான சனாதனவாதிகள் கூட, பொது இடங்களில், பிறரைச் சிரிக்கச் செய்ய வேண்டும் என்ற உள்நோக்குடன் அவர்களை கேலி செய்கையில் ஒரு அனுதாபம் பிறக்கும்.

அவ்வளவாகக் கூட்டம் இல்லாத லோக்கல் ரயில் ஒன்றில், ஒரு பின்னிரவில், அமர்ந்து படித்துக்கொண்டு பிரயாணம் செய்தபோது பக்கத்தில் ஒரு வாத்தியாரும் அவர் சாதிக்கார இன்னொருவரும் உரையாடியது மாற்று வடிவக் கொச்சையில் இன்னமும் ஞாபகத்தில் படிந்து நிற்கிறது.

“என்ன ஓய்? இன்னைக்கு நல்ல கோளு போல இல்லா இருக்கு?”

“அந்தப் பவுந்திரத்தை என்ன எளவுக்குக் கேட்கிறீர்?”

“ஏன்? ஒண்ணும் மாட்டல்லியா!”

“மாட்டல்ல ஓய்? நம்ப ராமசாமி வாத்தியார் ராத்திரி எட்டு மணிக்கு வந்து கூப்ட்டுப் போனார் . . . காலம்பற மொதல் ட்ரெய்ன் பிடிச்சுப் போணும் வீட்டுக்கு வந்திரும்னு . . . இந்தப் பனியிலே பச்சைத் தண்ணியிலே குளிச்சு, நாலரை மணிக்கு நாய்க் கடிக்கு பயந்துண்டே அவர் வீட்டுக்குப் போனேன். மனுஷன் சொல்றார் அபத்தம் பற்றிப் போச்சு ஓய். நீலகண்டன் வரமாட்டாம்ணு ஒம்மை வரச்சொன்னேன். அவன் ராத்திரி ஒம்பது மணிக்கு வந்து அண்ணா நானும் வறேன்கிறான். என்னத்தைச் செய்ய! நீர் ஒண்ணும் தெற்றா எடுக்கப் பிடாதுண்ணு சொல்றார் . . . சண்டை போட முடியுமா? சொல்லுங்கோ . . . இதான் நமக்கு வாச்ச கோளு . . .”

பனிப்பிரதேசத்தில் ஓநாய் பிடிக்கப் போகிறவர்கள், கொக்கியாய் வளைந்த கூர்ங்கத்தியில் மாட்டுக் கொழுப்புப் பூசி எறிந்து வைப்பார்கள். மாட்டெலும்பு என்று எண்ணிக் கவ்வி, தன்வாய் கிழிபட்டுப் பெருகும் ரத்தத்தை மாட்டெலும்பில் இருந்து ஊறும் ரத்தமெனச் சுவைத்து ஓநாய் மயங்கும் என்றெங்கோ படித்தது மனப்பறையில் அதிர்ந்தது.

அவனுக்கு முன்னின்றவர் உள்ளேபோய்க் கைகழுவி வந்து மறுபடியும் வரிசையில் நின்றுகொண்டார்.

அவன் இலை துடைக்கும் சாக்கில் கையையும் இலேசாகத் துடைத்துக்கொள்ளும் உத்தேசத்தில் இருந்தான். பின்னால் பேச்சுக்குரல் கேட்டது.

"அப்பா! அதென்னது மீல்ஸ் நாலரை ரூபாய்ண்ணும் ரைஸ் பிளேட் மூணே முக்கால் ரூபாய்ண்ணும் போட்டிருக்கு?"

"ரெண்டும் ஒண்ணுதான்... மீல்ஸ்ண்ணா ரெண்டு கிண்ணம் சோறும் நாலு சப்பாத்தியும் போடுவா... ரெண்டாந்தரம் கூட்டு, பொரியல், சாம்பார், ரெசம் தருவா... ரைஸ் பிளேட்டுண்ணா ஒரு கிண்ணம் சோறும் நாலு சப்பாத்தியும்... ரெண்டாந்தரம் ஒண்ணும் தர மாட்டா... நமக்கு ரைஸ் பிளேட் போராதா?"

"போதும்பா..."

மோர்வடியும் எச்சிக்கையை மடக்கிப் பிடித்துக் கொண்டு ஒருவர் எழ, அந்த இடத்துக்கு அவன் நகர்ந்தான்.

இங்கே இன்று, 1986

பாலம்

நிதானமாகப் பரந்துகொண்டிருந்தது நிலவு. பச்சைக்கும் பழுப்புக்குமான இடைநிறத்தில் சாய்ந்து கிடந்தன நெற்புதர்கள். காற்றில் பழுக்கும் நெல்லின் பரவிய மணம். நிலவு கரைந்த காற்று சலசலக்கச் சஞ்சலப்பட்டது.

தூரத்தில், பின்னால் தாமரைக்குண்டு விலக்கில் மட்டும் சில்லறையாய்ச் சில விளக்குகள். முன்னால் தூரத்தில் மாங்குளத்தில் விளக்கேதும் வெளித் தெரியா வண்ணம் சுற்றிலும் அடைத்துக்கொண்டு வாழைத் தோட்டங்கள், தென்னந் தோப்புக்கள்.

நிலவொளியில் காங்கிரஸ்காரன் போட்ட தார் ரோடு மெல்ல மினுங்கியது. ஏராளமான நொடிகள். இரண்டு பக்க வயல்காரர்களும் ஏதோ ரோட்டில் காய்க்கும் நெல்தான் குடும்பத்தைக் காப்பாற்றப் போவதான எண்ணத்தில் ரோட்டைக் குடைந்து குடைந்து வயலின் வரப்பை அதிகப்படுத்தப் பார்த்ததன் விளைவாக, ரோடு பல இடங்களில் சவண்டு கிடந்தது. சதா ஈர நயப்பு வேறு. குண்டுகுழிக்குக் கேட்கவா வேண்டும்?

இருபத்திரண்டாண்டு சூனா மானா ஆட்சியில் எப்போதாவது நொடிகளில் கீலும் சல்லியும் கலந்து ஒப்பேற்றுவதோடு சரி. புதிதாய்க் கீல் போடவில்லை. ஆனால் தாமரைக்குண்டு தொடங்கி மாங்குளம் வழியாகக் கற்றாழைக்குடி வரை மூன்று கிலோ மீட்டர் தூரத்துக்குத் தார் போட்டதாக மூன்று முறை கோப்புகளில் பதிவாகியுள்ளதாகச் சொன்னார்கள். பிரதம மந்திரி வெளிநாட்டு ஜீப் ஓட்டிப் போகும்

நெடுஞ்சாலைகளைத் தவிர, அநேகமாக எல்லா ரோடுகளும் இதே அந்தஸ்தில்தான் இருந்தன.

'ரோடு பல்லாங்குழி மாரியில்லா இருக்கு!" என்று முனகிக்கொண்டேனும் செல்லப்பண்ணன் விடாமல் பஸ் ஓட்டிக்கொண்டு வந்தான். செல்லப்பண்ணனுக்கு மாங்குளத்தில் பெண் எடுத்திருந்தது. அந்தக் கடமை காரணமாகத் தாமரை குண்டு கற்றாழைக்குடி ரோட்டில் பஸ் கொண்டு போக மாட்டேன் என்று சொல்லத் துணிவில்லை. அந்தத் துணிச்சலில் கற்றாழைக்குடி டிரைவர்கள் முத்தையண்ணனும் நயினாரும் பஸ் கொண்டு வந்தனர். ஒரே தடத்தில் ஓடும் ரயில் வண்டிகளின் காலம் சீரமைக்கப்பட்டு, ஒதுங்குமிடங்களாக ஸ்டேஷன்கள் இருந்ததைப் போல, இந்த பஸ் போக்குவரத்து நேரங்களும் சீரமைக்கப்பட்டிருந்தன. நேரம் பிசகிப் போனாலும்கூடச் செல்லப்பண்ணனின் பஸ் கடந்த பிற்பாடுதான் நயினார் தாமரைக் குண்டு விலக்கில் இருந்து பஸ்ஸை உருட்டுவான்.

அப்போது பஸ் வரும் நேரம் இல்லை. கடைசி பஸ் எட்டே காலுக்குத் திரும்பிப் போயாயிற்று. மேலும் ஈஸ்வரமூர்த்திப் பாட்டா பஸ்ஸை எதிர்பார்த்து என்றும் புறப்பாடு கொண்டவரல்ல. மாங்குளத்தில் இருந்து தாமரைக் குண்டுக்குத் தவறாமல் மாலையில் போய் முன்னிரவில் திரும்புவார். போகும்போதும் வரும்போதும் கால்நடைதான்.

சன்னக் கரை போட்ட ஒற்றை வேட்டியை மார்புக்குக் கீழ் வயிற்றுக்கு மேலான பள்ளத்தில் முடிந்திருப்பார். வேட்டியில் வலது கை வாக்கில் தோதுபோல நோட்டும் சில்லறையும் செருகியிருப்பார். மாலையில் போகும்போது சுட்டி போட்ட முறுக்கு நூல் துவர்த்து தற்செயலாக விழுந்தது போல் தோளில் கிடக்கும். காலையில் குளித்ததும் தண்ணீரில் குழைத்துத் தேய்த்த திருநீற்றுச் சாம்பல் நெற்றி, மார்பு, தோள்பட்டைகள் என்று மங்கலாகக் கிடக்கும். இடதுகை வாக்கில், வேட்டி முந்தியில் பீடிக்கட்டும் தீப்பெட்டியும் இருக்கும். குறுக வெட்டப்பட்ட தலை மயிர். வாரத்துக்கு ஒரு ஷேவ். எல்லா மயிர்களும் நரைத்துவிட்டன.

தாமரைக் குண்டில் இருந்து திரும்பி வரும்போது, தோளில் கிடந்த துவர்த்து மட்டும் தலைமீது மடித்துப் போட்டபடி கிடக்கும். தலைப்பாகை கட்டமாட்டார். துவர்த்து வெயிலுக்கோ, மழைக்கோ பனிக்கோ பாதுகாப்பும் அல்ல. துவர்த்து தலைமீது மடிந்து கிடக்கிறது என்றால் ஈஸ்வர மூர்த்திப் பாட்டா எம்பெருமான் துணையுடன்

ஞானமார்க்கமாக வருகிறார் என்று அர்த்தம். சில சமயம் முதல் வாற்றுச் சாராயம். சில சமயம் செவத்தியான் விளைக் கள்ளு. சில சமயம் அம்மாசிப் பண்டார வகைக் கஞ்சா இலை. நல்ல அபின் இப்போது அடிக்கடி கிடைப்பதில்லை.

எப்போதும் நிதானமான போதையில்தான் இருப்பார். போதை பாவித்தபின், விலக்குக் கடையில் இரவுச் சிற்றுண்டி. மேனன் சம்சாரம் தலைப்பிள்ளைச் சூலியாக இருந்தபோது போட்ட கடை. இப்போது மேனனின் மருமகள் சூலியாக இருக்கிறாள்.

எப்போதும் ஈஸ்வரமூர்த்திப் பாட்டா வந்துவிட்டால் தும்பு வாழையிலையை கழுவித் துடைத்துக்கொண்டு வந்து போடுவார். முதலில் சூடாக இரண்டு தோசை ஒரு ரசவடை. பிறகு இரண்டு தோசை, ஒரு ரசவடை, தேங்காய்த் துவையல். ஒரு பேயன் பழம். இரண்டு டம்ளர் தண்ணீர் குடித்து, வெளியே வந்து ஒரு பீடி பற்றவைத்துக் கொண்டாரானால், பாட்டா நடைக்குத் தயாராகிவிட்டார் என்று பொருள்.

யாரையும் எதிர்பார்த்துக் காத்து நிற்கமாட்டார். துவர்த்து தலைமீது ஏறும். லயம் பிசகாத நடை. யாராவது துணைக்கு வந்து சேருவார்கள். இந்தத் திரும்புகால் நடை இரவு எட்டரை மணிக்கு மேல் ஒன்பது மணிக்குள் இருக்கும். சித்தன் போக்கு சிவம் போக்கு.

நிலாவெளிச்சம் இல்லாவிட்டால், நட்சத்திர வெளிச்சம். கருமேகம் வானில் கவ்விக் கிடந்தாலும் தன் வெளிச்சம் பூமியில் தவழ்ந்துகொண்டிருக்கும். பாட்டாவின் கால்களில் கூடக் கண்ணுண்டோ என்ற எண்ணம் ஏற்படுத்தும் விதத்தில் சீராக இருக்கும் அவர் நடை. கூட யாராவது வந்தால் வருபவர் குரல் உரத்து ஒலிக்குமே அல்லாமல், பாட்டா குரல் நிதானமாக இருக்கும். தனித்து வழி நடக்கையில் தாயுமானவ சுவாமியோ, பட்டினத்துப் பிள்ளையோ, குணங்குடியாரோ ஏகாந்தம் கிழித்து இசை யாய்ப் பெருகும்.

○

முத்தாரம்மன் கோயிலில் ஒவ்வொரு பௌர்ணமிக்கும் பூசை உண்டு. அன்று முறையாம் பிள்ளை செண்டை முழக்கியபோது எட்டு மணி தாண்டிவிட்டது. செண்டைச் சத்தம் கேட்டு ஆணும் பெண்ணும் பிள்ளைகளுமாய் திரண்ட நேரத்தில் மாணிக்கவாசகம் பிள்ளை தேவாரம் இரண்டை நீட்டி நீட்டிப் படித்தார். தீவார்ணை கழிந்து,

களபம் வாங்கி நெற்றியில் அணிந்து, சுண்டல், வடை, புட்டமுது வாங்கியபின் கூட்டம் கலைந்தது. வழக்கமாகக் கோயில் படிப்புரைகளில் அமரும் கூட்டம் மட்டும்.

"என்னதான் வீட்ல வடை சுட்டாலும் இந்த ருசி வர மாட்டங்கு பாத்தியா?" என்று பரமசிவம் சொல்லிக்கொண்டிருந்தபோது, சைக்கிளில் வந்த மாணிக்கம் படிக்கட்டில் காலூன்றி நின்றான்.

"என்னா மாணிக்கம்! நேரமாயிப் போச்சா... வடை சுண்டல் போச்சுல்லா..."

"அட சும்ம கெடப்பா... எண்ணே!... நம்ம பாறை யாத்து இறக்கத்திலே ஒரு கார் கெடக்கு பாத்துக்கோ... ஒரு ஆம்புளையும் பொம்பிளையும் பாலத்துக் கலுங்கிலே உக்காந்திருக்கா..."

"எந்த ஊருக்காரம்லே?"

"தெரியில்லே. நான் கேக்கவும் இல்லை... பாத்தா நம்ம சைடு ஆளு மாதிரி தெரியில்லே..."

"எவளையாவது தள்ளீட்டு வந்திருப்பான்... கேக்க வேண்டியது தானலே... நாளைக்கு என்னவாம் ஆயிப் போச்சுண்ணா போலீசுக்காரன் மீசை மொளைச்ச அம்புட்டுப் பேரையும் கொண்டுட்டுப் போயிருவான்... சிவசூரியன் தெவக்கத்து கொலக் கேசிலே நாம பட்டது போராதா?"

"இப்பம் என்ன செய்யது?"

"வாங்கலே... போயி என்னாண்ணு கேட்டுக்கிட்டு வரலாம்..."

தென்னந் தோப்பில், நள்ளிரவில், கள்ளத் தேங்காய் வெட்டும் கள்ளன்மாரைப் பிடிக்கப் போவதுபோல், அதிக அரவமற்று, நடையில் வேகம் காட்டி, பாறையாற்றுப் பாலக் கலுங்கை அடைந்தபோது...

மாணிக்கம் சொன்னது சரிதான்.

முன்பின் தெரியாத ஒரு ஆள், பாலக் கலுங்கின்மீது பெட்ஷீட் விரித்து ஒரு பெண்ணுடன் அமர்ந்திருந்தார். ஆளரவரம் கேட்டு அமர்ந்திருந்தவர் தலையைத் திருப்பினார். வந்தவர்கள் எல்லோரும் ஒரு மரியாதையான தூரத்தில் நின்றனர்.

வந்து நின்ற வேகத்தில் ராமசாமி சொன்னான்.

"சார்... இப்பிடி இங்க இருக்கது சரியில்லே... எந்திரிச்சுப் போயிரணும்..."

"என்னப்பா, ஏதாவது பிரச்சினையா?"

"பிரச்சினை ஒண்ணும் இல்ல... பிரச்சினை வரக் கூடாதுண்ணுதான்..."

"என்ன பிரச்சினை வரும் எங்களால..."

"சாருக்கு சொன்னா மனசிலாகாது... போங்கோண்ணா போயிருங்கோ..."

"நீங்க பேசறது எனக்குப் புரியல... நிலவு நல்லா ருக்கு... காத்து நல்லாருக்கு... சலசலன்னு தண்ணி ஓடுது... கொஞ்ச நேரம் உக்காந்திருந்திட்டுப் போயிரப் போறோம்..."

"இல்ல, நீங்க உடனே போணும்... என்னவாம் ஆச்சுண்ணா நாங்கதான் போலீசுக்குப் பதில் சொல்ல ணும்..."

"அப்பிடி என்னப்பா ஆகும்? இது என் வீட்டுக்காரி... இந்தியாவிலே எந்த ரோட்டிலேயும் நிக்கறதுக்கு என் காருக்கு பெர்மிட் இருக்கு..."

"தொந்தரவு வரக் கூடாதுண்ணுதான்..."

"ஒரு தொந்தரவும் வராது. நீங்க போயிப் படுத்துத் தூங்குங்க."

"என்னடா ராமசாமி? நீயும் அவரோட நியாயம் பேசீட்டு நிக்கே... எந்திரிச்சுப் போறாரா இல்லையாண்ணு கேளு" – குமரேசன்.

"நான் எதுக்குப்பா போகணும்... உங்க ஊருக்குள்ளே வீட்டு வராந்தாவிலே வந்து இருக்கோமா? எங்களால ஏதும் உபத்திரவம் உண்டா? நாங்க ஏதாம் கெட்ட காரியம் செய்யறோமா?"

"எதுக்குங்க வம்பு... போயிரலாங்க." – பெண்மணி.

"நீ சும்மாரு பத்மா... எதுக்குப் போகணும்? எதுக்குன்னு கேக்கறேன்..."

"மரியாதையாச் சொன்னா கேக்க மாட்டான்டா... நாலண்ணம் போட்டுத்தான் அனுப்பணும்..."

சாலப்பரிந்து...

"கொதவளையிலே குத்தி கீழே தள்ளுலே..." ஒரே ஆரவாரமாக இருந்தது.

"இந்தாங்க தம்பி... இதைப் பாத்தீங்களா... கைத் துப்பாக்கி... இதுக்கும் லைசென்ஸ் வச்சிருக்கிறேன்... உங்களைச் சுடறதுக்கு இதை நான் கொண்டு வரல்லே... ஆனால் நிர்ப்பந்தம் ஏற்பட்டா சுடறதுக்கும் யோசிக்க மாட்டேன்... அதற்கு அவசியம் ஏற்படுத்தாம வீட்டுக்குப் போங்க... அல்லது நாங்க எதுக்குப் போகணும்ங்கிறதுக்கு சரியான நியாயம் சொல்லுங்க... நீங்க நெனைக்கலாம் ஏதோ ஒரு பொண்ணை நான் தள்ளீட்டு வந்திருக்கேன்னு... இது என் வீட்டுக்காரிதான்னு எப்படி நான் நிரூபிக்க முடியும்? தாலியைக் காட்னாக்கூட நீங்க நம்பமாட்டீங்க... நான் இங்கேருந்து போனா நீங்க நினைக்கிறதுதான் சரிண்ணு ஆயிரும்... அதுனாலே ஆகறது ஆகட்டும்... நாங்க இங்க தான் இருப்போம். வேணும்ணா நாங்க போறதுவரை நீங்களும் இருந்து நிங்க நெனைக்கிறபடி தப்பு நடந்திராம பார்த்துக்குங்க..."

அன்று பாட்டாவுக்கு நல்ல சுதி.

இளங்காற்று மார்பின் முடிகளை மையலுடன் அசைத்தது. நிலவு சொரிந்து நெல்மணிகள் முதிர்ந்து கொண்டிருந்தன. வள்ளல் ராமலிங்கம் கரகரத்த குரலில் காற்றுடன் மிதக்க உள் நிறைவுடனான நடை.

தாமரைக்குண்டுக்கும் மாங்குளத்துக்கும் ஒரு மைல் தூரம்தான். தாமரைக்குண்டு எல்லையைத் தாண்டி மூன்று ஃபர்லாங் போனதும் குறுக்கிடும் பாறையாறு. பாறையாற்றின் குறுக்காக ஒரு லாரி அல்லது பஸ் கடக்கும் அகலத்தில் ஒரு பாலம். சர்.சி.பி.ராமசாமி ஐயர் திருவிதாங்கூர் சமஸ்தான திவானாக இருந்த காலத்தில் கட்டிய பாலம். பாலத்தின் இரு பக்கமும் ஓராள் படுக்கும் அகலத்தில் மூன்றடி உயரத்தில் சுவர்கள். பாலத்தின் இரண்டு நுழைவிலும் சுவர் சச்சதுக்கமாக நல்ல அகலத்தில் நான்கு பேர் உட்கார்ந்து பேசும் தோதில். ஆற்றின் இரு கரைகளிலும் கவிந்திருந்த புன்னை மரங்கள். பாலத்தின் குறுக்கீட்டில் மட்டும் தொடர் அறுபட்டிருந்தது.

நிலவொளியில் புன்னை மரங்கள் கூந்தல் உலர்த்தும் ஓசையைத் தாண்டி மொத்தமான மனிதக் குரல்கள் பாட்டாவின் பாட்டை ஊடறுத்து லயம் கலைத்தது.

பாலத்தில் இருந்து மாங்குளம் மேலும் இரண்டு ஃபர்லாங். ஊரில் இருந்து குரல்கள் காற்றில் இவ்வளவு கணீரென வரக் காரணம் இல்லை. பாலத்தின் மேட்டுப் பரப்பைக் கூர்ந்து பார்த்தார் ஈஸ்வர மூர்த்திப் பாட்டா. பத்திருபது பேர்கள் பொலியளக்கும் சூடடிக் களத்தில் நிற்பது போலத் தென்பட்டது.

சற்று நடையை எட்டிப் போட்டார்.

பாலத்தை நெருங்க நெருங்கக் குரல்கள் துலங்க ஆரம்பித்தன. சண்டை போலல்லாமல் ஒரு வாக்குவாதத்தின் தோரணையில். ராமசாமியின் குரல் உயர்ந்துவிட்டது. 'சவம் படிச்சிருக்கானே தவிர வெவரம் போராது' என்று பாட்டாவின் சிந்தனையில் ஒரு வரி ஓடியது. பாலத்தின் இறக்கத்தில் நின்றுகொண்டிருந்த கார் ஒன்றை நிலவு கழுவிக்கொண்டிருந்தது. பாலக்கலுங்கை பாட்டா நெருங்கி யதும் பார்வை துலங்கிக் காட்சி புலப்பட்டது. பாலத்தின் அகலத் திண்டில் ஒருவர் உட்கார்ந்து இருந்தார். எழுந்து நின்றால் ஆறேகாலடிக்குக் குறையாது. நல்ல பரந்த உடற் கட்டு. அந்தப் பகுதிக்குச் சம்பந்தமில்லாத வெளுப்பு. பக்கத்தில் ஒரு பெண்மணி முந்தானையால் போர்த்திக் கொண்டு. குனிந்திருந்த முகம் தெரியவில்லை.

ரோட்டில் நின்றுகொண்டிருந்தவை எல்லாம் மாங்குளத் தில் பதிவான முகங்கள். ராமசாமி, கோலப்பன், குத்தாலம், குருசாமி, சுப்பையா, முருகேசன், சோணாசலம், சுந்தரம், மாணிக்கம், மனகாவலம், குமரேசன் ...

பாட்டா சமீபித்ததும் குரல்கள் நின்றன. பாலக்கலுங்கை அடைந்ததும் தலையில் கிடந்த துவர்த்தை எடுத்து வரிக் கல்லின் தூசியைத் தட்டிவிட்டு ஏறி அமர்ந்தார். எல்லார் முகங்களையும் கூர்ந்து பார்த்தார். அமர்ந்திருந்தவரின் முகத்தில் நிதானமும் கௌரவமும் தெரிந்தது. பெண்மணி ஒரு சங்கடத்தில் வரிக் கல்லில் விரலால் கோலம் வரைந்து கொண்டு ...

ஆறு, மெல்லிய அசைவில் நகர்ந்துகொண்டிருந்தது. தூரத்து மணல் படுகைக்குக் காவலாக நின்ற நாணற்புதர் களில் பூக்கள் ஆற்றைப் புரிந்து கொண்டு அசைந்தன.

ஈஸ்வரமூர்த்திப் பாட்டாவுக்கு ஒருவாறு பிரச்சினை புரிந்தது. பொதுப்படையாகக் கேட்டார் – "என்னப்பா விஷயம்?"

சாலப்பரிந்து ...

ராமசாமி ஒரு முறையீடு போலச் சொன்னான்.

"என்னையா, எதுக்கு வம்பு? இவ்வளவு நேரம் பிள்ளையோ சொல்லுகாள்ளா ... எந்திரிச்சுப் போயிருங் களேன் ..."

"இது என்ன நியாயம், பெரியவரே?"

"உலகத்திலே எல்லா இடத்திலேயும் நியாயமான காரியங்கதான் நடக்கா?"

"சரி ... அப்ப நாங்க போயிரணும் ... அப்படித் தானே ... ம் ... பத்மா எழுந்திரு ..."

அவர்கள் எழுந்து பெட்ஷீட்டை மடிக்க ஆரம்பித்தனர். பாட்டா சற்று நேரம் தரையைப் பார்த்து உட்கார்ந் திருந்தார். நிமிர்ந்து பார்த்துச் சொன்னார்:

"பரவாயில்ல ... உக்காருங்கோ ... ராமசாமி, நான் பாத்துக்கிடுகேன். எல்லாரும் போங்கோ ... நேரமாச்சு ... போயிப் படுங்கோ ... நான் கொஞ்ச நேரம் பேசீட்டு இருந்துட்டு வாறேன் ..."

புதியவர் பெட்ஷீட்டை மறுபடியும் விரித்தார். கூட்டம் மெதுவாகக் கலைந்து திரும்ப ஆரம்பித்தது. நிலவு மேலும் சொரிந்துகொண்டிருந்தது.

சுபமங்களா, ஏப்ரல் 1992

பேய்க்கொட்டு

கள்ளிக்காட்டில் இருந்தது சித்தி வீடு. நமசு ஊரில் இருந்து காகம் பறக்கும் தூரத்தில் இரண்டு மைல். சைக்கிளில் போவதென்றால் அரைமணிக்கூர் ஆகாது. நமசுக்கு சைக்கிள் ஓட்டத்தெரியாது – பதினொன்றாம் கிளாஸ் படிக்கும் பையன் என்றாலும்.

நடந்து போனால் ஒன்றேகால் மணிநேரத்தில் போய்விடலாம். ஊரில் இருந்து அரை மைல் தெற்கு நோக்கிப்போனதும் முடவன் பாலம் தாண்டி, இடது கைப் பக்கம் பத்துக் காட்டின் வாய்க்கால் ஓரம் பெரிய வரப்பில் அகன்ற காலடித்தடம். நேரே போனால் முள்ளிக்குளம் பிராமணக்குடியின் புறவாசலில் கொண்டுவிடும்.

சுடலைமாடன் கோயில் கொடை பார்க்க நமசு வியாழக்கிழமை புறப்பட்டபோது வெயில் முகத்துக்கு நேராக அடித்துக்கொண்டிருந்தது. அறுவடை முடிந்து விட்ட வயற்காடுகள் கோடைக் காய்ச்சலுக்குக் கிடந்தன. ஊரை அடுத்த பத்தில் உளுந்து விதைத்து நான்கு இலைகள் வந்திருந்தன.

இடது கையில் இருந்த காக்கித் துணிப் பையை வலது கைக்கு மாற்றிக்கொண்டு நமசு பிராமணக்குடி தெருவில் ஏறினான். பையில் ஒரு நிக்கரும் அரைக்கை உடுப்பும் மடித்துச் செருகி இருந்தான்.

பிராமணக் குடி, பெருமாள் கோயிலின் இரு புறமும் சடாயு சிறகுகள் போல் நீண்ட அகலமான தெரு. காலை நேரத்தில் பிராமணாள் வீடுகளிலிருந்து

வரும் பருப்பு தாளிக்கும் மணம், தேங்காய் எண்ணெயில் பப்படம் வறுக்கும் வாசனை போன்றவை சாயங்கால நேரத்தில் இல்லை. அடுத்தது வெள்ளாங்குடி விறுவிறென்று நடந்து வடக்குத் தெரு வழியாக நாடாக்குடி தாண்டி ரோட்டில் ஏறினான்.

இடதுகைப் பக்கம் முள்ளிக்குளத்தின் தண்ணீரலைகள் ரோட்டின் கரையை நனைத்தன. கோடைக்காலம் ஆரம்பித்து விட்டாலும் குளத்தில் நிறையத் தண்ணீர் கிடந்தது. வலது புறம் ஓடையும், ஓடையைத் தாண்டிய வயற்காடும். குளம் முடியுமுன் கள்ளிக்காட்டுக்குப் போகும் ஒற்றையடிப் பாதை வலப்பக்கம் இறங்கும். ஓடையில் இறங்கிக் கால் நனைத்துக் கரையேறி வரப்போடு நடக்கும்போது முதலில் வருவது கள்ளிக்காட்டின் மயானம். சித்தியுடனோ, அப்பாவுடனோ நடக்கும்போதே பயம் காட்டும் அந்த சுடலைமாடன் சிலையும் கழுமாடனும்.

கொடைக்குக் கால் நாட்டிய அன்று செய்த பூசையின் அடையாளங்கள் மயானத்து சுடலைமாடன் கழுத்தில் கிடந்தன. கழுமாடன் பீடத்துக்குச் சிலை கிடையாது. ஒரு கழு மரம் மட்டும். கழு மரத்தின் கழுத்து பகுதியில் கூட்டல் குறிபோல் ஒரு மரச்சட்டம். மரச்சட்டத்தின் மணிகள் காற்றில் அசைந்தன. கழுவின் உச்சியில் செருகியிருந்த எலுமிச்சம் பழம் மஞ்சள் காய்ந்து உலர்ந்திருந்தது.

கிழக்குப் பார்த்து நின்ற சுடலைமாடனுக்கும் கழுமாட னுக்கும் எதிரே முப்பதடி தள்ளி மயானக்குழி. சமுதாயப் பிணம் விழும்போது மட்டும் புதுக்கப்படும் குழி. குழியில் இருந்து பறித்துப் போட்ட சாம்பல் பொடி, எலும்புப் பொடி, கரித்தூளில் செழித்து வளர்ந்திருந்த வேப்பமரம் நிழல் குலுக்கி நின்றது. அம்மா சொன்ன கணக்கில், கிளைகளில் இப்போதும் அகாலத்தில் செத்தவர் பேய்கள் வௌவால்கள் போல் தொங்கிக் கிடக்கும் மனிதர் கண்ணுக்குப் புலப் படாமல். மயானத்தைச் சுற்றி இடுப்பளவு உயரத்துக்குக் கைப்பிடிச் சுவர். சுவரெல்லாம் வெள்ளையும் காவியும் அடிக்கப்பட்டிருந்தது.

நமசின் பின்னால் நீண்டு விழுந்துகொண்டிருந்தது நிழல். மயானத்தைப் பார்க்கப் பிரியப்படவில்லை மனம். என்றா லும் அவசர அவசரமாகப் பார்த்துப் பெயர்ந்தன கண்கள். அங்கிருந்து பார்த்தபோது கள்ளிக்காட்டின் தென்கோடியில் தெரிந்த சுடலைமாடன் கோயிலில் ஆளரவம். பத்துக் காட்டில் இருந்து ஏறிய ஓடைக் கரை வரப்பு கோயிலின் முன்னால் சென்று நின்றது.

நல்ல அகன்ற திண்ணை கொண்ட கோயில். முன்புறம் மட்டும் மரச் சட்டமிட்ட அழியும் சுற்றிலும் சுவர்களும் மேலே ஓட்டுப் பணியும் உள்ளே பெரும் முற்றமுமாக, புதிய மராமத்தில் பொலிவாகக் கிடந்தன.

மொத்தம் இருபத்தேழு பீடங்கள் அந்தப் பேய்க் கோயிலில், சுடலைமாடனுக்கும் பேச்சியம்மனுக்கும் கல்லில் வடித்த சிலைகள். எண்ணெய் மினுக்கும் முறுக்கும் கொண்டிருந்த உடல்கள். பேச்சியம்மனின் முலைகளிலும் சுடலைமாடன் மீசைகளிலும் துடித்து நின்றன உயிர்கள். நமசு அழிவழியாகப் பார்த்தபோது தென்பட்ட பீடங்களின் கழுத்தில் அரளி மாலைகள், நெற்றியில் சாத்தியிருந்த களபம், மஞ்சணை, முன்னால் கமுகம் பூக்குலைகள்.

கோயிலின் முன்னால் தாமரைக்குளம். கூம்பிய மொட்டுக்களும் விரிந்திருந்த செந்தாமரைகளும் மணிக் காய்களும். ஊடே சில அல்லிக்கொடிகள். தண்ணீர் தெரியாதபடிக்குத் தாமரை இலைகள் மூடிக் கிடந்தன. காற்றடிக்கும்போது தாமரை இலைகள் புரண்டதில் செம்பச்சை நிறக் கலங்கல். கோயிலில் இருந்து இறங்கும் இடத்தில் மட்டும் தண்ணீர் கோர, குளிக்க, இடம் விட்டு வெளி வாங்கி இருந்தன தாமரைக் கொடிகள். அந்தத் தண்ணீருக்கு ஒரு பாசி வாசனை உண்டு.

கோயிலின் முன்னால் வழக்கமாகக் காடடைந்து கிடந்த பூச்சி முட்புதர்கள், தொட்டாவாடிக் கொடிகள், அறுகந்திரடு, எருக்கலை மூடு, குருக்கு எல்லாம் செதுக்கி ஆற்று மணல் பரத்தி, படுத்து உருளலாம்போல இருந்தது. முன்னால் போடப்பட்டிருந்த தட்டுப் பந்தலின் கீழ் நடக்கும்போது வேற்றூர்க்காரக் கூச்சம் அவன் கால்களைப் பற்றிக்கொண்டது.

“ஒத்தையிலேயா மக்கா வந்தே?” என்றாள் சித்தி.

“ம்” என்று பதிலளித்தான்.

சித்திக்குப் பிள்ளைகள் கிடையாது.

“சப்பிடுகியாலே மக்கா?” என்றாள்.

பள்ளிக்கூடம் விட்டு வந்து சாப்பிடுகிற நேரம்தான்.

சித்தி வீட்டில் ஆட்டுப் பால் காப்பி. நமசுக்கு அந்த வாசனை அவ்வளவாகப் பிடிக்காது. ஒரு உலும்பு வாடை.

பக்கத்து வீட்டில் சித்தியின் சம்மந்தி கொடியாள். அந்த அத்தைக்கு மூன்றும் பெண் பிள்ளைகள்.

“மூத்த மைனியைத் தவிர யாரைண்ணாலும் கெட்டிக்கோ” என்று அடிக்கடி கேட்கும் பரிகாசம்.

“அதுக்கென்ன? ஏழு புளியங்கொட்டையை முழுங் கினா சரியாப் போகும் வயசு. நானே கெட்டிக்கிடுகேன்” என்பாள் மதனி. இதெல்லாங்கருதித்தான் அடிக்கடி இங்கு வராதது. நமசுக்கு எதெடுத்தாலும் கூச்சம் தான்.

ஆனால் மூன்று வருசம் முந்தியே மதனிக்குக் கல்யாணம் ஆகிவிட்டது. மாப்பிள்ளைக்காரன் வடக்கே எங்கேயோ என்றார்கள். மதனி நல்ல பஸ்காரமாக இருந்தாள் இப்போது.

கோயிலில் லவுட் ஸ்பீக்கர் போட்டுவிட்டனர். நமசுக்கு வில்லுப் பாட்டு கேட்கப் பிடிக்கும். இமை ஆடாமல் பார்த்துக்கொண்டிருப்பான். கணியான் ஆட்டத்தில் மகுடம் வாசிப்பது கேட்கப் பிடிக்கும். நையாண்டி மேளத்தில் முரசுச் சத்தம் பிடிக்கும்.

வாசலில் வந்து நின்றபோது மதனி தெருநடையில் உட்கார்ந்திருந்தாள். ஆறு மணி ஆகி இருந்தாலும் வெயில் இறங்கி இருக்கவில்லை. காற்று தூசு பரத்தியது. மதனி மாலையில் முகம் கழுவி, தலை சீவி, இரட்டைச் சடை போட்டு, பிச்சிப் பூ வைத்து, துலக்கமாக இருந்தாள். அவ்வளவு நீளமில்லாத சுருட்டை சுருட்டையான அடர்த்தி யான முடி. சித்தி வீட்டு வாசப்படியில் நமசு உட்கார்ந்தான். மதனி வழக்கமான பரிகாசத் தொனியுடன் கேட்டாள்.

“அத்தானுக்கு பரிச்சை எல்லாம் முடிஞ்சிற்றா?”

பாட்டுச் சத்தம் நின்று, கொட்டுச் சத்தம் கேட்டது. நையாண்டி மேளக்காரர்கள் நாளை மாலை வருவார்கள். இது உள் கோயிலில் வரத்துக்கும் ஆராசனைக்கும் வாசிக்கும் தவில், முரசு, நாதசுரம். வந்ததும் வாத்தியங்களின் உறை களைக் கழற்றி ஒரு சுற்று வாசித்து ஓய்வார்கள்.

“அண்ணாச்சி கொடைக்கு வருவாளா?” என்றான் மதனியிடம்.

“போன மாசம்தான் வந்திற்றுப் போனா. இனி அடுத்த வருசந்தான்.”

அண்ணாச்சிக்கு நல்ல சுபாவம். போன ஆண்டு விடுமுறையில் வந்தபோது பார்த்தது. நமசைப் பாட்டுப் படிக்கச் சொல்லிக் கேட்டார்.

அவனுக்கு "தாமரை பூத்த தடாகமடி", "உன் கண்ணில் நீர் வழிந்தால்" எல்லாம் நல்ல ராகமாகப் பாடவரும். பாடி முடிந்ததும் கன்னத்தில் ஒரு முத்தம் கொடுத்தார். ரொம்பக் கூச்சமாக இருந்தது. மதனி, "அத்தான் வாருங்கோ, நானும் ஒண்ணு தாறன்" என்றாள். நமசு சித்தி வீட்டுக்கு ஓடி விட்டான்.

அவர் வந்திருந்தால் கொடை பார்க்கத் தோதாக இருக்கும். போன முறை பனைவிளைக்குக் கூட்டிக் கொண்டு போய் நுங்கு சீவிப் போட்டு மாலைப் பதனீர் வாங்கித் தந்தார். அனந்தன் ஆற்றுச் சானல் மடைக்குக் குளிக்கக் கூட்டிப் போனார். பெரிய குளத்தில் மறுகரைக்கு நீச்சலடித்துப் போய் மல நீஞ்சல் போட்டுத் திரும்பினார்கள்.

அண்ணாச்சி இருக்கும்போது மதனி முகத்தில் ஒரு விகாசம் இருந்தது.

"ஒன்னால ஒங்க மைனியைத் தூக்க முடியுமாடே?" என்றார் ஒருநாள்.

"யம்மா – என்னால முடியாது."

"தூக்கித்தான் பாரேன்!"

"வேண்டாம்மா, யானைக்குட்டி மாரியில்லா இருக்கா."

"இன்னா பாரு நான் தூக்குகேன்."

மதனிக்கு சிரிப்பாணி தாங்கவில்லை. "அத்தானும் தூக்கு வாரு. கொஞ்ச நாளு போனா" என்றாள் சிரிப்பின் ஊடே.

முரசும் தவிலும் அதிர்ந்து கொண்டிருந்தன. நமசு எழுந்தான்.

"அத்தான், எங்க புறப்படுகே?"

"கோயிலுக்கு."

"இன்னைக்கும் நாளைக் காலம்பறயும் பாத்துக்கோ . . . நாளைக்கு ராத்திரி சின்னப்பிள்ளையோ போகப்பிடாது. நடுச்சாமத்திலே பரணுக்கு மேலே பண்ணிக்கு நெஞ்சை வகுந்து ஒரு குலை மட்டிப் பழம் உரிச்சுப் போட்டு சொள்ளமாடன் உதிரம் குடிக்கச்சிலே சின்னப் பிள்ளையோ தும்முனா எட்டாங் கொடைக்கு முன்னால ரெத்தம் கக்கிச் செத்துப்போவா. அதுமாரி கிடாவெட்டச்சிலேயும் இருமவோ தும்மவோ பிடாது."

மதனி ஒரு தீவிர பாவத்துடன் சொன்னாள். இதெல்லாம் ஊரில் ஏற்கனவே அம்மா ஒரு முறை சொன்னது தான். "திசைபலிக்குப் போகும்போதோ வரும்போதோ எதுப்பு போகப்பிடாது. படப்புச் சோறு போடச்சிலே துப்பினி எறக்கப்பிடாது. மயானத்துக்குப் பூசைக்குப் போகும்போதோ வரும்போதோ கழுமாடன் கொண்டாடி கையில் இருக்கும் குந்தத்தை எத்தனை முறை குத்துவாரோ தலையிலே, எட்டாங் கொடைக்குள்ளே அத்தனை பேர் சாவார்கள்."

கோயில் வாசலில் அதிகக் கூட்டமில்லை. கோயிலுக்கு இடதுபுறம் இருந்த அறுத்தடிப்புக் களத்தில் பெரிய பன்றி ஒன்றைப் பிணைத்துப் போட்டிருந்தனர். சின்ன யானை போல் நின்றது. நேர்ச்சைக்காரர் பன்றியின் கழுத்தில் நேரியல் கட்டிவிட்டிருந்தார். நெற்றியில் சந்தனமும் குங்குமமும் அப்பப்பட்டிருந்தது. கடைவாய் ஓரம் தந்தங்கள் நீண்டிருந்தன. இதை எப்படி மார் பிளக்கும்முன் உயிருடன் பரண்மேல் ஏற்றுவார்கள் என்று தெரியவில்லை. சற்றுத் தள்ளி வெள்ளாட்டுக் கடா ஒன்று கொம்பு முறுக்கி நின்றது. ஆட்டுக்கு இத்தனை பெரிய விதைப்பையை நமசு இதற்கு முன் பார்த்ததில்லை. களம் பூரா ஆட்டுக்கடாவின் கோரோசனை வீச்சம். மயானத்தில் கழுமாடன் விளையாடி, தூக்கிப் போட்டு குந்தத்தில் செருகும் துள்ளுமாறி நாளை தான் கொண்டு வருவார்கள். சுடலைமாடனுக்கு அறுக்கவும் கழுமரத்தில் செருகவும் இரண்டு சிவப்புச் சேவல்கள். கொண்டைகள் வளர்ந்து சாய்ந்து கிடந்தன. சுடலைமாடன் வரத்துப் பாடக் கருங்குளம் நாராயணனை விட்டால் ஆளில்லை என்று பேசிக்கொண்டனர்.

சித்தப்பா வந்து சாப்பிடக் கூப்பிட்டுப் போனார். சாப்பிட்டுவிட்டு மதனி வீட்டில் எட்டிப் பார்த்தான். சாப்பாட்டு ஏனத்தின் முன்னால் இருந்தாள்.

"எவ்வளவு முருங்கக்கோரு. எல்லாம் மைனி மூஞ்சினதா?"

சாய்வாக ஒரு பார்வை பார்த்தாள் மதனி.

வீடுகள் தோறும் விருந்தினர்கள்.

பானைக்குள்ளிருந்த பாச்சை உருண்டை வாசம் வீசும் வெள்ளாவித் துணிமணிகள். எல்லா வீட்டு முற்றங்களும் தூத்துத் தெளித்து, சாணிப் பால் மெழுகி பெரிய பெரிய கோலங்கள். தெருக்களில் வழக்கமாய்க் கிடக்கும் குப்பைக்

கூளங்கள் காணோம். ஓரங்களில் நிற்கும் சக்கடா வண்டிகள் எல்லாம் களங்களினுள் கிடந்தன.

வில்லுப்பாட்டுக்கு ஆர்மோனியம் இழுக்க ஆரம்பித்த வுடன் போய் உட்கார்ந்து கொண்டான் நமசு. சற்று நேரம் போக வேண்டும், குடம் அடிப்பவரும் கட்டைத் தாளம் அடிப்பவரும் லயித்து வாசிக்க, கோயிலைச் சுற்றிக் களபம், சந்தனம், மஞ்சணை, விபூதி, சாம்பிராணிப் புகை, பிச்சிப் பூவின் கலவை வாசனையாக இருந்தது. சிலர் உள் படிப்புரையில் ஓரத்தில் உட்கார்ந்து பூக் கட்டிக் கொண்டிருந்தனர். அரளிப்பூ, மஞ்சணத்தி இலை, பிச்சிப்பூ, தாமரை, வாடாமல்லி, கொழுந்து, செவந்தி எல்லாம் குப்பம் குப்பமாகக் கிடந்தன. கமுகம் பூக்குலைகள் உரிக்கப்படா மலும் தாழம்பூக் குலைகள் பிரிக்கப்படாமலும் ஓரமாய்க் கிடந்தன.

ஏழு மணிக்கு வீட்டுக்குப் போனபோது, சித்தி இட்டிலி தின்னச் சொன்னாள். மதியச் சாப்பாடே மூன்றரை மணிக்குத்தான் ஆகி இருந்தது. சரியாகப் பசி இருக்க வில்லை. அதனால பொறபு சாப்புடறேன் என்றான்.

“பொறவுண்ணா எப்பம்? நான் கோயிலுக்குக் கொடை பார்க்கப் போயிருவேன்” என்றாள் சித்தி.

“தொறவாலை மைனி வீட்டில் குடுத்திட்டுப் போறன். இட்டிலி அவிச்சு மூடி வச்சிருக்கேன். மொளவாடி இருக்கு. மத்தியானம் வச்ச சாம்பார் இருக்கு. பசிக்கச்சிலே வந்து திண்ணுக்கோ என்னா? என்னைத் தேடமாட்டயே?”

சாத்தாங்கோயில் திடலில் தனியாகக் கும்பம் ஆடிக் கொண்டிருந்தது. நமசு சற்று நேரம் கணியான் ஆட்டம் பார்த்தான். இனி பத்து மணிக்குமேல்தான் வில்லு வைப்பார்கள். வைத்தால் சாமி வந்து ஆராசனை ஆகி படப்புப் போட்டு பூ எடுக்கும்வரை நெரிபிரியாக இருக்கும் சுப்புக்குட்டி கணியான் இடது கையால் காதைப் பொத்திக் கொண்டு வலது கையை நீட்டிப் பாடிக்கொண்டிருந்தார். அவர் பக்கத்தில் ஒரு மகுடம், தப்பட்டை, பின்பாட்டுக் கணியான். நீளவாக்கில் எதிர்ப்புறம் ஒரு மகுடம், தப்பட்டை இரண்டு கணியான்கள் பெண் வேடம் தரித்து, கண்டாங்கி வரிந்து கட்டி, திருப்பன் வைத்துக் கட்டிய கொண்டையில் ஊசிகள் செருகி, முலைக் குமிழ்கள் வைத்து இறுக்கமாக ஜெம்பர் போட்டு, வாய் நிறைய வெற்றிலை போட்டு நீள வாட்டத்தில் ஆடிக்கொண்டிருந்தனர்.

குளத்தங்கரையை அடுத்த வேப்பமர மூட்டில் சிறு தீ மூட்டி அதில் ஒருவர் தப்பட்டையின் தோலை வாட்டு வதும் லேசாகச் சுண்டிப் பார்ப்பதுமாக இருந்தார். பசிப்பது போலிருந்தது நமசுக்கு. சித்தி கூட்டத்தில் எங்காவது இருப்பாள் அல்லது கோயில் படிப்புரையில் வசதியாய் இடம் பிடித்து ஆராசனை பார்க்கும் தோதில் உட்கார்ந் திருப்பாள். சித்தி வீடு ஊரில் வடக்குக் கோடியில் ஒரு முடுக்கில் இருந்தது. சித்தி வீடு தாண்டினால் நல்ல தண்ணீர்க் குளத்துக்குப் போகும் தடம் ஆரம்பித்துவிடும். கணியானின் குரல் காதைத் தொடர்ந்து வந்துகொண் டிருந்தது. இருபத்தோரு நாட்கள் விரதம் இருந்து பாடும் குரலில் விசேடமானதொரு துடிப்பு. நாளை மதியம் உச்சிக்கொடைக்கு வலது முன்கையில் கீறி, தண்ணீர் தெளித்துத் துடைத்த இருபத்தேழு கன்னித் தலை வாழை இலைகளில் மூன்று சொட்டு ரத்தம் வீதம் படைக்க வேண்டும். வில்லுப் பாட்டுக்காரருக்கும் கிடாவெட்டும் இசக்கி முத்துக்கும்கூட விரதங்கள் இருக்கும்.

வழக்கத்துக்கு மாறாக எல்லாத் தெரு விளக்குகளும் வீடுகளின் முன் விளக்குகளும் எரிந்தன. எங்கும் வெளிச்சமே நிறைந்து கிடந்ததுபோல். பங்குனி மாதக் காற்று பதைப் பின்றி அலைந்துகொண்டிருந்தது. முடுக்கில் மதனி வீட்டில் விளக்கு வெளியில் தெரிந்தது. எதிர் வரிசையில் வீடுகள் இல்லை. களத்துச் சுவர் நீண்டு கிடந்தது.

மங்களாவில் கட்டிலில் படுத்து மதனி படித்துக் கொண்டிருந்தாள். அந்த ஆரவாரத்திலும் என்னதான் படிக்கிறாளோ? அரவம் உணர்ந்து எழுந்து உட்கார்ந்தாள். முட்டுக்கு மேல் கிடந்த சாரியைக் கரண்டைக்கு இறக்கினாள்.

"அத்தான்! என்ன வந்திற்றயோ?"

"வயிறு பசிக்கு, இட்டிலி திண்ணுற்றுப் போலாம்ணு வந்தேன்."

"தொறவலு இருக்கா?" என்றாள் சிரிப்புடன்.

முன் கதவை ஒருச்சாய்த்துவிட்டு வந்து கதவைத் திறந்தாள்.

தட்டத்தை எடுத்து நாலு இட்டிலி எடுத்து வைத்தாள். மிளகாய்ப் பொடி பரணியையும் நல்லெண்ணெய்க் கிண்ணத் தையும் எடுத்து வைத்துக்கொண்டு உட்கார்ந்தான்.

“சாம்பார் ஊத்தல்லியா?” என்றாள். எதிர்த்தாற்போல் குத்துக்காலிட்டு அமர்ந்தாள். நமசுக்குக் கூச்சமாக இருந்தது.

“ஒத்தையிலேதான திங்கே? சாப்பிடுகியாண்ணு ஒரு வார்த்தை கேட்டயா?”

“கேக்கதுக்கு என்ன இருக்கு? ஒரு தட்டம் எடுத்து வச்சுக்கிட்டு இருக்க வேண்டியதுதானே!”

“ஏன், ஒந்தட்டத்திலேருந்து எடுத்துத் திங்கப் பிடாதா?”

“ஐயே, எச்சியில்லா?”

மதனி அதைப் பொருட்படுத்தவில்லை. இட்டலியை எடுத்துப் பிட்டுத் தின்ன ஆரம்பித்தாள். ஒரு துண்டை எடுத்து மிளகாய்ப்பொடி முக்கி அவன் வாயருகில் நீட்டினாள். நமசு முகத்தைத் திருப்பினான்.

“சும்ம வாங்கிக்கோ, நீ சின்னப் பிள்ளையா இருக்கச்சிலே இடுப்பிலே தூக்கிச் செமந்து இட்டிலி புட்டுத் தந்திருக்கேன்.”

“அப்பம் இடுப்பிலே வச்சம்ணுட்டு இப்பம் தூக்கி வச்சுக்கிட முடியுமா?”

“ஆசையா இருக்குண்ணா சொல்லு ... தூக்கிக்கிட்டு கொஞ்சம் நடக்கேன்.”

“யம்மா ... நீ செய்தாலும் செய்வே!”

தட்டத்தை அங்கணத்தில் போட்டு, பரணியை, கிண்ணத்தை மூடி வைத்துவிட்டு கைகழுவி வெளியே வந்தான்.

மதனி வீட்டைப் பூட்டிக்கொண்டு வந்தாள்.

“நீங்க கொடை பாக்க வரல்லியா?” என்றான், மதனி வீட்டினுள் நுழைந்ததும்.

“எனக்கு அந்தக் கூட்டத்திலே போயி நிக்கப் பிடிக்காது.”

“அப்பம் விளக்கை அணைச்சுக்கிட்டு உறங்குங்கோ.”

“இரி, போலாம். ஒரு பறத்தம் புடிச்சவன் ...”

காற்றில் வில்லுப்பாட்டு ஓசை காதில் மோதிக் கொண்டிருந்தது.

சீவலப்பேரி ஆற்றில் குளித்து, கோயிலை வலம் வந்து கொண்டிருந்தார் சுடலைமாடன். புடைசூழப் பேச்சி அம்மன், சங்கிலி பூதத்தான், புலைமாடன், கழுமாடன்,

பட்டன், முண்டன், வண்டிமலச்சி அம்மன், முப்பிடாரி, சந்தனமாரி, மாடன் தம்பிரான், இசக்கி அம்மன் . . .

இனி பாட்டும் மேளமும் நல்ல ஈர்ப்புடன் இருக்கும். ஏதோ பேசிக்கொண்டிருந்த மதனி எழுந்து போனாள். சற்று நேரத்தில் உள்ளே இருந்து குரல் கேட்டது.

அறையினுள் இருள் சேமித்து வைத்திருந்தார்கள் போலும். மூக்கருகில் உராய்ந்த மதனியின் கன்னம் மிருது வாக இருந்தது. மாலையில் பூசிய பவுடரின் லேசான மணம். தழுவலில் கிளர்ந்த மெல்லிய வீறொன்று வளர்ந்து பல்கிப் பெருகி உடலும் மனமும் ஆகித் துடித்தது. பிச்சிப் பூவின் விரிந்த வாசனை கவிந்து மூடிக்கொண்டிருந்தது.

நேரத்தை அனுமானிக்க முடியவில்லை. வில்லுப் பாட்டின் சத்தம் துடிப்புடன் கேட்டுக்கொண்டிருந்தது. பூ எடுப்புக்கு ஆயத்தம் ஆகிக்கொண்டிருக்கும்போல. நையாண்டி மேளத்தின் ஒலி தூரத்தில் செல்லம் கொஞ்சிக் கொண்டிருந்தது.

அயர்வாக இருந்தது. நூதனமானதோர் கூச்சம். மதனி முகத்தில் மெல்லிய பூந்தென்றல். கன்னத்தில் தட்டி, "மொகத்தைக் களுவீட்டுப் போ" என்றாள். "போட்டீ மூதி" என்று மனதில் திட்டினான், எரிச்சலில். சற்றுப் பதட்டமாக இருந்தது. தெருவில் இறங்கி நடக்கையில் காற்றும் குளிர் சுமந்து வந்தது. கால்களில் புகுந்த அச்சம் நடையைத் துவளச் செய்தது.

நமசு கோயிலை அடைந்தபோது வில்லின் முறுகிய நாண் டங்காரம் செய்துகொண்டிருந்தது. அருகில் முரசொன்று முழங்கிக்கொண்டிருந்தது. கோயிலுக்குள் நுழைவது மிகவும் சிரமமான காரியமாக இருந்தது.

உட்புகுந்தபோது காட்சி தெளிவாகிக் கொண்டு வந்தது.

குளத்தில் குளித்து ஈரவேட்டியை மடித்து அதன் மேல் துவர்த்தை முறுக்கிக் கட்டி நெற்றியில் திருநீறு பூசி அவரவர் பீடத்துக்கு முன்னால் சாமி கொண்டாடிகள் கைகூப்பிக் கண் மூடி நின்றுகொண்டிருந்தனர். சுடலைமாடன், பேச்சியம்மன் சிலைகளுக்குச் சந்தனக்காப்பு. வெள்ளியால் கண், வாய், மூக்கு – கமுகம் பூவின் வெள்ளைப் பிஞ்சுகளி னால் கோரத் தந்தம். அழகும் அச்சமூட்டும் கவர்ச்சியும்.

வில்லா, வீசுகோலா, பானையா, முரசா, தவிலா, நாதசுரமா என்று பிரித்தறிய முடியா ஒலிக்கலவை. முதலில்

சுடலைக்கும் பிறகு மற்ற சாமிகளுக்கும் தீபாராதனை ஆகியது.

முரசு கால்களைப் பறித்துக்கொண்டிருந்தது.

"ஓயேவ் . . ." என்றொரு சத்தம்.

உள்வாங்கிய ஒலியில் சில முக்காரங்கள். சில உடல் முறுகிய குலுங்கல்கள்.

"ஓயேவ். . ." என்று மற்றொரு சத்தம்.

கற்பூரம் எரியும் வாசனை, சாம்பிராணிப் புகை . . .

உடம்பை முறுக்கி, பற்களால் சுண்டைக் கடித்து, கைகளை வான் நோக்கி விரித்து, பிரபஞ்ச வெளியின் இயக்கங்களை அசைவுகளினால் ரேகைப்படுத்துவது போல . . .

இரட்டைத் தவில்களும் முரசுகளும் நாதசுரங்களும் தீவிர கதியில் இயங்கிக்கொண்டிருந்தன. சுடலையை இரண்டு பேர் ஆவி சேர்த்துக் கட்டிப் பிடித்து மணிகள் கோத்த சல்லடம் மாட்டி அதன் மேல் கச்சையை இறுக்கிக் கொண்டிருந்தனர். மாரின் குறுக்கே பாச்சக்கயிறு. தலையில் குஞ்சம் வைத்துக் கட்டி, தாழம்பூக் குருத்துச் செருகி, கைக்கு வெள்ளிக் கங்கணங்கள் பூட்டி, கழுத்தில் மாலை சூட்டி, கையில் வெள்ளி வெட்டுக் கத்தி கொடுத்து . . .

சுடலைமாடன் பீடத்தைப் பார்ப்பதும் முறுவலிப்பதும் வானவெளியை வெறிப்பதும் வெட்டுக் கத்தியைத் தோளில் சாத்திக்கொண்டு லயம் வைத்து ஆடுவதுமாய் . . .

ஒவ்வொருத்தருக்கும் ஒவ்வொரு லயம். ஒவ்வொரு சுவடு. ஒவ்வொரு பிளிறல். ஒவ்வொரு ஆயுதம். ஒவ்வொரு முகக்குறி . . .

சாமிகளை வரத்தி நிறுத்தியதுடன் வில்லோசை நின்று விட்டது. முரசுக்காரர்கள் வியர்த்து வழிந்துகொண்டிருந் தனர். அவர்களே வாத்தியங்கள் ஆகிவிட்டதுபோல அல்லது வாத்தியங்கள் தம்மையே வாசித்துக்கொள்வதைப்போல . . .

ஒரு சாமி கொண்டாடி அதிக அரவம் இன்றி கமுகம் பூக்குலையுடன் கொஞ்சிக்கொண்டிருந்தார். ஒருத்தர் பனையோலைக் கொட்டான் கொட்டானாக மஞ்சணை அள்ளி விழுங்கிக்கொண்டிருந்தார். ஒருத்தர் வெள்ளி வாளால் இரண்டு தோள்களிலும் மளார் மளார் என்று மாறி மாறி அறைந்து கொண்டிருந்தார்.

நாதசுரங்கள் இரண்டும் கழுமாடன் காதுகளைப் பிளந்து கொண்டிருந்தன. இருபத்தேழு பீடங்களிலும் கழுமாடனுக்குத்தான் கடைசியாக ஆராசனை வரும். வந்தால் அதிக ஆட்டமில்லை. ஒரு பிளிறல், சிறுதுள்ளல், ஒரு முக்காரம். பாய்ந்து சென்று பீடத்தில் இருந்து குந்தம் எடுத்து ஒரு சாட்டம். பிறகு அவர் ஆராசனை முடிந்து அடங்கும்போதுதான் குந்தத்தை சாமி பீடத்தில் வைப்பது. அதன் இடையில் நிலத்தில் ஊன்றினால் அது வரப்போகும் சாவுக்கு முன்கூறல். கழுமாடன் ஆராசனை நெடுநேரம் நிலைத்து நிற்பதுமில்லை.

கழுமாடனுக்கு ஆராசனை வந்ததும். கோயில் நடைக்கு நேரே சுடலைமாடன் பீடத்துக்கு நேரே ஆளொதுங்கியது. கழுத்தில் துவர்த்துப் போட்டு முறுக்கிப் பிடித்தபடி ஆட்டுக் கடாவை இழுத்து வந்தனர்

சட்டென நின்றன மேளங்கள். கூட்டத்தின் தள்ளலில் விழுந்து விடாமல் ஒரு தூணைப் பிடித்தபடி உன்னிப் பார்த்தான் நமசு. சுடலைமாடன் சிலையின் கழுத்தில் கிடந்த மாலை ஒன்றைக் கழற்றி வந்து கடாவின் கழுத்தில் சூட்டினார் பூசாரி.

எல்லாத் துடிப்புகளும் நின்று ஒரு அனக்கமும் இல்லை. கடாவின் தலை சுடலையின் பீடத்துக்கு நேராக . . . கோளாறு இல்லாமல் வளர்ந்திருந்தன கொம்புகள். இசக்கிமுத்து முரசைக் கழற்றிக் கொடுத்துவிட்டு, சிவப்புத் துணி சுற்றி வைத்திருந்த வெட்டுக் கத்தியை எடுத்தார். ஒரு பாகம் நீளம் இருந்தது. நல்ல சுத்தமான இரும்பில் பருவம் பிடித்துத் தீட்டிய சுடர் ஒளி பாய்ச்சியது.

பூசாரி செம்பில் நீர் கொண்டுவந்து கடாவின் தலையில் தெளித்தார். நெற்றியில் திருநீறு அப்பினார். நேர்ச்சைக்காரர் ஆட்டுக்கு முன்னால் குத்துக் காலிட்டு அமர்ந்து கமுகம் பூவை நீட்டினார். கடா எந்தக் கவலையும் இன்றி, பரக்கப் பரக்கப் பார்த்துக்கொண்டு நின்றது. கடா உடை கொடுக்கா விட்டால் பலியை வாங்கச் சுடலைக்குச் சம்மதம் இல்லையென்று அர்த்தம்.

முரசுக்காரர் பளபளக்கும் வெட்டுக் கத்தியைக் கையில் பிடித்தபடி சுடலைமடன் கொண்டாடி முன்னால் போய்க் குனிந்து நின்றார். சுடலைமாடன் கொப்பரையில் இருந்து திருநீற்றை அள்ளி வானோக்கி எறிந்து இசக்கிமுத்து தலையில் தூவி நெற்றியில் பூசினார். பூசாரி மறுபடியும்

செம்புத் தண்ணீரை ஆட்டின் தலையில் தெளித்தார். ஒரு சிலிர்ப்பும் இன்றி ஆடு, சிவனே என்று நின்றது.

சூழ்நிலையின் இறுக்கம் அதிகரித்துக்கொண்டு போனது. மௌனம் அடர ஆரம்பித்தது. நேர்ச்சைக்காரர் முகத்தில் கலவரத்தின் சாயம். வரப்போகும் பெருந்துக்கத்தின் அச்சாரம். திடீரெனக் கழுமாடன் "ஓயேவ்..." என்று பிளிறினார். நமசின் கால்கள் வெடவெடவென நடுக்கம் கண்டன. நெஞ்சப் படபடப்பைப் பக்கத்தில் இருப்பவர் கேட்கலாம் போல.

"ஓயேவ்..." என்று சுடலைமாடன் மறு பிளிறல். நமசுக்குத் திகைப்பாக இருந்தது. பயம் பயங்கரமாய் நெருக்கியது. பக்கத்தில் நின்றிருந்தவரின் மூக்குப் பொடி நமசு மூக்கில் ஒரு தீவிரமான நெருக்கடியை ஏற்படுத்தியது.

"ஓயேவ்..."

"ஓயேவ்..."

சடாரென ஆடு தலையை ஒரு சிலுப்புச் சிலுப்பியது.

"சதக்"கென்று வெட்டுக்கத்தி ஆட்டின் கழுத்தில் ஓடி இறங்கும் ஓசையும் "நச்"சென்று நமசின் தும்மலும்.

'வெட்டாங்கிடு வெட்டாங்கிடு' என்று ஒற்றை முரசின் கம்பீரம். முரசின் அதிர்வுபோல் ஆட்டின் உடல் கிடந்து பதைத்தது. நமசுக்குப் பரபரப்பாக இருந்தது.

மறுபடியும் ஆராசனைக்காரர்களின் ஆட்டத்துக்குத் தோதான முரசொலி 'டண்டணக்குடண்டணக்கு டண்டணக்கு...'

சுடலைமாடனும் கழுமாடனும் திசைபலி செய்யவும் மயானப் பூசைக்கும் போனார்கள். கூட ஒற்றை முரசு இசக்கிமுத்து, ஆராசனைக்காரர்களைப் பாய்ச்சல் கயிறு போட்டுப் பிடிக்கும் திடம் கொண்டவர்கள், தீவட்டி, எண்ணெய் ஊற்றுபவர், திசைபலிப் பொருட்கள் கொண்ட பனையோலைக் கடவம் சுமந்தவர்.

சுற்றிலும் கூட்டம் தளர்ந்த தொய்வு. நமசுக்கு அங்கு நிற்கப் பிடிக்கவில்லை. மனம் திகில் அடர்ந்திருந்தது. தீட்டுடன் கோயிலுக்குப் போயிருக்கக்கூடாது என்று தோன்றியது.

சித்தி வீட்டுக்கு வந்து படுத்தபோது நெடுநேரம் உறக்கம் வரவில்லை. மனம், வெட்டுப்பட்ட ஆட்டின் உடல்போல்

பதைத்துக்கொண்டிருந்தது. மதனிமேல் கோபம் வந்தது. உறக்கம் சூழ்ந்தபோது கனவுகளாய் வந்தன.

சுடலைமாடன் பீடத்துக்கு நேராய், ஆட்டின் உடல் கொண்டு, ஓங்கிய வெட்டுக் கத்திக்குத் தலைசாய்த்து நிற்பதைப் போல மதனி துரத்த பெரிய விதைப்பையுடன் சேம்புப் பூப்போல எட்டிப் பார்க்கும் குறியுடன் கொம்பு களை உதறி ஓடுவதுபோல...

வயறு பிளந்து பரண் மேல் பன்றியாய் மதனி கிடப் பதைப் போல.

காய்ச்சல் பொங்கிப் பொங்கி வந்தது.

நினைவும் பிறழலுமாய்...

ஊரெங்கும் இறைச்சிக் கறி மணம்.

தலைமாட்டில் உறுத்துப் பார்த்துக்கொண்டு, மூக்குப் பொடி வாசம் வீசும் சுடலைமாடன்...

குந்தம் எத்தனை முறை நிலத்தில் ஊன்றியது என்று யாரோ உரத்துக் கேட்பது...

"போலே அசத்து" என்று மதனி செல்லமாய் அதட்டு வது...

தணுப்பான கையொன்று சூடான சாம்பலை நெற்றி யில் பூசிவிட்டுப் போனது...

"எட்டாங் கொடை கழியணும்!" என்றார்கள் யாரோ.

காய்ச்சலும் மயக்கமும் போதையாக இருந்தது நமசுக்கு.

தினமணிக்கதிர், செப்டம்பர் 1994

வாலி சுக்ரீவன் அங்கதன் வதைப்படலம்

மாநகராட்சி ஆண்கள் பள்ளியின் மதிய இடைவேளைக்குப் பிறகான முதல் வகுப்பு. தமிழ் ஐயா யாதொரு சுவாரசியமும் இன்றி, பல்லில்லாதவன் பரோட்டா தின்பது போல வாலி வதைப் படலம் நடத்திக்கொண்டிருந்தார். வாலி வதைப் படலத்தைக் கூட சுவாரசியம் இல்லாமல் நடத்தும் புலமையும் திறமையும் அவருக்கு இருந்தது. அவரைச் சொல்லியும் குற்றமில்லை. ஆசிரியர் முகத்தையே பார்க்காமல் ஆங்கில வழி பட்டப்படிப்பு. தொடரஞ்சல் வழி தமிழ் முதுகலைப் படிப்பு.

வாலி இருந்தாலும் செத்தழிந்தாலும் ஒன்றுதான். மதிப்பெண்கள் நோக்கிய பாய்ச்சல். சீனிக்கிழங்கு தின்ற பன்றி. ஏற்கனவே பணியில் இருந்ததால் அதிக மதிப்பெண்கள் வேண்டும் என்ற ஆசை கூட அற்றுப் போயிருந்தது. போராட்டு இல்லாத வாழ்வு. பட்டம் கிடைத்தால் மூன்று சம்பள உயர்வுகள். நூற்று முப்பத்து ஏழாவது சம்பள கமிஷன் எப்போது அமலுக்கு வரும், தேக்கத்தொகை எத்தனை கிடைக்கும், மூத்த மகள் நீள்கயற்கண்ணிக்கு இன்னும் பத்துப் பவுன் சேர்ப் போமா அல்லது குமாரகோயிலாண்டி பைனான்சில் மூன்று வட்டிக்கு மேலும் ஐம்பதி னாயிரம் போட்டு வைப்போமா, ஒரு செம்பு நிலவாய் இலவசமாக, மகள் கல்யாணமாகிப் போனால் பொங்கல்படி கொடுக்கத் தோதாகக் கிடைக்கும். எனும் சிந்தனைகள் சிக்கெனப் பிடித்து ஆட்டிக்கொண்டிருந்தன.

அன்று பிற்பகலில், பகல் – இரவு ஒரு நாள் இந்தியா – பாகிஸ்தான் கிரிக்கெட் போட்டி இருந்தது. மாணவர்கள் எப்போது மூன்றரை மணியாகும், வீட்டுக்குப் போய் தவசிருக்கலாம் என்ற பரபரப்பில் இருந்தனர். மேலும் எப்போது மின்வெட்டு இருக்கும், எப்போது திரும்பவரும் என்பது மின்சாரக் கடவுள்களுக்கே தெரியாத மாதங்கள். அது பற்றிய ஆழ்ந்த கவலை வேறு. நாற்பத்தெட்டு மாணவருக்கும் தமிழ் ஐயாவுக்கும் நாற்பத்தொன்பது வகையான சிந்தனைகள் என வகுப்பு குவி மையம் கொண்டிருந்தது.

"பறித்த வாளியைப் பரு வலித் தடக்கையால் பற்றி" என்று வாசித்து நிறுத்தியவர், "சரம், பகழி, வாளி எல்லாமே ஒரே பொருள்தான். வாளி என்றால் பொருள் தெரியுமா? குமரேசன் சொல்லு" என்றார்.

"வாளிண்ணா கிணத்திலேருந்து தண்ணி கோரக்கூடிய சாதனம் ஐயா."

"சீ, அலவலாதி நாயே! வாளிண்ணா அம்புடா அம்பு. அன்பு இல்லே, அம்பு. தெரிஞ்சுக்கோ, நீயெல்லாம் தமிழ் படிச்சு நாட்டை தலைகீழ நாட்டப்போறே? ம்..."

வாலியை அந்த வகுப்பிலேயே கொன்று வீடுபேறு கொடுக்கும் உத்தேசம் இல்லை அவருக்கு. அது தவறாமல் பள்ளி இறுதித் தேர்வில் வரும் பகுதி. வராக அவதாரம் போல் சற்று ஆழமாகத் தோண்டித்தான் பார்க்க வேண்டும் செய்யுளை.

பக்கத்து அறை, ஒன்பது பி, பூகோள ஆசிரியர் மாணவருக்கு சிறு தேர்வு எழுதச் சொல்லி இருப்பார்போலும். வெளி வராந்தாவில் நின்று பல் குத்த ஈர்க்கு தேடிக் கொண்டிருந்தார். மத்தியானச் சாப்பாட்டில் முற்றல் சீனி அவரைக்காய் துவரன், பல்லிடுக்கில் புகுந்துகொண்டிருந்தது. தசரத இராமனின் அம்பு ஒன்று இரவல் கிடைத்தால்கூட நன்றாக இருக்கும். ஆனால் அவன் அம்பு ஒன்று வாலியிடம் சிக்கிக்கொண்டிருந்தது.

அம்பில் பொறித்திருந்த இராம நாமத்தை எழுத்துக் கூட்டிப் படிக்குமாறு வாலியை விட்டுவிட்டு தமிழ் ஐயாவும் வராந்தாவுக்கு வந்தார்.

"என்ன சார்வாள்? சக்கைப் பிசின் காலேல இருந்தே சள்ளுசள்ளுண்ணு விழுகாரு?"

சக்கைப் பிசின் என்பது தலைமை ஆசிரியரையே எப்போதும் ஒட்டிக்கொண்டு திரியும் கணித ஆசிரியரின் காரண இடுகுறிப் பெயர்.

“அவன் கெடக்கான். காலம்பற *தினத்தந்தி* பாத்தேரா? குமரி சீட்டு கம்பெனி திவால். புள்ளிக்காரனுக்கு அதுலே அம்பதாயிரத்துக்கு சீட்டு ஒண்ணு உண்டும். இன்னும் புடிக்கல்லே. பதினேழு தவணை ஆயாச்சாம்.”

“ஓ, அதான பார்த்தேன். டியூசன் எடுத்து கொள்ளை யடிச்ச காசு இப்பிடித்தான் போகும். வேய் ... பாவப்பட்ட பிள்ளைகள் கிட்டே கூட கழுத்தைப் பிடிச்சு நெரிச்சு காசு வாங்கீருவான் ...”

மாணவர்களை மேற்பார்க்க பூகோள ஆசிரியர் வகுப்பறைக்குத் திரும்பியதால், வலி பொறுக்க முடியாமல் கிடந்த வாலியைக் காப்பாற்றும் பொருட்டு, தமிழ் ஐயா வகுப்பினுள் நுழைந்தார்.

சற்று சலசலப்பு அடங்கியது.

“மும்மை சால் உலகுக்கு எல்லாம் மூலமந்திரத்தை” என்று வாசித்து நிறுத்தி வகுப்பை நோட்டமிட்டார்.

கடைசி வரிசையில் மூன்று பேர் டெஸ்க் மேல் தலை சாய்த்துக் கிடந்தனர். அதற்குள் தூங்கிப் போய்விட்டார்களா என, உறக்கம் கலையாமல் கையும் களவுமாய்ப் பிடித்து விட வேண்டும் என்று மெல்லடி வைத்துப் போனார்.

உறங்கிப் போனவர்களாகத் தெரியவில்லை.

உடல்களில் விறைப்பும் துடிப்பும் இருந்தது, அவரவர் கைகள் அவரவர் குறிகளில்.

தமிழ் ஐயாவுக்கு அறம் சார்ந்து ஒழுக்கம் சார்ந்து இயங்கும் சகல நரம்புகளும் புடைத்துத் துடித்தன.

“எழுந்திருங்கடா நாய்களா” என உரத்த குரலில் கூச்சலிட்டார். பதறிப்போய் எழுந்து நின்றனர். என்ன நடக்கிறது என்றறியும் ஆவலில் வகுப்பும் திகைத்துத் திரும்பியது.

குன்றிய உடலும் கன்னிய முகமுமாய் எழுந்தனர்.

“நடங்கடா ...” என்று பிடரியைப் பிடித்து நெட்டித் தள்ளினார். தலைமையாசிரியர் அறையை நோக்கி நடக்கும் போது, கனக விசயரின் தலையில் கல் ஏற்றி, கண்ணகிக்குச்

சிலை எடுக்க நடந்த சேரன் செங்குட்டுவன் அவர் உடலில் புகுந்திருந்தான்.

"என்ன நினைச்சுக்கிட்டிருக்கானுகோ? தமிழ் வாத்தியாருண்ணா எல்லா பயலுகளுக்கும் இளக்காரமாப் போச்சு. இந்தச் சோலியை கணக்கு வகுப்பிலே செய்வானா? இல்லே அறிவியல் வகுப்பிலே செய்வானா? நாம் என்ன கூளப்ப நாயக்கன் காதலா நடத்துகோம்? வாலி வதைப் படலம்ணா எவ்வளவு உயிரான படலம்? அண்ணைக்கு வகுப்புலே கொஞ்சம் சத்தம் கூடுதலாக கேட்டுண்ணுட்டு என்னமெல்லாம் பேசினாரு? வகுப்பெடுக்கேரா, மந்தையிலே மாடு மதிப்பனுகோ? இளைச்சவன் பெண்டாட்டிண்ணா எல்லாருக்கும் மயினி ..."

கையில் ஒற்றைச் சிலம்பு இருந்தால்கூட பொருட் படுத்தாத வாயிலோன் அன்று தமிழய்யாவின் வேகம் கண்டு திகைத்து, தடையேதும் சொல்லாமல் ஒதுங்கி நின்று ஒட்டுக்கேட்க ஆயத்தமானான்.

தலைமையாசிரியருக்கு ஊருக்குப் போகும் அவசரம். சற்று நேரத்துடன் போனால் நெரிசல் இல்லாமல் வண்டி பிடிக்கலாம். வெள்ளிக்கிழமை என்றால் மூன்று மணிக்கு எழுந்துவிடுவார். எதற்கும் இருக்கட்டும் என்று அவசர வேலையாக வெளியே போவதற்கான சிறுகுறிப்பு மேசை மேல் இருக்கும். யாராவது அதிரடி சோதனை வந்தால் காட்ட, பயன்படவில்லை என்றால் திங்கட்கிழமை கிழித்துப் போட்டு விடலாம். பெரும்பாலும் விடுப்புக்களுக்கும் இதே சூத்திரம்தான். தலைமையாசிரியர்களுக்கும் மற்ற ஆசிரியர் களுக்கும் ஏகமனம் இருந்தால் விடுப்பு என்பது ஆதிரை கையின் மாயக்கலம்.

தமிழ் ஐயா, அனுமதி பெறாமலும், கதவைத் தட்டா மலும் சின்னச் சூறாவளி போல் நுழைந்த வேகம் தலைமை யாசிரியருக்கு எரிச்சல் தந்தது. மனதின் கறுவலில் உயர் ஜாதி மனோபாவம் ஒளிந்திருந்தது.

'இவுனுகளுக்கெல்லாம் தான் இனி காலம். எங்கும் தமிழ், எதிலும் தமிழ். இப்பம் வீட்டுக்குப் போற நேரத்திலே என்ன சனியனைக் கொண்டுகிட்டு வாறானோ?' என எண்ணி, சற்றுத் தோரணையாக, "என்ன பிரச்னை?" என்றார்.

"ஐயா, இவுனுக மூணு பேரும் வகுப்பு நடந்துகிட் டிருக்கும்போது என்ன செய்தானுவோ தெரியுமா?"

"சொன்னாத்தானவே தெரியும்? நான் சொப்பனமா கண்டேன்?"

"ஐயா இவுனுக மூணு பேரு..."

"இவுனுக மூணுபேருதான். என்ன செய்தான் சொல்லும்?"

"கடைசி டெஸ்க்கிலே குனிஞ்சு கெடந்து, கையிலே... கையிலே..."

"கையிலே என்னவே கையிலே? சாமானமா?"

"அதான் சார்... புடிச்சு ஆட்டிக்கிட்டு இருக்கானுவோ!"

தலைமையாசிரியருக்கு இரத்தம் தலைக்கேறித் 'தறதற' வெனத் திளைத்தது. ஆசிரியராக இருபத்தோரு ஆண்டுகள். தலைமையாசிரியராக ஒன்பது ஆண்டுகள். எத்தனையோ பார்த்தாயிற்று!

எழுத்துப் பிழைகள் இலக்கணப் பிழைகளுடன் காதல் கடிதங்கள்.

பென்சில் பெட்டி முதல் பணப்பை வரை திருட்டு.

ஆசிரியர் மீது மை தெளிப்பு.

மாணவியர் சிற்றுண்டியைத் திருடித் தின்பது.

தேர்வுகளில் காப்பி அடித்தல்.

வகுப்பு வேளைகளில் சுவரேறிக் குதித்தல்.

மூத்திரப் புரைகளில் சிற்றின்பக் குறியீட்டுப் படங்கள் வரைதல்.

சைக்கிள் டயரில் ஆணி குத்துதல்.

வகுப்பறையிலேயே சிகரெட் பிடித்தது.

பாலுறவுப் படங்கள் போட்ட புத்தகங்கள் படிப்பது.

ஆசிரியர் வீட்டுக் கூரையில் கல்லெறிதல்.

கோவில் மதிலின் மறுபுறம் நின்று பிரகாரம் சுற்றும் ஆசிரியரின் பட்டப்பெயர் கூவுதல்.

காப்பிக்கடையில் கடனுக்கு வாங்கித் தின்று திரும்பத் தராதிருத்தல்.

சாலப்பரிந்து...

முன்னேற்ற அட்டையில் தந்தையின் கையெழுத்தைத் தானே இடுதல்.

பெற்றோரைக் கூட்டி வரச்சொன்னால் வாடகைக்கு ஆள் பிடித்து வருதல்.

வகுப்புக்கு வராமல் சினிமாவுக்கு போவது.

கள், சாராயம், அரிஷ்டம், கஞ்சா குடிப்பது.

கோயில் உண்டியலில் காசு எடுப்பது.

மாணவர் செய்யும் சிறிய பெரிய குற்றங்களையும் தண்டனைகளையும் பட்டியலிட்டால இந்தியன் பீனல் கோடு அளவுக்குப் போகும். அவற்றுக்குச் சற்றும் குறையாத, ஆனால் வெளியே தெரியாத ஆசிரியக் குற்றங்கள்.

என்றாலும் இதுபோல் ஓரிழிவைச் சந்தித்ததில்லை எனத் தோன்றியது.

தலைமை ஆசிரியர்களுக்கென்றே நாட்டில் பிரப்பங் கொடிகள் தழைக்கின்றன. மேலும் அன்று அவர் சபாரி சூட் அணியும் சிறப்பான தினமும் இல்லை. கை தூக்கிப் பிரம்பு வீசுவது வசதிக் குறைவாக இல்லை.

'விஷ், விஷ்' என்று காற்றைக் கிழிக்கும் ஓசை. கைமாற்றக் கூட அனுமதிக்கவில்லை. கன்னிச் சிவக்கும் கையைத் தடவியவாறு அடுத்த அடிக்குக் கைநீட்டி . . . முதலில் கை நீட்டியவனுக்கு ஆறு பிரம்படிகள் மனதில் வாங்கிக் கொண்டு நின்றான்.

"திங்கட்கிழமை அப்பாவைக் கூட்டீட்டு வந்து என்னைப் பாத்த பொறவு வகுப்புக்குப் போனாப் போரும். மக்கமாருக்க யோக்கியதையை அப்பம்மாரும் அறியட்டும்."

பிரம்படிகள் ஒன்றும் புதியன அல்ல பள்ளிகளில். ஆனால் 'கூ'வெனப் பள்ளி வளாகமெங்கும் செய்தி பரந்து கிளைத்தது. இப்படியொரு பாதகத்தை இப்போதுதான் முதன் முதலில் கேள்விப்படுவதான ஆசிரியை முகபாவனை கள். சன்னஞ்சன்னமாக விவரிப்புக் கேட்டு இறுதியில் மிகையான நாண முக வலிப்புகள்.

இனி இதைக் கொண்டுபோய் வீட்டில் விளம்ப வேண்டும். அடிபட்டுக் கனத்துச் சிவந்த வலி தெறித்தது. மனது கையை விடவும் கன்றிப் போயிருந்தது.

இன்று, இனிமேல், உயிர் கொல்லும் அம்பு துளைத்த வலியில் இருந்த வாலிக்கு நற்கதி இல்லை எனும் நினைப்புடன் வகுப்பு நோக்கி நடந்தார் தமிழய்யா.

O

காலை வகுப்புக்கள் தொடங்கி நாள் நடந்துகொண்டிருந்தது. மூன்று தகப்பன்மாரும் காலை ஒன்பதரைக்கே வந்துவிட்டனர். என்றாலும் உடனே விளித்து விசாரிப்பதும் அறிவுறுத்துவதும் அதிகார தர்மத்துக்கு முரணானது என்பதால் ஒரு மணிநேரமாக நெளிந்துகொண்டு நின்றிருந்தனர்.

மூன்று மாணவரும் சற்று விலகி, தமக்குள் உரையாடக் கூட வகையற்று, மரத்தைப் பார்ப்பதும் நிழலைப் பார்ப்பதும் பறக்கும் காகங்களைப் பார்ப்பதும் நடமாடும் முகங்களைத் தவிர்ப்பதுமாகப் பயின்று கொண்டிருந்தனர். வன்மமும் இளக்காரமும் அனுதாபமுமாய் புறச்சாயைகள் அவர்கள் மேல் மாறிமாறி விழுந்தவாறு இருந்தன.

நகராட்சிப் பள்ளிக்குப் பையன்களை அனுப்புவர்கள் வங்கி ஊழியராகவோ, பொறியியல் மருத்துவ வல்லுனர்களாகவோ, வருவாய்த்துறை வணிக வரித்துறை ஊழியர்களாகவோ, அரசு போக்குவரத்து ஊழியர்களாகவோ, ஆசிரியர்களாகவோ இருப்பதில்லை. நகரில் துணிக்கடையில் வேலை செய்யும் ஒருவர் அனுமதியில் வந்திருந்தார். இன்னொருவர் சுவருக்கு வெள்ளை அடிப்பவர், அன்று வேலை ஏதும் இல்லை. மூன்றாமவர் நகராட்சிச் சந்தையில் சுமடு தூக்குபவர். காலையில் சந்தைக்குப் போய் வாழைக் குலைகள், வாழை இலைக் கட்டுக்கள், தேங்காய் மூடைகள், சேனை, வெள்ளரி, இளவன், பூசணி மூடைகள் என ஒரு தத்தி இறக்கிப் போட்டுவிட்டு, சாக்கைக் குத்தித் தூக்கும் கொக்கியை இடுப்பில் செருகியவாறு, தலை முண்டு அவிழ்த்து பாயும் வியர்வையைத் துடைத்து, பாரம் சுமந்து உச்சி மண்டையின் மயிரெல்லாம் பறிபோன மீதித் தலைமயிரைக் கையினால் கோதி, ஒரு பீடி பற்ற வைத்துவிட்டு வந்து நின்றார்.

தமிழய்யா சென்று நாற்காலியில் கம்பீரமாய் உட்கார்ந்த பிறகு, இறை முறை பிழையாத வாயிலோன், பெற்றோர்களையும் மாணவர்களையும் கூப்பிடப் போனான்.

அறுவர் முகத்திலும் இரத்தம் வற்றிக் கிடந்தது. தலைமையாசிரியரும் தமிழய்யாவும் இரட்டை நாயனங்கள்

போல ஜனரஞ்சக ராகங்களில் மாறிமாறிப் பொழிந்து கொண்டிருந்தனர்.

"இப்பிடியாவே பிள்ளை வளக்கது? பள்ளிக்கூடத்துக்கு மானமே போச்சு... அவ்வளவு அவசரம்ணா சீக்கிரமே பொண்ணு கெட்டி வைக்க வேண்டியதுதானே! இவுனு களைப் பாத்து மத்த பயக்களுமில்லா கெட்டுப் போவானுக! நிக்கானுக பாருங்க கல்லுளிமங்கன் மாதிரி. பத்து நாள் சஸ்பெண்ட் செய்தாத்தான் சரியாகும்..."

தழைந்த குரலில் ஒரு தகப்பனார் சொன்னார்.

"தப்புத்தாங்க... நாங்களும் கண்டிச்சாச்சு... இனிமேல் இப்பிடி நடக்காது... இந்த ஒரு தடவை மன்னிச்சு விட்டி ருங்க... சின்ன பயக்கோ... அறிவு கெட்டத் தனமா செய்திட்டானுக..."

"ஆமாங்க... இந்த ஒரு தடவை..." இரண்டாவது தகப்பனார்.

மூன்றாவது தகப்பனாரைப் பார்த்துத் தலைமையாசிரியர் கேட்டார்.

"ஒமக்கென்னவே? வாயிலே நாகரம்மன் கோவில் பிரசாதமா கெடக்கு? கட்ட மண்ணுமாதிரில்லா நிக்கேரு?"

"தெரியாமச் செய்திட்டான்யா... பெரிய மனசு பண்ணி..."

"என்னவே தெரியாம? கலியாணம் கழிச்சு வச்சா, அடுத்த வருசம் ஒம்மைத் தாத்தா ஆக்கீருவான். பிள்ளை களை ஒழுங்கா வளக்கணும்வே. இது சந்தை கெடையாது, பள்ளிக்கூடமாக்கும். பள்ளிக்கூடம்ணா கோயிலு மாதிரிவே... நீரு பள்ளிக்கூடத்துக்குப் போயிருக்கேரா? பள்ளிக்கூடத்துக் கெல்லாம் ஒழுங்கா போயிருந்தா என்னத்துக்கு சந்தையிலே செமடு தூக்குகேரு?"

"ஐயா, நீங்க சொல்லுகது எல்லாம் சரிதான். தப்புத் தான். கால்லே விழுந்து மன்னிப்புக் கேக்கேன். நேத்தே வீட்டிலே நல்ல வெள்ளாவி வச்சேன். இனிமே செய்ய மாட்டான். இந்த முறை விட்டிருங்கோ..."

"என்ன வே? ரெம்ப லேசாகச் சொல்லீட்டீரு!"

“பின்னே என்ன செய்யச் சொல்லுகியோ? பையனை வெசம் வச்சுக் கொண்ணு போட்டிரட்டா... தப்புத்தான். பள்ளிக்கூடத்திலே செய்யக்கூடிய காரியம் இல்லேதான். ஆனா உலகத்திலே யாருமே செய்யாதது மாதிரி... நீங்க செஞ்சதில்லையா? தமிழ் வாத்தியாரு செஞ்சதில்லையா? உலகத்திலே அதைச் செய்யாத ஆம்பிளை உண்டாய்யா? பள்ளிக்கூடத்திலே செய்திட்டான். சவம் சின்னப் பயக்கோ புத்தியில்லே... கொழுப்பு... தப்பு ஆகிப்போச்சு. அந்தால காதுங் காதும் வச்சாப்பில்லே கூப்பிட்டு கண்டிச்சு புத்தி சொல்லி அனுப்புவேளா? அதை விட்டுப் போட்டு பள்ளிக் கூடம் பூரா நாற அடிச்சு, ஊரெல்லாம் கேவலப்படுத்த, புள்ளைகளைத் தண்டிக்கலாம்யா! அவமானப் படுத்த லாமா? இனி இந்தப் பயக்கோ மத்த பிள்ளையொ முகத்திலே, வாத்தியாருமாரு முகத்திலே எப்பிடி முழிக்கும்? உமக்கு ஆம்பிளைப்பிள்ளை இருக்காய்யா? உம்ம மகன் இந்த வேலையை செய்யச்சிலே நீரு பாத்துட்டா என் செய்வேரு? போலீஸ்டேஷன்லே போயிப் பராதி கொடுப்பேரா? முச்சந்தி யிலே தட்டி எழுதி வைப்பேரா? உம்ம மாதிரி ஆளுகள் கிட்டே படிச்சா பிள்ளையோ இப்படித்தான்யா நடக்கும்! இதைவிட சுமடு தூக்கியோ செங்கல் சுமந்தோ பொழைக்க லாம்... வாலே மக்கா போகலாம்... பள்ளிக்கூடம் நடத்து கானுகோ பள்ளிக்கூடம்... இதுக்கு கசாப்புக் கடை நடத்த லாம்... நாறத் தேவடியா மவனுகோ...”

எப்படியும் கைகலப்பு ஏற்படும் என ஓடி உதவிக்குப் போகும் தயார் நிலையில் நின்ற வாயிலோனுக்கு ஏமாற்றமாக இருந்தது.

இந்தியா டுடே, ஏப்ரல் 2000

சாலப்பரிந்து . . .

அசைவுகள் ஒடுங்கிய பின்புதான் எல்லோருக்கும் தகவல் சொல்லத் தொடங்கினார்கள். நெடு நாட்க ளாய் புழு அரித்து வலி கிளைத்துக்கொண்டிருந்த கடைவாய் பல்லைப் பிடுங்கிய ஆசுவாசம் மனதில் புகுந்தது. முதுமையுடனும் நோயுடனுமான போராட் டம். வாழ எந்த முனைப்பும் அற்று வலியும் வேதனையும் சுமந்த உயிர், போய்ச் சேர்ந்தாற் போதும் என்று சலித்து . . .

சலித்துப் போனவரெல்லாம் செத்துப்போய் விடுகிறார்களா? சலிப்பென்பதே சமயத்தில் ஒரு பூச்சு, திரை, முகமூடி, கேடயம். கிழவிக்கு உண்மையிலேயே சலித்துப் போயிருக்க வேண்டும். உயிர் தின்னும் வாழ்க்கையுடன் போராடிக்கொண்டிருந்தபோதெல் லாம் வராத சலிப்பு. வாழ்க்கையில் வலிகளும் இருந் தன, தற்காலிகமாகச் சில நிவாரணங்களும் இருந்தன.

கோழி கூவியவுடன் எழுந்து, முந்தின நாள் இரவே சாணம் மெழுகிக் கோலம் போட்டு உலர்ந்திருந்த அடுப்பங்கரையில் தீப்பெருக்கி, பித்தளை இட்டிலிக் கொப்பரையில் தண்ணீர் ஊற்றி, இரண்டு தட்டிலும் பழுத்து மங்கிய இட்டிலித் துணி விரித்த அளவாய் மாவூற்றி, பிசகாமல் குட்டுவத்தில் வைத்து மூடி – முதல் தட்டு அவியச் சற்று அதிக நேரம் ஆகும்.

தினமும் நா நாழி புழுங்கல் அரிசி இட்டிலிக்குக் கொவரப் போடுவாள். நான்கு நாழி அரிசிக்கு ஒரு நாழி உளுந்து. துணியில் ஒட்டாமல் ஓரங்கள் பிய்ந்து போகாமல் அளவான வடிவங்களில் குட்டுவமாய் அவித்து முடிப்பதற்குள் தேங்காய் திருவி ஆட்டுரலில்

போட்டு அரைத்து, தாளித்து சட்டினியை ஈயம் பூசிய பித்தளை வாளிக்கு மாற்றி . . .

நடுவில் ஆற்றுக்குப்போய் இரண்டு குடம் தண்ணீர் பிடித்துக்கொள்ள வேண்டும். இட்டிலி அவித்து முடித்ததும் குளித்து, தலை சிக்கெடுக்க நேரம் இருக்காது. அப்படி பின்தொடை வரை தொங்கும் அளக பாரமும் இல்லை. தலையைப் பக்கவாட்டில் வாக்காகச் சாய்த்து, கையால் தட்டி ஈரம் போக்கி, கோடாலி முடிச்சுப் போட்டு . . .

பாலில்லாமல் ஆற்றிய கருப்புக்கட்டி காப்பியில் இரண்டு தம்ளர்கள் குடித்தபின் துளிர்க்கும் வியர்வையை முந்தானையால் ஒற்றியெடுத்து, மகனை எழுப்பும்போது முதல் பஸ் பூதப்பாண்டிக்குப் போகும்.

பனை நார்ப் பெட்டியில் வாழை இலைபோட்டு, அவித்த இட்டிலிகளை வரிசையாய், அளவான சூட்டில் ஒன்றுடன் ஒன்று ஒட்டி விடாமல் அடுக்கி, மேலே வாழை இலை போட்டு மூடி, அளவாய்க் கிழிக்கப்பட்ட துண்டு வாழை இலைகள் அடுக்கி . . .

கால் எட்டிப் போட்ட நடை. ஒரு கை தலைமீது இருக்கும் பனை நார்ப் பெட்டிமீதும் மறு கை சட்டினி வாளியைத் தூக்கியவாறும். முதலில் மறக்குடி, பிறகு நாடாக்குடி, அதன் தொடர்ச்சியாய்க் காலனி என்று அட்டவணை போட்டு முடுக்கிவிட்ட யந்திரம் போல. இட்டிலியில் மாற்றமில்லை. சட்டினியில் மாற்றமில்லை. காளியம்மை இட்டிலிக்கார அக்காவாக இருந்தபோது காலணாவாக இருந்தது, இட்டிலிக்கார அம்மாளானபோது இரண்டணா ஆகி, இட்டிலிக்கார பாட்டி ஆனபோது எட்டணா ஆகியது.

பாதிக்கு மேல் கடன் போய்விடும். சில வீடுகளில் நெல்லாக, புழுங்கலரிசியாக, இரண்டோ மூன்றோ தேங்காயாக ஈடாகும். இட்டிலி விற்றுப் பிழைக்கும் பெண் பிள்ளையிடம் கடன் சொல்பவர்கள் காப்பும் அட்டியலும் சித்துருவும் திருக்குப்பூவும் பாம்படமும் அணிந்தவராகவா இருப்பார்கள்? கைப்பிள்ளைக்கு வாங்கினார்கள், காய்ச்சல் காரப் பிள்ளைக்கு வாங்கினார்கள், சீக்கு வந்து படுத்துக் கிடந்த வயசாளிகளுக்கு வாங்கினார்கள்.

ஒன்பது மணிக்குள் விற்காது போன, உடைந்த உதிரி இட்டிலிகளைக் கொண்டு காளியம்மை வீடு திரும்பும்போது மாலையப்பன் பள்ளிக்குப் புறப்பட்டிருப்பான். ஆண்டுக்கு

முன்னூற்று அறுபத்தைந்து நாளும் அவனுக்கு காலைச் சிற்றுண்டி இட்டிலி, மதிய உணவும் இட்டிலி, இடைப் பட்ட நேரத்தில் அரிசியும் உளுந்தும் ஊறப்போட்டதைக் களைந்து, ஆட்டுரலில் அரைத்து வழித்து விரவி வைக்க வேண்டும். என்றும் ஒரே மாதிரியாக இருக்கும் நிறம்போன கண்டாங்கி. அதுவே உள்ளாடை. அதுவே மேலாடை. கண்டாங்கிக்குள் குதித்துக்கொண்டிருந்த பால்மடு, வற்றிச் சுருங்கி சுருக்குப் பை போல ஆனபோதும் காளியம்மை இட்டிலி அவித்துக்கொண்டிருந்தாள்.

நெற்றியில் குங்குமம் இருக்கும். மஞ்சள் தேய்த்துக் குளித்த மினுக்கம் இருக்கும். எவர் வீட்டிலோ விசேசம் என்றால் வாயில் வெற்றிலை இருக்கும். கொண்டையில் துண்டு பிச்சிச்சரம் அல்லது செவ்வந்தி புகுந்திருக்கும்.

மலையப்பனைப் பெற்று, பிறந்த நாள் கழியுமுன் ஓடிப்போன மாப்பிள்ளையைப் பற்றி இன்னும் ஒரு துப்பும் கிடையாது. சாமியாராகிக் காசிநகர் மடம் ஒன்றில் இருக்கிறான் என்கிறார்கள். செத்துச் சுண்ணாம்பாகப் போயிருப்பான் என்கிறார்கள். கால் வெடிப்புகளைத் தோற்கடிப்பதாக இருந்தன அவள் மனவெடிப்புகள்.

தேய்ந்துபோனதோர் பழந்தாலியும் நெற்றிக் குங்குமமும் தவிர வேறு பொருளற்றுப் போனதோர் இல்வாழ்க்கை. தவறாது வந்த மாதவிடாய் போல அவன் நினைவு வந்தது கொஞ்ச நாட்கள். அதுவும் நின்று போனது.

வளர்ந்ததே தெரியாமல் வளர்ந்தான் மலையப்பன். பள்ளிப்படிப்பு முடிந்ததும் மூன்றாண்டுகள் தொழிற்பயிற்சி போனான். அவன் வருமானம் அவனுக்கே போதவில்லை. கடல் நீல நிறத்தில் கால்சராயும் கோட் போன்ற அரைக்கைச் சட்டையும் கிரீஸ்ஸும் ஆயிலும் புகுந்த நகக் கண்களுமாய் இரண்டு வேளைச் சாப்பாடு தொழிற்சாலை கேன்டீனி லும் ஒரு வேளை வெளியிலுமாய் நாட்கள் வளர்ந்தன சென்னையில்.

காளியம்மைக்கு குடியிருக்க வீடொன்று உண்டு. கடனுக்கு விற்ற இட்டிலிகளுக்கு ஆறுமாதத்திற்கு ஒருமுறை வசூலாகும் நெல் சாப்பாட்டுக்குப் போதும். ஒழுகிய மூக்கும் சூம்பிய கைகால்களும் முன் தள்ளிய வயிறும் கண்களில் நிரந்தர ஏக்கமும் அலுமினியத் தட்டங்களும் இருக்கும்வரை அவளுக்கு இட்டிலி விற்கும். அந்த ஊரில் இரண்டு கிளப்புக் கடைகள் இருந்தன. ஆனால் அவளுக்குப் போட்டி அல்ல.

மலையப்பனுக்கு வேலை நிரந்தரமானபோது நிறையச் சம்பளம் வந்தது. சாப்பாட்டுக்குச் சிரமமாக இருக்கிறது என்றான். சின்னதாய் வீடு வாடகைக்குப் பிடிக்கலாம் என்றான். இனியும் எதற்கு ஆட்டுரலில் அரைபட்டு இட்டிலிக் குட்டுவத்தில் வெந்து மாள வேண்டும் என்றான்.

காளியம்மையைப் பிடுங்கி நடுவது அவ்வளவு எளிதாக இல்லை. என்றாலும் வழிச்சுத்தமுள்ள, குடும்பப் பாங்கான, வசதியான வீட்டில் மகனுக்குப் பெண்ணெடுத்த பிறகு, மகனும் மருமகளும் வருந்தி வருந்தி அழைத்தபோது ஊர்க் காரர்களும் உறவினர்களும் மகனோடு போய் இருப்பது தான், நல்லது கெட்டதுக்கு ஆகும் என்றபோது அரை மனத்துடன் சம்மதித்தாள்.

மருமகளுக்கு மாநகராட்சிப் பள்ளியில் வேலை கிடைத்தது. பழகிய மாமியார் அலுத்துப் போனாள். அக்கம் பக்கத்தில் பேசுவது மருமகளுக்குப் பிடிக்கவில்லை. நாகரீகக் குறைவாக இருக்கிறது என்று ஐம்பது கழிந்த பிறகு மேல் சட்டை போடச் சொன்னாள். காளியம்மை மகனிடம் சொன்னாள், "ரெண்டு உள்பாடியும் வாங்கித் தாலே, போட்டுக்கிட்டு அலையுதேன்."

காலையில் சமையலாகிவிடும். பெரும்பாலும் மத்தியானத்துக்கு எலுமிச்சை சாதம், தக்காளி சாதம், தேங்காய் சாதம், புளிசாதம், வெஜிடபிள் பிரியாணி... மாமியாருக்கு மத்தியானச் சாப்பாடு எடுத்து மூடி வைத்திருப்பாள்.

படுக்கையறை சாமான்கள் அறை எல்லாம் பூட்டி சாவியைக் கொண்டுபோய்விடுவார்கள். டி.வி. படுக்கை அறையில் இருந்தது.

இதற்கு இட்டிலி சுமக்கும் வாழ்க்கை பெரிதெனத் தோன்றியது. தனியே ஊருக்கு வர வழி தெரியாது. எங்கு போய் ரயில் பிடிக்க வேண்டும் என்பதும் எங்கு இறங்க வேண்டும் என்பதும் டிக்கட்டுக்கு எத்தனை ரூபாய் வேண்டும் என்றும் கூடத் தெரியாது.

வேலையை விட்டு வந்த பிறகும் மலையப்பனோ மருமகளோ அவளிடம் அதிகம் பேசுவது கிடையாது. தேங்காய் திருவவோ, உள்ளி உரிக்கவோ, கீரை ஆயவோ, பீன்ஸ் அரியவோ என ஏவும் கட்டளைச் சொற்கள். வீடு பெருக்குவது, துடைப்பது, பாத்திரம் கழுவுவது, துணி துவைப்பது எல்லாம் வீட்டில் ஆட்கள் இல்லாதபோது.

சாலப்பரிந்து . . .

மாப்பிள்ளைக்காரன் போனதுபோல் ஊரைவிட்டு எங்காவது ஓடிவிடலாமா என யோசித்தபோது மருமகள் கர்ப்பமானாள். சாக்கோட்டி மாதங்கள். பிறகு சூலழைத்தல். தனியாக இருந்த மகனுக்கு சமைத்தல். குழந்தை வந்த பிறகு பிள்ளை குளிப்பாட்டுதல், பீத்துணி கசக்குதல், பிள்ளைக்குச் சாப்பாடு கொடுத்தல், பால்குடி வல்லந்தமாக மறக்கடிக்கப் பட்ட பிறகு ஒன்பதாவது மாதத்தில் இருந்து பேரன் காளியம்மையுடன் படுத்துக்கொள்வான். பால் முலை தேடிப் பரிதவித்த பேரனுக்கு, வறண்டு போன தன் முலையைச் சவைக்கக் கொடுத்தாள்.

பேரனுக்கு மூன்று வயதானபோது அடுத்த குழந்தை வந்தது. சம்சார சாகரத்தில் இருந்து மீளமுடியவில்லை.

புறநகரில் சற்றுப் பெரியதாய் வீடுகட்டிக் கொண்டார்கள். குடிவரும்போது எறிந்த பழைய உபயோகமற்ற பொருட்களில் காளியம்மைக்குரிய தகர டிரங்குப் பெட்டியும் இருந்தது.

ஊரில் இருந்த வீடும் விலையாகிப் போயிற்று. அலுமினியத் தட்டேந்தி இட்டிலி கேட்டு நிற்கும் குழந்தைகளின் முகங்கள் எப்போதேனும் கனவில் வரும்.

காளியம்மைக்கு ஒரு அறையும் ஒற்றைக் கட்டிலும் உல்லன் போர்வையும் துணிக்கொடியும் அதில் நான்று கிடக்கும் இரண்டு பதினாறு முழம் கண்டாங்கிகளும்.

குங்குமம் தீர்ந்து போனபோது ஒட்டும் பொட்டு வாங்கித் தந்தாள் மருமகள். கிட்டத்தட்ட வீட்டோடு தங்கும் சம்பளமில்லாத வேலைக்காரி ஸ்தானம். வீட்டுக்கு விருந்தாளிகள் வந்தால் அறையில் இருந்து வெளியே வரக்கூடாது. வீட்டில் ஆட்கள் இருந்தாலும் இல்லாவிட்டாலும் முன்னறையில் காற்றாட 'அம்மாடி' என முந்தானை விரித்துப் படுக்கக் கூடாது.

மாலையப்பன் அம்மா என்று கூப்பிட்டே ஐந்தாறு ஆண்டுகள் இருக்கும். ஊரை விட்டு நகர்ந்து வந்த தன் முட்டாள்தனத்தை நொந்து கொள்ளாத நாட்கள் கிடையாது. சம்மந்தக்காரர்கள் வரும்போது மரியாதைக்காக இரண்டு வார்த்தை பேசுவார்கள். சமீபத்தில் யாரெல்லாம் இறந்து போனார்கள் எனும் தகவல்கள் கிடைக்கும்.

பேரனுக்குப் பதினேழு வயதாயிற்று என்பதனால் தான் ஊரை விட்டு வந்து பதினெட்டு ஆண்டுகள் ஆயின என்பது தெரியும் கிழவிக்கு.

பேரன் பேத்திகளுக்கு கிழவி தொட்ட எதுவும் அசிங்கம், அழுக்கு, அருவருப்பு.

சாலைத் திருப்பில் இருக்கும் பிள்ளையார் கோவிலுக்கு போவாள் கிழவி. கால் நீவிக்கொண்டே உட்கார்ந்து கதை பேச மண்டபம் இருந்தது. சற்று நேரம் இருந்துவிட்டு இருட்டு முன் வீடு திரும்ப அனுமதி இருந்தது. திரும்பியதும் தென்படும் மருமகள் முகத்தில் எகத்தாளம் இருக்கும். ஒருநாள் கேட்டாள் "என்னா? பிள்ளைவரம் கேக்கப் போனேளா?"

தானொரு அதிகப்பற்றாகிப் போய்ப் பல்லாண்டுகள் ஆகிவிட்டன எனத் தெரியும் கிழவிக்கு. ஆனால் அவமான மும் பட வேண்டியதிருந்தது.

'எனக்கொரு சாக்காலம் வரமாட்டங்கே! என்னைப் பெத்த அய்யா, என்பது தினசரி மனமுருகல்.

கடவுள், சற்று முயற்சிதான் செய்து பார்ப்போமே என ஆட்டோ ரிக்ஷா வடிவத்தில் வந்தான். உயிர் போகவில்லை. ஆனால் இரண்டு செப்பும் நகர்ந்துவிட்டன.

எல்லாம் படுக்கையில் ஆயிற்று. உணவு, தண்ணீர், பீ, மூத்திரம்... மருத்துவம் என்பது கிழவியை மீட்பதற்கான போராட்டமாய் இருக்கவில்லை.

ஊரில் ஆடைக்கும் கோடைக்கும் காலை ஆறு மணிக்குக் குளிப்பவள் தலை தண்ணீர் கண்டு மாதங்கள் ஆயின. வாரம் ஒரு நாள் வரும் செவிலி, உடம்பு துடைத்து, உடை மாற்றிக் கிடத்திவிட்டுப் போவாள். கதவைத் திறந்தால் உலும்பு வாடை எனக் கிழவியின் அறையைச் சாத்தியே வைத்தார்கள். தினமும் ஊதுபத்தி கொளுத்தி வைத்தனர். ஊதுபத்தி நாற்றத்தை விரட்டாது கொஞ்சம் மறைக்கப் பார்த்தது.

அடிக்கடி செலவாதிக்குப் போகும் சிரமம் கருதி உணவும் தண்ணீரும் குறைத்தாயிற்று. சிலசமயம் காலையில் சாப்பிட்ட தட்டு மாலை வேலைக்காரி வரும்வரை ஈயரித்துக் கிடக்கும்.

யாருக்கும் பொருட்டில்லாத, இருப்பே கூட அறிந்திராத சீவன் முன்னால் சாவு கிளியாந்தட்டு மறித்துக்கொண்டு கிடந்தது.

கிழவிக்கே மறந்து போயிற்று. எத்தனை நாட்களாய்க் கிடக்கிறோம் என்று. வீட்டில் எந்தக் கொண்டாட்டத் துக்கும் குறைவில்லை. சீரணமாகாமல் பேதி ஆகும் எனக் கிழவிக்கு எளிய உணவுகள். இரண்டு இட்டிலி, ரசம் சோறு, ரவைக் கஞ்சி...

சாலப்பரிந்து... 119

“கண்டதைத் திண்ணுக்கிட்டு கழிஞ்சுக்கிட்டுக் கிடந்தா யாரு பீ வாருகது?”

உடல் ஒடுங்கிக்கொண்டு போயிற்று.

எலும்புகள் கூட நீளமும் கனமும் குறையும் போலும். பன்னிரண்டு வயதுச் சிறுமியின் உடல் போலாயிற்று. கழுத்தில் ஒரு கையும் ஒய்ந்திருந்த துடைகளில் மறுகையு மாய் செவிலி ஒற்றைக்குத் தூக்கித் துணிகள் மாற்றினாள். காலமெல்லாம் கண்டாங்கி சுற்றி நடந்தவள், வசதி கருதி பின்பக்கம் நாடாக்கள் வைத்துத் தைத்த அங்கி மட்டும் அணிவிக்கப்பட்டாள். எண்ணெயிட்டு முடியாத தலைமயிர் சடை பிடித்து, வெட்டி எறியப்பட்டு கிராப்பு போலாயிற்று.

நாட்களும் வாரங்களும் மாதங்களும் மறந்து கிடந்தாள் காளியம்மை. உடலில் இருந்த காளி செத்து ஆண்டுகள் ஆகி விட்டன. மனதில் இருந்த காளியும் செத்துக்கொண்டிருந்தாள்.

மகன் வந்து எட்டிப் பார்த்து எத்தனையோ நாட்கள் இருக்கும். மருமகள் செவிலியை மேற்பார்க்க வருவாள். வேலைக்காரி தினமும் வருவாள். பேரனுக்கும் பேத்திக்கும் அந்த அறை துர்க்கந்தக் கிடங்கு.

முன்னிரவில், எல்லோருக்கும் சாப்பாடு ஆனபின், கிழவிக்கு ரவைக்கஞ்சி கொடுக்கப் போன வேலைக்காரி சொன்னாள். “பெரியம்மா கிட்டே அனக்கமே இல்லை.”

ஒடுங்கிவிட்டாள் கடைசியில் எனத் தோன்றி மகனுக்குச் சற்றே கண்கள் கலங்கின.

மருமகள் வீட்டை ஒதுங்க வைக்கப் போனபோது மகன் தந்தி கொடுக்கவும் ஃபோன் செய்யவும் போனான். காலையில்தான் சவம் எடுக்க முடியும். ‘அமரர் ஊர்தி’ அல்லது ‘சொர்க்க ரதம்’ ஒன்றுக்குச் சொல்ல வேண்டும்.

வேலைக்காரி, தலைமாட்டில் விளக்கு கொளுத்தி வைத்தாள். கட்டு ஊதுபத்தி கொளுத்தி வைத்தாள். எட்டிப் பார்த்த பக்கத்து வீட்டுக்காரர்கள், காத்திருந்து பயனில்லை என்றும் காலையில் வரலாம் என்றும் புறப்பட்டுப் போனார்கள்.

அது மாநகரம். ஊர் என்றால் சாவு வீட்டில் பிணம் கிடக்கும்போது, இரவெல்லாம் கூட்டம் கண்ணடையாமல் காத்துக்கிடக்கும். எப்போதாவது ‘ஏ! என்னப் பெத்த அம்மா’ என முனகலாகவேனும் அழுகை கேட்கும். வீட்டில் தீப்பெருக்க மாட்டார்கள். பக்கத்து வீட்டுக்காரர்கள்தான்

கருப்புக்கட்டிக் காப்பி போடுவார்கள். பிணம் எடுப்பது வரைக்கும் ஊரில் எந்தக் கோயிலும் நடை திறக்க மாட்டார் கள். கடவுள்கள் கருப்புக்கட்டிக் காப்பி குடிப்பதும் இல்லை.

"காத்தால வாறம்மா" என வேலைக்காரி போய்விட் டாள். அவளுக்கு இனியொருமுறை வீட்டுக்குப் போய் குளிக்க வேண்டும்.

கிழவியின் அறையை வெளியே சாத்தி, கொண்டி போட்டுவிட்டு எல்லோரும் படுக்கப் போனார்கள்.

சவம் எடுக்க முற்பகல் ஆகிவிடும். ஊரில் இருந்து சொந்தக்காரர் சிலர் வருவார்கள், சம்மந்தக்காரர்கள் வருவார்கள்.

நல்லவேளையாக அடுத்தநாள் ஞாயிற்றுக்கிழமையாக இருந்து, தொழிற்சாலை நண்பர்கள் சிலர் மலர்வளையம் கொண்டு வருவார்கள். பழக்கமுள்ள சிலர் வருவார்கள்.

மாலையப்பனுக்கு உறக்கம் பிடிக்கவில்லை. பழைய சினிமா ஒன்றின் துண்டுக்காட்சிகள். சிலந்தி வலை பின்னிய ஞாபக இடுக்குகள். கேவியழவும் அச்சமாக இருந்தது. மனைவி கேட்பாள் "என்னா? அம்மா மேல பாசம் பொத்துக்கிட்டு வருதாங்கும்?"

ஓசையின்றி எழுந்து, படுக்கை அறையைவிட்டு வெளியே வந்தான். பிள்ளைகள் அவரவர் அறைகளில் தாளிட்டு உறங்கிக்கொண்டிருந்தனர். நகரம் எழுப்பும் அரண்கள் குண்டு துளைக்க முடியாதவை.

காளியம்மையின் அறைக்கதவைச் சத்தமின்றித் திறந்து எட்டிப் பார்த்தான். அடைத்திருந்த ஊதுபத்திப் புகைச் சுருள்கள் மொத்தமாய் வெளியே வந்து தாக்கின. விடிவிளக்கு எரிந்துகொண்டிருந்தது. கெட்டுவிடும் போலிருந்த பித்தளை நிலைவிளக்கைத் தூண்டப்போனான்.

தூண்டியபின் அம்மா முகத்தை உற்றுப் பார்த்தான். வறண்டு, பொருக்குத் தட்டி வெளிறிய முகம். குப்பென அழுகை பொங்கியது. அடக்கிக்கொண்டு அம்மா முகத்தையே பார்த்தான். மெலிதாக மூச்சுப் பிரியும் அனக்கம் இருப்பது போல்... கண் இமைக்குள் கண்கள் சலிப்பதுபோல்...

மாலையப்பனுக்கு குப்பென வியர்த்தது.

ஓடிப்போய் மனைவியை எழுப்பினான்.

"ஏ! எந்திரி... அம்மை சாகல்லே... உசிரு இருக்கு..."

உறக்கக் கிறக்கத்திலே சொன்னாள்...

“உசிரு இருக்குண்ணா எடுத்து ஒக்கல்லே வச்சுக் கிடுங்கோ . . .”

“எந்திரிச்சு வாறயா நீ? மூச்சுப் போகு . . .”

இதென்ன இழவாய்ப் போயிற்று என எழுந்து உட்கார்ந்தாள்.

“சொப்பனம் கண்டேளா? ராத்திரி எந்திரிச்சு கரிசனமா அம்மையைப் பார்க்கப் போனேளாக்கும்? மனப்பிராந்தி யாட்டு இருக்கும். விளக்க அணைச்சுக்கிட்டு படுங்கோ . . . விடிஞ்சா ஊருப்பட்ட வேலை இருக்கும். குறுக்கு செத்துப் போகும் . . .”

“நீ இப்பம் எந்திரிச்சு வாறையா?”

“சரி வாருங்கோ! அந்த சம்சயம் என்னத்துக்கு?”

உண்மையிலே கிழவியிடம் உயிர் இருப்பதற்கான அசைவுகள் இருந்தன.

“இப்பம் என்ன செய்யது? எல்லாத்துக்கும் தகவல் சொல்லியாச்சு, பத்து மணிக்கெல்லாம் ஆளுக வர ஆரம்பிச்சிரும். கூத்தால்லா போச்சு! கெளவி இப்பிடிப் போட்டுப் படுத்துகாளே!”

“இப்பம் எதாம் டாக்டர் இருப்பாரா?”

“என்னத்துக்கு? பட்ட பாடு காணாதா? நீங்களே யோசிச்சுப் பாருங்கோ . . . எத்தனை மாசமாகு? ஒரு இடத்துக்குப் போக முடியா, வர முடியா? இன்னும் ரெண்டு மாசத்திலே மூத்தவனுக்கு பரீச்சை ஆரம்பிக்கும். நான் இதோட கெடந்து எம்புடு நாளைக்கு மாரடிக்கது?”

“இப்பம் என்னை என்ன செய்யச் சொல்லுகே?”

“இப்பிடிக் கெடந்து கழுத்தறுக்காளே கெளவி! இப்பம் இருந்து என்ன செய்யப் போறா? காலம்பற ஆளு சனம் எல்லாம் வர ஆரம்பிச்சிரும் . . .”

திகைத்தாற்போல, ஹாலில் கிடந்த சோபாவில் தொய்ந்து போய் உட்கார்ந்தாள். மாலையப்பனுக்கும் வேறு என்ன செய்வது என்று தெரியவில்லை.

சற்று நேரம் பொறுத்து மௌனத்தின் கனம் ஆற்றாமல் கேட்டாள்.

“என்னங்க ஒண்ணு சொன்னா தப்பா நினைக்க மாட்டேளே?”

மாலையப்பன், அனிச்சையாய் "ம்?" என்றான்.

"பாத்ரூமிலே போயி அஞ்சாறு பக்கெட், குடம், பானை எல்லாத்திலேயும் தண்ணி நிறைச்சு வைங்கோ."

"ஏன்? என்னத்துக்கு?"

"அம்மையைக் குளுப்பாட்டிக் கெடத்தீருவோம்."

"உனக்கென்ன கிறுக்கு புடிச்சிற்றா?"

"எனக்கு கிறுக்கொண்ணும் புடிக்கல்லே... நல்லா யோசிச்சுத்தான் சொல்லுகேன். இதுலே ஒண்ணும் தப்பில்லே. மேலும் துன்பப்படாமே போய்ச்சேரட்டு..."

"இருந்தாலும்..."

"ஒரு இருந்தாலும் இல்லே... போயி தண்ணி நிறைங்கோ..."

பிள்ளைகள் எழுந்துவிடாதபடி, விழித்தாலும் உடனே எழுந்து வராமல் அறைக்கதவுகளை வெளித் தாழ்ப்பாள் போட்டு...

குழந்தையைத் தூக்குவதுபோல் மாலையப்பன் அம்மாவைத் தூக்கிக்கொண்டு போய் பாத்ரூம் சுவர் மூலையில் சாய்த்தாற்போல் உட்கார வைத்தான்.

ஆறு பக்கட்கள், மூன்று குடங்கள், இரண்டு பானைகள் தொடர்ச்சியாக இடைவெளி விடாமல் கவிழ்க்கப்பட்டன. கடைசிக் காற்றை வாங்கியது குடமா, பக்கட்டா, பானையா என்பதைப் பரம்பொருள் அறியலாம். எல்லாம் காலியான பிறகு, மூக்கருகே விரல்வைத்துப் பார்த்து...

எல்லாம் அடங்கிவிட்டிருந்தது.

திருநீறு குழைத்து நெற்றியில் பூசினான். கட்டிலை ஒழுங்குபடுத்தினான். கட்டிலில் கொண்டு கிடத்தி விளக்கைத் தூண்டினான். எரிந்து முடிந்திருந்த ஊதுபத்தி மாற்றிப் புதியது கொளுத்தி வைத்தான்.

எதுவோ குறைவது போலிருந்தது மருமகளுக்கு. படுக்கை அறைக்குப் போய் சிவப்பு நிற ஒட்டும் பொட்டை எடுத்து வந்து நெற்றியில் ஒட்டினாள்.

சுமங்கலியாய்ப் புறப்பட்டுப் போவது என்பது எவ்வளவு சிறப்பானது!

ஓம் சக்தி, மே 2000

பிணத்தின் முன் அமர்ந்து திருவாசகம் படித்தவர்

பட்டினத்தாருக்கும் திருஞான சம்பந்தருக்கும் கூட வேறுபாடு தெரியும் எனத் தோன்றவில்லை. ஒரு வேளை அப்பராக வந்த சினிமா நடிகரின் முகம் ஞாபகம் இருக்கலாம். என்றாலும் அவர்களுக்கோர் ஆசை. இறந்துபோன தகப்பனார் சிவலோக பிராப்தி அடைய அவர் சடலத்தின் முன்னமர்ந்து தேவாரம் ஓத வேண்டும் என்று நினைத்ததில் தப்பில்லை. ஆனால் தேவாரம் பாடுபவர் கிடைப்பது சிரமமாக இருந்தது.

தெற்கே தலைவைத்து வடக்கே கால் நீட்டி சடலம் கிடத்தப்பட்டிருந்தது. பெருவாழ்வு வாழ்ந்திருப்பார் போலும். பெருவாழ்வென்பது ரூபாய்க்கு ஓரணா வட்டி, காடு கரை, தோட்டம் துரவு, மாடு கன்று, வீடுமனை, பேரன் பேத்திகள் சேர்த்துப் பெருக்கித் தள்ளுவது. முற்றிலும் சிவச் சவமாகக் கிடந்தார் செட்டியார். நெற்றியில், மார்பில், தோள்களில் முன் கைகளில் குழைத்துப் பூசிய திருநீறு கறுத்த உடம்பில் புதிதாய் வெள்ளை அடித்ததுபோல பிரகாசித்தது. காதில் கிடந்த வெள்ளைக்கல் கடுக்கன்களும் மாரில் கிடந்த முல்லைப்பூ ஆரமும் சரிகைத் தலைப்பாகையும். சேர்த்துக் கட்டப்பட்டிருந்த கால் பெருவிரல்களும் நெற்றிச் சந்தனத்தில் ஒட்டிய வெள்ளி ரூபாயும்தான் பிணம் என்று சாற்றின.

பதினைந்தடிக்கு மேல் உயரத்தில் பழங்கால விதானம். பனங்கைகள் கரிய பாளங்களாய் மினுங்கின. நிறையச் சன்னல்கள் வைத்து, ஆத்தங்குடி கற்கள்

பாவிய, காற்றோட்டமும் வெளிச்சமும் கணக்குக் காட்டிய, நீள ஆழமுள்ள முன்னறை. செட்டியார் கிடந்த இடத்தை ஒழித்து பெண்கள் உட்கார பவானி ஜமுக்காளம் விரிக்கப் பட்டிருந்தது. அகலமான சன்னல்கள் வைத்த நோக்கத்தை முறியடிக்க, காற்றும் ஒளியும் புகாமல் நீண்டகாலமாய் அடைத்து வைத்திருந்தனர் போலும்.

ஆட்கள் சுற்றிவர இடம்விட்டு, கால்மாட்டில், சுவரோரம் உட்காரச் சொன்னார்கள். எந்தக் காலத்திலோ பெரியவர் பயன்படுத்திய கணக்குப் பிள்ளை மேசையும் உட்கார மணையும் போட்டு முன்னால் மைக் கொண்டு வந்து நிறுத்தி அதன் மண்டையை வாகாய்ச் சாய்த்து வைத்தனர். செத்த பிணத்துக்கு மைக் வைத்தால்தான் கேட்குமோ என்னவோ? ஒருவேளை பக்கத்துத் தெருவரை பழைய வைப்பாட்டியைப் பார்த்து வர ஆவி போயிருந்தாலோ?

கிழவர் தலைமாட்டில் எரிந்த விளக்குக்குத் தொந்தர வாக இருக்கும் என்றெண்ணி அந்த இடத்தில் தொங்கிய ஃபேனை நிறுத்தி வைத்திருந்தனர். இவ்வளவு நறுமணம் உள்ள ஊதுபத்தி எங்கு வாங்குகிறார்கள் என்று தெரிய வில்லை. அம்மையப்பன் பரமசிவத்துக்கே குதிரை லொத்தி யில் மட்டமான சென்ட் ஊற்றிப் பிசைந்து வாசனைச் சாந்தாக்கிக் குச்சியில் உருட்டிக் காயவைத்த ஊதுபத்திகள் தான். அந்த நாற்றத்தில் எப்படி இடது பதம் தூக்கி ஆடுவார்? வலது பதம் வைத்து ஓடத்தான் செய்வார்.

ஆழ்ந்து அகன்று கிடந்த அந்த ஹாலில் குழுமிக் கிடந்த மக்களின் வியர்வை நாற்றம், வாய்நாற்றம், கும்பி நாற்றம் கிழவர் சடலத்தைத் தொந்தரவு செய்யக்கூடாதென்றும் விலைகூடிய ஊதுபத்திப் புகையைச் சுருள விட்டிருக்கலாம்.

மனையில் அமர்ந்த பின்பு கண்ணாடியை எடுத்து மாட்டி, கைப் பையில் இருந்த திருக்கயிலாயப் பரம்பரைத் திருவாவடுதுறை ஆதீனம் இருபத்தி இரண்டாவது குரு மகா சந்நிதானம் ஸ்ரீலஸ்ரீ அம்பலவாணர் தேசிய சுவாமிகள் கட்டளையிட்டருளியபடி ஆயிரத்தித் தொள்ளாயிரத்தி எழுபத்தொன்றாம் ஆண்டில் வெளியிடப்பட்ட, பைன்ட் செய்த, மஞ்சள் அட்டை திருவாசகத்தை எடுத்துப் பிரித்தார். அவனருளாலே அவனடி போற்றி என மனதில் நினைத்தவர் கண்களில் தேவாரமும் திருவாசகமுமாகப் பொங்கியது.

அவரைப் போலவே புழங்கி புழங்கி ஊதிப் பெருத்திருந் தது புத்தகம். முப்பது ஆண்டுகளுக்கு முன்னால் எழுதிய

பெயர் விசித்திர மாய்த் தோன்றியது. பெயரழிந்து போய் விடும், வாழ்வழிந்து போன வர்க்கு எல்லாம்.

மனதுக்கு சிரமமாக இருந்தது ஓதுவாருக்கு. குனித்த புருவமும் கொவ்வைச் செவ்வாயும் தன்னைச் சினத்துடன் நெரிக்கின்றனவா அல்லது இளக்காரத்தில் எச்சில் உமிழ் கின்றனவா எனத் தெரியவில்லை.

என்னத்துக்கு மசத்தனமான இந்த இளக்காரம்? பொற் சபையிலும் சிற்சபையிலும் உட்கார்ந்து ஓதும்போது மாத்திரம் என்ன வாழ்ந்துவிட்டது? எவன் இரண்டு நிமிடம் நின்று கேட்டுப் போகிறான்? பித்தா என்றால் என்ன? பிறை சூடி என்றால் என்ன? ஆலால கண்டனுக்கே நஞ்சாகிப் போன மனிதர்கள்!

என்றாலும் மனம் பதைத்துக் கிடந்தது. அம்மை அப்பனைப் பாடும் வாயால் பழனியாண்டிச் சுப்பனை பாடு வேனோ என்று தியாகராஜ பாகவதர் காதில் முழங்கிக் கொண்டிருந்தார்.

புத்தகத்தை விரித்து எங்கிருந்து தொடங்கலாம் என்று யோசித்தார். புத்தகம்கூட ஒரு அத்துக்குத்தான். ஏழு வயதி லிருந்து திருமுறைகள் முழங்கிய நாவு. பற்கள் ஆடிக் கொண்டிருக்கின்றன. முன் கிடக்கும் சவம் போல கிடக்கும் நாள் வரையில் உண்ணும் நீர் தின்னும் வெற்றிலை எல்லாம் அவன்தான். 'அப்பனே எனக்கமுதனே ஆனந்தனே அகநெக அன்னூறு தேன் ஒப்பனே . . .'

சாகக் கிடக்கிறவன் நற்கதியடைய திருவாசகம் வாசிப்பது மரபுதான். ஆனால் செத்த பிணத்துக்கு வாசித்து என்செய? சுற்றி நடமாடும் பிணங்களுக்குத் தேவாரம் என்றால் தெரியுமா, திருவாசகம் என்றால் தெரியுமா? எல்லாம் ஒரேவிதமான ஓசை. 'இழும்' எனும் ஒலியுடன் அருவி வீழ்வது போல.

கண்களில் மறுபடியும் நீர் பெருகியது. 'சீதப்புனல் ஆடிச் சிற்றம்பலம் பாடி வேதப் பொருள் பாடி, அப் பொருள் ஆமாபாடிச் சோதித் திறம் பாடி சூழ் கொன்றைத் தார் பாடி' என்று பாடிய நாவால் செத்த பிணத்தின் முன்னமர்ந்து பாட வைத்து விட்டாயே சுடலையாடிய பாவி!

நாலாம் நூற்றாண்டில் கட்டப்பட்டு, பதினாறாம் நூற்றாண்டில் புனருத்தாரணம் செய்யப்பட்ட பட்டீஸ்வரர்

கோயில் பிரகாரத்தின் வெளிச்சுற்றுக்கள் தாண்டி, பதினெட்டாம் நூற்றாண்டின் இறுதியில் கட்டப்பட்ட மடம்தான் வீடு. ஐந்து பக்கங்களிலும் கல் வரிகள். முன் பக்கம் திறப்பு. நடுவில் கற்றூண்கள். திறப்பை பலகை வைத்துத் தடுத்து வாசல் போட்ட வீடு. வெளி யையே வீடாகப் பாவித்தவனைப் பாடுபவனுக்கு ஒளி எதற்கு? காற்று வரச் சன்னல் எதற்கு?

வாடகை இல்லா மடமும் தினமும் மூன்று கட்டிப் பட்டைச் சோறும் எழுநூறு ரூபாய்ச் சம்பளமும் எத்தனை பிள்ளை பெற்று வளர்த்து ஆளாக்க முடியும்?

அவன் அருளாலே அவனிடம் தினமும் செருப்படி வாங்கும் வாழ்க்கை... இதில் சுத்த சிவத்தின் முன் பாடினால் என்ன, செத்த சவத்தின் முன் பாடினால் என்ன?

நமச்சிவாய வாழ்க நாதன்தாள் வாழ்க
இமைப்பொழுதும் என்நெஞ்சில் நீங்காதான் தாள் வாழ்க
கோகழி ஆண்ட குருமணிதன் தாள் வாழ்க
ஆகமம் ஆகிநின்று அண்ணிப்பான் தாள் வாழ்க
ஏகன் அநேகன் இறைவன் அடி வாழ்க...

யாரோ பக்கத்தில் பித்தளைத் தம்ளரில் பருகச் சூடான பானம் கொண்டு வைத்தனர். மொத்தமாய்க் கலக்கிய காப்பியோ, தேநீரோ? எப்போதும் துட்டி வீட்டுக்கோ, தீட்டு வீட்டுக்கோ போனால் எதுவும் குடிப்பதில்லை, உண்பதில்லை. சிவனடியான் சுத்த பத்தமாய்ச் செய்யாததை உண்பவனல்லன். என்றாலும் தொண்டை வறண்டுகொண்டிருந்தது. கொதிக்கக் கொதிக்க இரண்டு மிடறு இதமாக இருக்கும். முழுக்க நனைந்த பிறகு முக்காடு எதற்கு?

உள்ளூர் சட்டமன்ற உறுப்பினர் சற்றும் வாட்டமில்லாத தொண்டர்கள் சூழ வந்து மாலை போட்டு வணங்கி நின்றார். வணங்கும் குறுகலில் படை ஒடுங்கி இருந்தது.

ஆடுகின்றிலை கூத்துடையான் கழற்கு அன்பிலை
என்புருகிப் பாடுகின்றலை...

என்று எடுத்தவரைத் திரும்பிப் பார்த்தார். அடையாளம் தெரிய நியாயமில்லை. கோயிலுக்கு வந்தாலும் பெருந்தனங்களைப் பார்ப்பாருக்கு தேவாரம் ஓதுபவர் எங்கு கண்ணில் படப் போகிறார்? ஆனால் சட்டமன்ற உறுப்பினருக்கு ஓதுவார் முன்னாலிருந்த மைக் கண்ணில் பட்டது. சின்ன சமிக்ஞையில் அடுத்த கணம் அது அவர் கையில் இருந்தது.

“பேரன்பார்ந்த உறவுப் பெருமக்களே, நண்பர்களே, கட்சித் தொண்டர்களே ... இன்றைய தினம் நமது அன்புக்கும் மரியாதைக்கும் வணக்கத்துக்கும் உரிய ... நம்மீதும் நமது இயக்கத்தின்மீதும் தீராத காதல் கொண்ட ஐயா ...”

இத்தனை பேர்கள் கூடிவந்து தொழுது வணங்கி மாலையிட்டு மரியாதை செய்வார்கள் எனில் சற்றுநேரம் பிணமாகப் படுத்திருக்கக் கூட அவருக்கு உள்ளூர நாவூறும் போல. சோகம் பொங்கித் ததும்ப கிழவர் பிணத்தை ஒரு பார்வை பார்த்து வணங்கிவிட்டு போனார்.

கிடைத்த அவகாசத்தில் சிறுநீர் கழிக்க எழுந்து போனார் ஓதுவார். எப்போது சவம் எடுப்பார்கள் என்று தெரியவில்லை. நேற்றிரவு அடங்கினார் என்று சொன்னார்கள். ஆடியவர்களும் ஆடாதவர்களும் அடங்கியே ஆக வேண்டும்.

காலையில் சிவாலய வாசலில் காரை நிறுத்தி வெகு நேரம் அலைந்திருப்பார்கள் போலும்.

ஓதுவார்கள் சிவபெருமானுக்குப் பாடுகிறவர்கள். செத்த பிணத்துக்குப் பாடுகிறவர்கள் அல்ல.

சாகக் கிடக்கிறவர் முன்னால் சிலசமயம் செத்துப் போன பின்பும், சைவரானால் திருவாசகமும் வைணவரானால் நாலாயிரமும் பாடுவது மரபுதான். வடக்குப் பகுதிகளில் திருவருட்பாவோ பட்டி னத்துப்பிள்ளையின் பாடல்களோ பாடுவார்கள்.

காலையில் ரேஷன் கடை ரவையில் கிளறிய உப்புமாவின் முன்னமர்ந்து கும்பியில் பசியும் விரல்களில் கொதிப்புமாகத் தட்டத்தைக் கிளறிச் சூடாற்றிக்கொண்டிருந்தபோது வாசலில் விளி கேட்டது.

“நம்ம பெரிய நாயக்கரு பேரன் கூப்பிடறாருங்க.”

“ஐயா, அவசரப்படாமல் சாப்பிட்டுட்டு வாங்க” என்ற குரல் தெருவாசலில் கேட்டது.

கொதிக்கக் கொதிக்க அள்ளிப் போட வேண்டியிருந்தது. உப்புமாவில் கிடந்தது கூட பெரிய நாயக்கர் தோட்டத்துத் தேங்காய்தான்! கோயில் யானைக்கு கட்டுக் கட்டாக கோந்தாழை அனுப்பச் சலிக்காதவர். என்ன அவசரம் கருதி அழைக்கிறாரோ?

துண்டால் கையையும் வாயையும் துடைத்துவிட்டு வந்தபோது, வாசலில் பெரிய நாயக்கர் பேரன் நின்றிருந்தார். சற்றுத் தள்ளி சிகரெட் பிடித்தபடி வாட்டசாட்டமாய் ஒருவர்.

"ஐயாட்ட ஒரு காரியம் ஆகணும்... தட்டப்பிடாது..."

"என்ன பெரிய வார்த்தை எல்லாம் பேசறீங்க... என் அப்பன் கைலாயநாதனுக்குப் பொறகு நான் வணங்குவது பெரிய நாயக்கரைத் தான். வெள்ளனகூட தோட்டத்துக் கிணத்துலே குளிச்சுப்போட்டு வந்தவன்கிட்ட ரெண்டு வாழப்பூ ஒடிச்சுத் தந்தாருங்க... என்ன செய்யணும், சொல்லுங்க தம்பி..."

"அதோ நிக்கிறாருல்ல... அவர் வந்து கடைவீதி பொன்னுசாமிச் செட்டியாரு பையனுங்க... அவங்க பெரியப்பா இறந்திட்டாரு... தேவாரம் படிக்கணுமாம்..."

பதற்றத்துடன் ஓதுவார் சொன்னார்.

"ஐயா தப்பா எடுத்துக்கிடப்பிடாதுங்க... நாங்க தலைமுறை தலைமுறையா சிவன் கோயில் ஓதுவாருங்க... புசித்தாலும் சிவன் நாமம், பசித்தாலும் சிவன் நாமம்... இந்தக் காரியத்துக்கெல்லாம் நாங்க போறதில்லே... போகக் கூடாது... அதுக்கு வேற ஆட்கள் இருக்கிறாங்க... ஆனா இந்தப் பக்கம் எனக்குத் தெரிஞ்சவரைக்கும் அப்படி யாரும் கிடையாது. நீங்க வேணுமானா நமச்சிவாய ஓதுவாரைக் கேட்டுப் பாருங்க தம்பி. அவருக்குத் தெரிஞ்சிருக்கலாம்."

"தெரியுமுங்க ஐயா... ரொம்ப ஆசைப்படறாங்க... கோயில் முகப்பிலே நிறையப் பேரைக் கேட்டுப் பாத்திட் டாங்க... பிறகு பெரிய நாயக்கரைப் போயிப் பார்த்து அவர் தானுங்க என்னைக் கூட அனுப்பிச்சாரு... நான் வேற யார்கிட்ட போவேனுங்க..."

"ஆனா நாங்க பாடக்கூடாதுங்க... நீங்க வற்புறுத்தக் கூடாதுங்க... தம்பி சின்னப்பிள்ளை. உங்களுக்குத் தெரியாது..."

"இதெல்லாம் ஒரு புண்ணியமுங்க... நீங்க தட்டப் பிடாது... வேற யாரு அறியப்போறாங்க... நல்ல மனுசங்க... தாராளமாச் செய்வாங்க..."

பகல் முறிந்து மாலை சரிந்துகொண்டிருந்தது. அப்ப னுக்குக் கூட கொலைப் பட்டினியோடு ஓதியதில்லை.

சாலப்பரிந்து...

எப்போது புத்தகத்தை மூடினோம், மைக்கைக் கழற்றி னார்கள் என்பதெல்லாம் நினைவில் பதியவில்லை. தெரு வெங்கும் பூமாலைகளைப் பிய்த்து வீசிக்கொண்டு போனார் கள். ரோஜா, சம்பங்கி, அரளி, தாமரை, மலர்க் கொத்துக் களை மிதித்துக்கொண்டு மனிதர்கள் நடந்து போனார்கள்.

வெட்டியானுக்குக் கணக்குத் தீர்ப்பதைப் போலத்தானே திருவாசகம் படித்தவனுக்கும் கணக்குத் தீர்ப்பார்கள்! கல்யாண வீடா, குதூகலத்துடன் கூலி வழங்க? கல்யாணச் சாவே ஆனாலும் யாரிடம் போய்க் கேட்பதென்றும் தெரியவில்லை. மரண சோகம் கப்பிக் கிடந்தது காற்றில். சற்று நேரம் நின்று பார்த்தார். தேர்ப்பாடை வெகுதூரத்தில் போய்க்கொண்டிருந்தது. கொட்டகை நிறைந்த சினிமா விட்டுப் போவதுபோல் ஆண்கள் வெள்ளையும் கதருமாய்...

குளித்துவிட்டல்லாமல் வீட்டுக்குப் போக முடியாது. வரும்போது காரில் அமர்த்திக் கூட்டி வந்தார்கள். சுருக்குப் பையில் பஸ்சுக்கு சில்லறை இருந்தது. வழியில் ஏதும் குளத்தில் இறங்கி முங்கிக் குளிக்க வேண்டும் ஆடை நனைத்து. புத்தகத்தை, சுருக்குப் பையை, விபூதிக் கிண்ணத்தை, தாள் துண்டுகளை நனைக்க முடியாது.

நொய்யலில் தண்ணீரென்பது சாக்கடைக் குட்டைகள். தென் மேற்குப் பருவக் காற்றோ, வட கிழக்குப் பருவக் காற்றின் பின்வாங்கலோ நேரும்போது அடைமழை பெய்தால் மட்டுமே நொய்யலில் எட்டுப் பத்து நாட்கள் தண்ணீர் பாயும். பட்டீசுவரன் கோயில் தெப்பக்குளத்தில் குடித்துவிட்டு எறிந்த இளநீர்க் கதம்பைகள் இறைந்து கிடக்கின்றன. மூவந்திக் கருக்கலில் நனைத்துக் குளித்து, ஈரம் சொட்ட, கையில் திருவாசகப் புத்தகத்துடன் நடந்து போனால் சந்தேகப்படுவார்கள் யாரும் பார்த்தால். குறுக்கு வழியில்தான் போக வேண்டும். நல்லவேளை வீடாகிய மடம் ஊரின் ஒதுக்குப் புறத்தில் இருந்தது.

மாற்று வேட்டியை உடுத்தி சாப்பிட அமர்ந்தவருக்கு சாப்பிட பிடிக்கவில்லை. அவருக்குப் பிடித்த முள்ளங்கிக் குழம்பும் காட்டுக்கீரை கடைசலும்தான். ஆனால் நாள் பூரா முன்னால் கிடந்த பிணம், அழுகுரல்கள், ஆதாளிகள்...

கோயிலுக்குப் போகப் பிடிக்கவில்லை. இன்றைய முறை நமச்சிவாய ஓதுவார்தான் என்றாலும் தில்லை அம்பலவன் பொன்னம் கழலைச் சிலகணங்கள் தியானித்து நிற்கலாம். முன் மண்டபத்திலாவது சற்றுநேரம் அமர்ந்து வரலாம். மனம் மாற்றுருக் கொள்ளும்.

கிடந்தால் உறக்கம் கொள்ளவில்லை. முதன்முறையாக விபச்சாரம் செய்துவிட்டு வந்த பெண்ணின் மனம்போலக் கிடந்து தவித்தது ஆவி. உடலெங்கும் வேற்று ஆடவனின் வியர்வை நாற்றம் படிந்த அருவருப்பு. உறக்கமும் விழிப்பு மற்ற நிலையில் சொற்பதங் கடந்த தொல்லோன் கண் முதற் புலனாற் காட்சியும் இல்லோன் காட்சிப் பட்டுக் கணக்குக் கேட்பதுபோல்.

அதிகாலையில் எழுந்து குளித்து மேனியெங்கும் திருநீறணிந்து, அப்பன் சந்நிதியில் மேனி மண் புரள விழுந்து வணங்கி, கண்ணீராகிக் கசிந்து, மண்டபத் தூணோரம் நேரம் போனதறியாமல் உட்கார்ந்து, உட்செவி உணரப் பாடல் வரிகளாய் உள்ளிறங்கிக் குளிர்ந்தாலும் கங்கு கனன்றுகொண்டிருந்தது. எரிந்தடங்கிய சிதைபோல்.

பிரசாதம் வாங்கிக்கொண்டு வெளியே வந்தபோது பெரிய நாயக்கர் பேரன் நின்றுகொண்டிருந்தார். ஒதுக்குப் புறமாய்க் கூட்டிப்போய் தந்த உறையை வீட்டில் போய் பிரித்துப் பார்த்தபோது ஆயிரம் ரூபாய் இருந்தது.

ஓதுவாருக்கு ஆச்சரியமாக இருந்தது. இத்தனை ஆண்டு களில் சேர்த்துப் பார்த்ததில்லை. சிவ பெருமானைச் செத்தப் பிணத்துக்கு விற்ற காசென்ற போதும் ஆன்மாவில் சுடலைப் பொடியின் வெக்கையாய் காந்தியது.

இரண்டுக்கும் என்ன வித்தியாசம் என்றும் உள்மனம் கேட்டது.

மாதம் இரண்டு பணக்காரக் கிழவர்கள் திருவாசகம் கேட்டுப் பாடை ஏறினால் தலைமுறைகளாய் அரித்துத் தின்னும் தரித்திரம் தீரும் என்றும் தோன்றியது.

காலச்சுவடு, மார்ச் – ஏப்ரல் 2001

வளைகள் எலிகளுக்கானவை

இந்தியக் குடியரசில் இன்று இருபத்தெட்டு மாநிலங்கள். மேற்கொண்டு தேசிய தலைநகர் பிரதேசம் ஒன்றும் யூனியன் பிரதேசங்கள் ஆறும். ஆந்திராவில் இருந்து தெலுங்கானாவைத் தனியாகவும் மகாராஷ்ட்ரத்தை விதர்பா, கொங்கன், மராத்வாடா என்று மூன்றாகவும் உடைத்தெடுக்க வேண்டும் எனும் கோரிக்கைகள் இன்றும் தீவிரமாக இருக்கின்றன. தமிழ் நாட்டை இரண்டாகப் பிரித்தால் நல்லது என்று சில ஆண்டுகள் முன்பு சின்னச் சலசலப்பு ஏற்பட்டது. கோவணத்தில் தீப்பிடித்தவர் போலக் குதித்தவர் அநேகம்.

இருபது ஆண்டுகள் முன்பு எம்.பி.யாக இருந்த சுப்ரமண்யம் சுவாமி கடல் தாண்டிய சுதந்திரத் தீவு ஒன்றையும் நமது மாநிலமாகச் சேர்த்துக்கொள்ளப் பரிந்துரை சொன்னது உங்களுக்கு நினைவில் இருக்காது. ஆனால் மனோரமா ஆச்சி நடித்த தமிழ் தெலுங்கு, கன்னட, மலையாள சினிமாக்கள் எத்தனை, அதில் கருப்பு – வெள்ளைப் படங்கள் எத்தனை, வண்ணப் படங்கள் எத்தனை, வெளிவராமல் நின்று போனவை எத்தனை போன்ற என்சைக்ளோபிடியா அன்டார்டிகா தகவல்கள் துல்லியமாகத் தெரியும்.

உ.பி.யை இரண்டாகப் பகுத்து உத்ராஞ்சல், பீகாரைப் பகுத்து ஜார்கன்ட் செய்தது போல் மத்யப் பிரதேசத்தைப் பகுத்து சட்டிஸ்கர் செய்தார்கள். ராய்ப்பூர் தலைநகராயிற்று. தற்போது ஆந்திர பிரதேசத்துக்கும் ஒரிசாவுக்கும் மத்யப் பிரதேசத்தோடு எல்லை கிடையாது. மக்கள் குடியரசில் எல்லைகள் இருந்தால் தொல்லைகள் அதிகம்.

சட்டீஸ்கர் மாநிலத்தின் எல்லையோரம் மராத்திய மாநிலத்துக்கு கற்சிரோலி என்றொரு மாவட்டம் உண்டு. நாக்பூர், சந்த்ரப்பூர் போல கற்சிரோலி வெயிலும் குளிரும் கூடிய வறண்ட பூமி. அங்குள்ள சின்னஞ்சிறு கிராமங்களி லிருந்து ஐந்நூறு பேர் புறப்பட்டார்கள், தென்னாடு நோக்கி. படையெடுத்து அல்ல. கண்ணகிக்குச் சிலையெடுக்க கல் சுமந்த கனகவிசயரின் அவமானம் துடைக்க அல்ல. கன்னியாகுமரியில் இருந்து மணல் எடுத்து சேர சோழ பாண்டியர் தலையில் ஏற்றி சந்த் துக்காராமுக்கு கோயில் கட்டவும் அல்ல. அவ்வாறே ஆயினும் இன்றைய நவ சேர சோழ பாண்டியர்கள் என யாரை அடையாளம் காண் பார்கள்?

திருப்பதியில் பாலாஜியையும் கன்னியாகுமரியில் நித்ய கன்யா பகவதியையும் மதுரையில் மீனாக்ஷியையும் ராமேஸ்வரத்தில் ராமலிங்கத்தையும் தொழுது புண்ணிய தீர்த்தங்கள் ஆடி ... கிராமத்துக்கு ஐந்து பேர், பத்துப் பேர், பதினைந்து பேர் எனச் சேர்ந்தார்கள். எல்லாம் அறுபதும் எழுபதும் தாண்டிய சாச்சா சாச்சி, காக்கா காக்கி, மாமா – மௌஸி, வடீல் – ஆயி . . .

இரயில் கட்டணத்துக்கு மட்டும் தலைக்கு ஐந்நூறு ரூபாய். சாப்பாடு அவரவர் பாடு. தங்கல், ரயில் நிலைய ஆளற்ற பிளாட்பாரங்களில். தண்ணீர் இருந்தால் குளிப்பு, துவைப்பு. சன்டாஸ் போவது நீண்டதூரம் தண்டவாளங் களில் நடந்து. ஒருபக்கம் ஆண்கள் போனால் மறுபக்கம் பெண்கள் போவார்கள். வயோதிகம் என்பதாலும் பெரும் பாலும் உபவாச நாட்கள் என்பதாலும் எல்லோருக்கும் ஒரே நேரத்தில் சன்டாஸ் வருவதில்லை. பிரயாணங்களின் போது ரயில் பெட்டிகளில் தண்ணீர் வசதி இருந்தால் மலஜலம் கழிக்கலாம். பெரும்பாலும் பாசஞ்சர் பயணிகளை ரயில்வே நிர்வாகம் மனிதர்களாகக் கருதுவதில்லை. குளிர் பதன ரயில் பெட்டி என்றால் கக்கூஸில் கூட மின் விசிறி இருக்கும். ஆனால் பாசஞ்சர் பயணிகள் லொத்தி, விட்டை, புழுக்கை, எச்சம் போடும் ஊர்வன, நடப்பன, பறப்பன பிரிவினர். அவர்களுக்கு எதற்குத் தண்ணீர் என்பது கருதுகோள்.

தலைக்கு ஐந்நூறு ரூபாய் என்பது பாசஞ்சர் வண்டி களில் மாத்திரம் பயணம் செய்வதற்கான வட்டச் சுற்றுச் சலுகைக் கட்டணம். பகலானாலும் இரவானாலும் இருக்கை வசதி மட்டுமே. படுக்கை வசதியோ முன்பதிவோ கிடையாது.

காசிநாத் மானே லீடர். அவனை நேதா என்றும் சொன்னார்கள். நேதா என்றாலும் தலைவன் என்றுதான் பொருள். அவன் கீழ் ஏழெட்டுப் பேர் உதவி நேதாக்கள். எல்லோர் கையிலும் போலீஸ் விசில் போல ஒன்றிருந்தது. செம்மறி ஆடுகளுக்கும் தாராக் கோழிகளுக்கும் உள்ள கோல் மாதிரி அது. அந்த ஒழுங்கு பாலிக்கப்பட்டது. பக்கத்தில் இருக்கும் பெரிய ரயில் நிலையம் ராய்ப்பூர். அங்கிருந்து நாக்பூருக்குப் போகும் பாசஞ்சர் கற்சிரோலியை ஊடுருவிப் போகும். அவரவர் காவ் பக்கத்தில் இருக்கும் ஸ்டேஷனில் ஏறிக் கொள்ளலாம். ஏறும் வண்டியும் நாளும் முன் தீர்மானிக்கப்பட்டவை. திரும்பிவர இருபதுக்கு மேல் முப்பதுக்குள் நாட்கள் ஆகும். எந்த வண்டிகள் என்பதும் நிச்சயமில்லை.

எல்லோர் கையிலும் வாழ்க்கையில் மிகவும் துன்பப்பட்ட ஏர் – பேக். அடையாளம் தெரிந்துகொள்ள ஒரு பக்கம் திரிசூலமும் மறுபக்கம் சிவலிங்கமும் அச்சடிக்கப்பட்ட பச்சை நிறத் துணிப்பை. ஒரு சதுர அடி அளவில் தோளில் தொங்கத் தோதாக. உள்பாக்கெட்டும் வெளிப்பாக்கெட்டும் வைத்துத் தைக்கப்பட்டதாக. வெற்றிலை, பாக்கு, தம்பாக்கூ, சுருட்டு, போர்வை, தண்ணீர் பாட்டில், தம்ளர், சில்லறைக் காசுகளும் அழுக்கு நோட்டுகளும் சுருட்டித் திணிக்கப்பட்ட பிஸ்வி, அலுமினியத் தட்டு. ஏர் – பேக்கில் மாற்றுடை ஒன்று, விரிக்கவும் போர்த்தவுமான கம்பளி, ஒரு மாதம் வரை கெட்டுப்போகாத தின்பண்டங்கள் – அவல் சிவ்டா, ராகி லட்டு, கொப்பரைத் தேங்காய், பூண்டு, வரமிளகாய், காயம், சீரகம், உப்புப்பரல் சேர்த்து மர உரலில் இடித்த லஸுன் சட்னி. பயணத்துக்கு அத்தியாவசியத் தேவைகளான செல்ஃபோன், கிரடிட் கார்டு, டிஜிடல் காமிரா, பைனாகுலர், வாக்மேன், மருந்து மாத்திரைகள், பாடி லோஷன், ஷேவிங் கிரீம், ஷேவ் லோஷன், வாசனை சோப்பு, தைலங்கள் கிரீம்கள் எதுவுமே கிடையாது.

பயணிகளின் சுற்றுப் பயணச் சலுகை ரயில் கட்டணச் சீட்டு மொத்தமாக ஒன்று நேதா கையில் பத்திரமாக லேங்காவின் உள் பாக்கட்டில் இருந்தது. சாப்பாடு, சிற்றுண்டி, தேநீர், கோயில் கட்டணங்கள், தட்சணைகள், பிரசாதம், உண்டியல் காசு, தட்டில் போடுவது, தர்மம் போடுவது, சில்லறைப் பொருட்கள் வாங்குவது எல்லாம் அவரவர் சுமைதலை.

அகலமும் நீளமும் கொண்ட, சிமன்ட் தளமிட்ட, மணல் பாவிய வரிக்கற்கள் பாவிய, கூரையுள்ள, கூரை இல்லாத

ரயில் நிலைய நடைமேடைகள் நாட்டில் நிறைய இருந்தன. தண்ணீர் குழாய்கள் இருந்தன. பத்து ரூபாய் கொடுத்தால் தண்ணீர் திறந்தும் விட்டார்கள்.

மழை பெய்து, சோயா, அவரை, துவரை, மணிலா, வெங்காயம், சோளம் பயிர் செய்து அறுவடையும் ஆன விச்ராந்தியில் கிடந்தன சின்னச் சின்ன விவசாயக் கிராமங் கள். சரியான மின்சார வசதியற்ற, சாலைகள் இல்லாத, மாடுகளும் மனிதர்களும் பாடுபட்ட குக்கிராமங்கள். சின்னச் சின்ன குழுக்களாக இருந்தனர். ஒரு குழுவின் பொது உபயோகத்துக்கு அலுமினியப் பானை தண்ணீர் பிடிக்க, குளிக்க வெந்நீர் வைக்க. அகன்ற அலுமினியத் தாம்பாளம் ரொட்டிக்கு மாவு பிசைய, பாக்ரி மாவு பிசைய. கொஞ்ச மாய் அரிசி போட்டுப் பொங்க ஒரு பாத்திரம். உசல் அல்லது பருப்பு அல்லது பாஜி வைக்க மற்றுமோர் சிறிய பாத்திரம், இரும்புத் தவா.

சிறு உருண்டை மாவு எடுத்து கையால் ரொட்டி தட்டிக்கொள்வார்கள். அடுப்பு என்பது மூன்று செங்கல் துண்டுகள் அல்லது கருங்கல் துண்டுகள். அவசரக்காரர்கள் முதலிலும் ஆசுவாசம் கொண்டவர்கள் பின்னரும் அடுப்பை பயன்படுத்திக்கொள்வார்கள். அரைத்தல், இடித்தல், சலித்தல், பொடித்தல் கிடையாது. எல்லாம் முன்கூறாய் புறப்படுமுன் டப்பிகளில் அடைத்தவை. நக்கலாய் காட்டி புறப்படுமுன் டப்பிகளில் அடைத்தவை. நக்கலாய் காட்டி மசாலா என்பார்கள் கனவான்கள். காட் எனில் பீடபூமி என்பதும் காட்டி என்பது பீடபூமியைச் சார்ந்தவர் என்பதும் இங்கு விளக்கம். வாங்கக் கிடைக்குமானால் வாங்குவதும் அல்லது சேகரித்துக் கொள்வதும்தான் விறகு. இற்றுக் கிடக்கும் ரயில் தாங்கு கட்டைகளின் கீறிப்பிளந்த துண்டுகள் மதமத என்று எரியும்.

ரயிலில் மண்ணெண்ணெய் கொண்டு செல்லக்கூடாது என்பது சட்டம் எனினும் சிலர் மறைவாக பம்ப் ஸ்டவ்வும் இரண்டு லிட்டர் கேனும் வைத்திருந்தனர். குழுவுக்குப் பொதுவான கோணியில் எல்லாம் முடிந்து கிடந்தன.

ராய்ப்பூரில் இருந்து கன்னியாகுமரி கணக்காக 2008 கிலோமீட்டர். ராய்ப்பூருக்கும் நாக்பூருக்கும் இடையில் இருந்த பல ரயில் நிலையங்களில் இருந்தும் கூட்டம் கூட்ட மாக அவர்கள் ஏறினார்கள். வழியிலேயே இறந்து போகும் வயது. தப்பிப் போகும் அபாயமும் உண்டு. எனவே ஆளேறும்

ரயில் நிலையங்களில் எல்லாம் வழியனுப்ப பெருங்கூட்டம். மஞ்சள் ஜிலேபி, பச்சை வாழைப்பழம், பஜ்ஜியா, வீட்டில் வறுத்த மக்காச்சோள மணிகள், மணிலாக்கொட்டை போன்ற தின்பண்டங்களுடன். என்றாலும் ஒரு பிளாட்பாரம் டிக்கட் கூட விற்பனையாகவில்லை. நாக்பூர் ரயில் நிலையத்தில் தலை எண்ணிக் கணக்கெடுப்பு, பச்சைப் பை, அடையாள அட்டை விநியோகம். நேதாவின் சிறியதோர் பிரசங்கம், பித்தளை ஜால்ரா, டோல்கி, மத்தளத்துடன் பஜனை ... ஜெய்ராம் ஜெய்ராம் ஜெய்ஜெய் ராம்!

நாக்பூரில் இருந்து சந்த்ரப்பூர் வழியாக வாரங்கல். வாரங்கலில் இருந்து கம்மம் வழியாக பெஜவாடா. பெஜவாடாவில் இருந்து தெனாலி, ஓங்கோல், நெல்லூர், கூடுர் வழியாக ரேணிகுண்டா. அங்கு இறங்கி திருப்பதி பாலாஜி மந்திர் ... கோவிந்தா கோவிந்தா!

நான்கு நாட்களுக்குப் பிறகு திருமலையில் நன்றாகத் துவைத்துக் குளித்தனர். தர்மசாலாவில் நல்ல ஜெவுண். இவ்வளவு சோறு ஒருச்சேர மதராஸிலோக் எப்படித் தின்கிறார்கள் என்பதில் அவர்களுக்குப் பெரிய ஆச்சரியம். அவர்களது சீலம் நாலைந்து முரட்டுச் சோள ரொட்டிகள், உசல் அல்லது லஸுன் சட்னி அல்லது காரமுள்ள பெரிய வெங்காயம். கடைசியில் சின்ன இட்லி அளவு சோற்றின் மீது உசல் அல்லது டால் ஊற்றிப் பிசைந்த சோறு, காது அடைக்காமல் இருக்க. வாழைக்காயில் எப்படி பாஜி செய்கிறார்கள் என்பது மற்றுமோர் ஆச்சரியம். இத்தனை கூட்டமாக வாழைத் தோட்டங்களையும் தென்னந் தோப்புக்களையும் அவர்கள் இதற்குமுன் கண்டதே இல்லை. மாடுகளை எங்கும் காணக்கிடைக்கவில்லை. மாடுகள் இன்றி இவர்கள் எப்படி விவசாயம் செய்கிறார்கள் என்று யோசித்த வாறு வந்தார் மகாதேவ் தெல்கே.

மறுபடியும் ரேணிகுண்டாவில் இருந்து பயணிகள் வண்டி பிடித்து காட்பாடி வழியாக ஜோலார்பேட்டை. அங்கிருந்து போகும் பாசஞ்சரை ஈரோட்டில் காலையில் பிடித்தார்கள்.

இறங்கும் நிலையம் வந்தால் மூட்டை முடிச்சுகளுடன் இறங்கியதும் கிடைத்த இடத்தில் சமுக்காளம் விரித்து நடைமேடையில் இடம் பிடித்தனர். பிறகு தண்ணீர் தேடிப் போதல், விறகு சேகரித்தல், அடுப்புக் கூட்டி ரொட்டி சுடுதல். இரவில் சுட்ட ரொட்டியை மீத்து காலைக்கும் ஆகும்.

காலையில் சுட்ட ரொட்டியை மீத்தது இரவுக்கும் ஆகும். காலையில் சுடுவதா இரவில் சுடுவதா என்பது குழுக்களின் வசதி, ரயில் புறப்படும் நேரங்களின் வசதி. அடுப்புக் கூட்டும், ரொட்டி சுடும் தோது வாய்க்காவிட்டால் போஹா சிவ்டா, லட்டு, வயிறு நிறையத் தண்ணீர், தம்பாக்கு அல்லது சுருட்டு. போத்துக்கொண்டு படுத்தால் காவலுக்கு உண்டு மகாதேவ் அல்லது பாண்டுரங்க்.

பயண நாட்களில் மச்சி, மாம்சம் பழக்கம் இல்லை. பெரும்பாலோர்க்கும் வாரத்தில் மங்கல்வார், குருவார், சனிவார் உபவாசம். இரவு ஒரு பொழுது உணவு. மறு பொழுதுகளில் வாழைப்பழம், சாபுதானா அல்லது போஹா. கிச்சடி செய்யத் தோது கிடையாது. பாலும் வாய்ப்பதில்லை.

மறுநாள் காலையில் கன்னியாகுமரிக்கு பாசஞ்சர். அதுவும் அகல ஸ்டேஷன். சங்கிலித் துறையில் நீராடல், குமரி பகவதி தர்ஷன், காந்திமண்டபம், விவேகாநந்தர் பாறை, சூரிய அஸ்தமனம், சங்குகள், சோவிகள் . . .

மறுபடியும் நாகர்கோயிலில் இருந்து மதுரைக்கு கோவை பாசஞ்சர். நாகர்கோயில் கோயம்புத்தூர் பயணிகள் எப்போதும் கூட்டம் இருக்கும். சனி, ஞாயிறு எனில் ஒரு பங்கு அதிகம். ஒன்பது மணி நேரத்தில் இரவில் புறப்பட்டு காலையில் கொண்டு சேர்க்கும் சொகுசுப் பேருந்துகளை விட பதின்மூன்று மணி நேரத்தில் ஐந்நூறு கிலோமீட்டர் போகும் இந்த ரயிலை மக்கள் விரும்பக் காரணங்கள் உண்டு. சொகுசுக்கு கட்டணம் இருநூற்று எண்பது வெண்காசுகள். ரயிலுக்கு வெறும் அறுபத்தைந்து ரூபாய். மேலும் பேருந்து புஷ்பேக் ஆனாலும் ஏர் – பஸ் ஆனாலும் வோல்வோ ஆனாலும் வழியில் மூத்திரம் பெய்ய நீதம் கிடையாது. முதியோர், நோயாளிகள், குழந்தைகள், பெண்கள், நீரிழிவுக் காரர், ப்ரோஸ்டேட்காரர் பாடு பெரும்பாடு. வழியில் பேருந்தை நிறுத்த திருப்பாச்சேத்தி அரிவாள் அல்லது ராம்பூரி சூரி வேண்டும். ரயிலானால் அந்தச் சல்லியம் இல்லை. கால் நீட்டி, மடக்கி, சம்மணம் போட்டு உட்கார லாம், சாயலாம், கதவோரம் நிற்கலாம், நடக்கலாம், இட மிருந்தால் படுக்கலாம், ஆற அமர இட்லி மிளகாய்ப் பொடி, புளித்தண்ணிச் சோறு தின்னலாம். திருநெல்வேலி, மணி யாச்சி, கோவில்பட்டி, சாத்தூர், விருதுநகர் வரை அருமை யான ஆமவடை சுடச்சுடக் கிடைக்கும். ஆமவடை என்றால் பருப்பு வடை; பட்டணத்து மசால்வடை அல்ல. ஆறிப் போனால் பட்டணத்து மசால்வடை எலி தின்னத்தான்

லாயக்கு. இன்னும் ஆமவடை சுட்டு விற்றுக் குடும்பங்கள் நடக்கின்றன, குமருகள் கரையேறுகின்றன. காலாணிப் புற்றோ, வாதக் காலோ, வயோதிகமோ, வறுமையோ மனிதனைத் தோற்கடித்து விடுவதில்லை.

பிளாட்பாரத்தில் வண்டி பிடிக்கப்பட்டதும் ஐந்நூறு பேரும் – அதுவரை யாரும் வழி தப்பவும் நோய்ப்படவும் மரணமுறவும் நேரவில்லை என்பதால் – எண்ணம் குறை யாமல் பாய்ந்து வண்டியினுள் ஏறி இடம் பிடித்து உட்கார்ந் தனர். மத்யப் பிரதேச ரயில் நிலையம் ஒன்றில் நிற்பதான மயக்கம் தரும் விதத்தில் – தெலி, தெல்கே, ஷிண்டே, பால்கர், போர்லேகர், காம்ளி, காம்ளே, ஆம்பேகர், கார்பாரே, நட்கர்னி, குல்கர்னி, ஷிவ்தார்கர், மோரெ, போக்ளே, பாண்டேகர், பண்டார்கர், ராணே, ஆப்தே, மானே, அம்ராபூர்கர், பாலேகர், பாட்டில், பட்டேகர், பாட்கர் மற்றும் அவர்தம் பெண்டிர் . . .

சாவகசாகசமாக, புறப்படும் ஸ்டேஷன்தானே எனும் அலட்சியத்துடன் ரயில் பிடிக்கவந்த கோட்டாறு, பஞ்சலிங்க புரம், வாரியூர், ராஜாவூர், ராஜாக்கமங்கலம், பறக்கை, சுசீந்திரம், நல்லூர், தேரூர், கருங்கல், இரணியல், தக்கலை, அம்மாண்டிவிளை, பொழிக்கரை, பொட்டல், ஈத்தாமொழி, வெள்ளமடம், புத்தேரி, திட்டுவிளை, தாழக்குடி, போத்தியூர், கடுக்கரை, பெருவிளை, ஈசன்தங்கு, பார்வதிபுரத்து நாடாக்க மார், பிள்ளைமார், சாம்பவர் இன்ன பிற வகுப்பினருக்கு ஈரற்குலையில் இடி விழுந்ததைப் போல் பெரிய அதிர்ச்சி. குடும்பத்துடன் சேர்ந்து உட்கார இடமில்லை. கால் நீட்டத் தோதில்லை. சம்பா அரிசிச் சாக்கு, சக்கைப் பழம், கருப்பட்டிச் சிப்பம், தேங்காய் மூடை வைக்க இடமில்லை. எல்லாப் பெட்டிகளும் அடைசல்களாக இருந்தன.

முனகல்கள் மெல்லப் பல்கிப் பெருகி, சிறு துளிப் பெரு வெள்ளமாய், மராத்தி தெரியாத தமிழனுக்கும் தமிழ் தெரியாத மராட்டியனுக்கும் சச்சரவுகள் ஆரம்பித்தன.

“சவம் காட்டுமிராண்டிக் கூட்டம் எங்கேருந்து தான் வாறானுவளோ?”

“போன வருசம் இதே போல மருத போற வண்டியிலே பத்து அஞ்ஞூறுவேரு . . .”

“குளிக்கவும் மாட்டான், குண்டியும் களுவ மாட்டான்.”

"டிரஸ்ஸுக்கு பஸ்காரத்தைப் பாத்தியா? தார்ப்பாய்ச்சிக் கெட்டும், தொப்பியும், சட்டையும்…"

"மிராட்டியப் பயக்கோண்ணு சொல்லுகது சும்மயில்லே…"

"என்னத்தை அந்து விழுகுண்ணு இப்பிடிக் கெளம்பி வாறானுவோ?"

"அண்ணாச்சி, தூரமா பொறப்பட்டியோ?"

"மூத்தவளை வள்ளியூரிலே கெட்டிக் குடுத்திருக்கம்லா… சித்திரைப்படி அவுலும் தேங்காயும் கருப்பட்டியும் கொண்டுக் கிட்டுப் போறம் பாத்துக்கோ…"

"நீரு தூரமா?"

"பணக்குடியிலே ஒரு சடங்கு உண்டும். போகாண்டாம்ணு தான் பாத்தேன்… பின்னே பெறப்பிட்டாச்சு…"

அருமைநல்லூரில் இருந்து சமீபத்தில் கல்யாணமாகி, மறுவீடு, விருந்துகள், இறைச்சிக்கறி, எண்ணெய் தேய்த்துக் குளி எல்லாம் முடிந்து பொண்ணு மாப்பிள்ளையைத் திருப்பூரில் குடியிருத்த புறப்பட்ட கூட்டம் ஒன்று பிளாட்பாரத்துக்கு வந்தபோது எந்தப் பெட்டியிலும் சிலாவத்தாக இடமில்லை. அங்கொன்றும் இங்கொன்றுமாகக் காலி இருக்கைகள் கிடந்தன. மணமக்களின் பெற்றோர் நான்கு பேர், சித்தப்பா சித்திகள், அத்தை, தாய்மாமன்கள் எட்டுப் பேர், பெண்ணின் அண்ணன் – மனைவி, பையனின் உடப்பிறந்தாள் – அத்தான் என குழந்தைகள் அடக்கம் இருபத்து மூன்று பேர். திருப்பூரில் கல்யாண மண்டபம் வாடகைக்கு எடுத்திருப்பார்களோ என்னவோ? மற்றும் கல்யாண மெத்தை தலையணை, குடம், செம்புப்பானை, அண்டா, குத்துவிளக்கு, சில்லறைப் பாத்திரங்கள் கொண்ட மூடை, அட்டைப் பெட்டிகள், அரிசி, பருப்பு, தேங்காய், போன அன்று பாயசம் வைக்க கோட்டயம் சர்க்கரை, குக்கர், மிக்ஸி, அரிவாள்மணை, திருவலைக்குத்தி, சோத்துக் கற்றாழைச் செடி, தென்னை ஈர்க்கு வாருகோல்… எங்கே கொண்டுபோய் அடுக்குவார்கள்? பெரிய தூக்குப் போணிகளில் கொண்டுவந்த கட்டுச்சோற்றை ஆற அமர எப்படிச் சாப்பிடுவார்கள்?

மாப்பிள்ளையின் தகப்பனார் மாலையப்பன் கலக்டர் ஆபீசில் நெடுநாட்களாக பியூனாக இருப்பவர். கலக்டர்

சாலப்பரிந்து… 139

வீட்டுக்கு என்று சொல்லி இலவசமாக வடசேரிச் சந்தையில் காய்கறி வாங்கி சஸ்பெண்ட் ஆனதைத் தவிர வேறு நாணயக் குறைவுகள் கொண்டவரல்ல. அதிகாரம் என்பது என்ன வென்றும் அவருக்குத் தெரியும்.

தோன்றிய பெட்டியினுள் ஏறி, சாமான்களை அடுக்க முடியாமல், சாவகாசமாக உட்காரவும் முடியாமல், பெரிய வெப்ராளத்தில் இருந்தார்.

எழுபது வயதான மகாதேவ் தெல்கே, காலையில் குளித்து நெற்றியில் பாண்டுரங்கனின் செங்காவியும் கருஞ் சாந்தும் கோவி வரைந்து, கையில் இருந்த ‘தியானேஷ்வரி’ வாசிப்பதில் இருந்தார். தில் என்றால் எள். எள் ஆட்டி எண்ணெய் எடுப்பவர் தெலி அல்லது தெல்கே. நம்மூர் எண்ணெய் வாணியன் போல. செக்கு இல்லாதவனும் செட்டி, கலப்பை இல்லாதவனும் வெள்ளாளன் என்பது இன்று நமது ஆசாரம். மகாதேவ் தெல்கே செக்கும் வைத்திருந்தார், விவசாயமும் இருந்தது.

“எப்பிடி சம்மணம் போட்டு உக்காந்திருக்கான் பாரு, கெழட்டுக் கூதிமவன். அவுனுக்க அப்பன் வீட்டு வண்டிமாரி!”

“டிக்கட்டு கூட வாங்க மாட்டானுவோ!”

மாலையப்பன், மகாதேவ் தெல்கேயையும் அவரது கிராமத்துக் கிழவன் கிழவிகளையும் பார்த்து இரைந்தார்.

“வேற ஏதாம் பெட்டியிலே மாறி இரியும் வே ...”

தெல்கேக்கு ஏதோ சொல்கிறார் என்று மட்டும் புரிந்தது.

தியானேஷ்வரியை மூடி வைத்துவிட்டுப் பரக்கப் பரக்கப் பார்த்தார்.

“சொல்லுகம்லா வே ... அடுத்த பெட்டிக்குப் போங்கோ ...”

“காய்? காய் சாங்கித்லா தும்?”

“பக்கத்துப் பெட்டிக்குப் போறதுக்கு ...”

“மதுரா ... ராமேஷ்வர் ஜாணார் அமிலோக் ...”

மாலையப்பனுக்கு கோபம் பொங்கி வந்தது. மேலும் அவர் பணிபுரிவது மாவட்ட ஆட்சித் தலைவர் அலுவலகத் தில் பியூனாக அல்லவா?

“எந்திரியும் வேய் மொதல்லே! எந்திரிச்சு அடுத்த பெட்டிக்குப் போவும் . . . எல்லா கெழட்டு வாணாலையும் கூட்டிக்கிட்டுப் போவும் . . .”

“காய் போல்த்தூஸ் துமி . . . அமாலா காய் மைத்தி நை . . .”

மாலையப்பன் கையைப் பிடித்து இழுக்க ஆரம்பித்த போது, அவரது மற்ற குடும்ப உறுப்பினரும் ஆளுக்கொரு கையைப் பற்றி இழுக்க முற்பட்டபோது, தேவாசுரப் போரின் கிளைப் போரொன்று துவங்கியது.

சத்தம், இரைச்சல், அழுகை, ஆதாளி மற்ற பெட்டிகளுக்கும் தீப்போல் பரவியது. மூட்டை முடிச்சுகள் தள்ளல், மோதல், ரத்தக்கோறை . . . நேதாக்களின் பீய்ங், பீய்ங் விசில் சத்தம் மாறி மாறிக் கேட்டன.

அலுவலில் இருந்த இரண்டு ரெயில்வே போலீஸ், ஒரு டிக்கட் பரிசோதகர், உதவி ஸ்டேஷன் மாஸ்டர், புக்கிங் ஆபீஸ் சிப்பந்திகளில் சிலரால் ஒன்றும் செய்ய இயலவில்லை. சின்னக் கலவரம் ஒன்று சீறிப்புறப்பட்டது – ‘மாரிமலை முழைஞ்சில் மன்னிக் கிடந்துறங்கும் சீரிய சிங்கம் அறிவுற்றுத் தீ விழித்து வேரி மயிர் பொங்க எப்பாடும் போர்ந்துதறி மூரி நிமிர்ந்து முழங்கிப் புறப்பட்டு போதருமாப் போலே . . .’

யாரோ கைப்பேசியில் அவசரப் போலீசுக்கு ஃபோன் செய்தனர். சற்று நேரத்தில் காக்கிப் பட்டாளம் வந்தது. எஸ்.பி. வந்தார். ஊதுகுழல் சத்தங்கள் கேட்டன. தொடர்ந்து மாவட்ட ஆட்சியர் வந்தார். அவர் பர்பனி மாவட்டத்து மராத்திக்காரர். போலீஸ் ஒலிபெருக்கியை வாங்கி மராத்தியிலும் தமிழிலும் மாறிமாறி வேண்டுகோள் விடுத்தார்.

நேதாக்கள் அவர் முன் வந்து நின்றனர். கண்ணீரைத் துடைத்து மூக்கைச் சிந்தி நின்றனர் கிழவரும் கிழவியரும்.

“காய் சாப் . . . அமி லோக் பிக்காரி ஹை கா? அம்சக்டே டிக்கிட் நை கா? அமி லோக் கூஸ் காத்தூஸ்கா?”

திரும்பத் திரும்பக் கேட்டுக்கொண்டிருந்தனர் – நாங்கள் பிச்சைக்காரர்களா? நாங்கள் டிக்கட் வாங்கவில்லையா? நாங்கள் மலம் தின்கிறோமா?

“ஏ காய் சாப்? காய் கலத்தி கேலா அமி? துமி சாங்கானா . . .”

நேதா கையில் மொத்தப் பயணிகளுக்குமான வட்டச் சுற்றுச் சலுகை பயணச் சீட்டு இருந்தது.

"நாங்க ஏழைங்க சாப் ... கற்சிரோசி விவசாயிங்க ... வித்தவுட் பிச்சைக்காரங்க இல்லே ... போன வருசம் காசி போனோம் ... அதுக்கு முந்தி காளிகட் போனோம் ... கன்யா குமரி வந்து நாங்க ரத்தக்கோறையோட போறோம் ... ஏ பராபர் ஹை கா? தும்மி சாங்கா!"

அவன் மராத்தியில் பேசினாலும் அவன் குரலில் இருந்த கெரவல் மாவட்ட ஆட்சியரைச் சுற்றி நின்ற தமிழ் பேசும் அதிகாரிகளைக் கலக்குவதாக இருந்தது. நியாயம் கேட்க கையில் சிலம்பு வேண்டும் என்றில்லை. மதுரையை எரிக்கும் வெஞ்சினமும் வேண்டியதில்லை.

இரயில் ஒன்றரை மணி நேரம் தாமதமாகக் கிளம்ப யத்தனித்தது. கிடைத்த இருக்கைகளில் நெருக்கியடித்துக் கொண்டு அமரத் தலைப்பட்டனர். இரைச்சல் குறைந்து, முனகலாகி, அதுவும் அமர்ந்து, சின்ன உரையாடல்கள் துவங்கின.

பழைய வேட்டியை வைத்து மூடிப் பொதிந்து வைக்கப் பட்டிருந்த பெரிய செம்புப் பானையை நகர்த்தி, உடையாமல் அடுக்கி வைக்கப்பட்டிருந்த முறுக்கை எடுத்து மாலையப்பன் முதலில் மகாதேவ் தெல்கேயிடம் நீட்டினார்.

ரயில் நகர்ந்த பின் வழியனுப்ப வந்த இருவர் பேசிக் கொண்டு போனார்கள்.

"காஞ்ச ரொட்டியைத் தின்னுக்கிட்டு ஊருலே கெடக்காம, பொறப்பிட்டு வந்திருக்கானுகோ ... ஊரை நாற அடிக்கதுக்கு ..."

அவர்கள் மேற்கில் மேலாங்கோடும் கிழக்கில் முப்பந்தலும் தாண்டியதில்லை. தெற்கே கன்னியா குமரிக் கடலையும் வடக்கே காளிகேசம் மலைகளையும் அவர்களால் தாண்டவும் முடியாது.

மராத்திச் சொற்களுக்கு தமிழ்ப் பொருள்:

சாச்சா – சாச்சி = பெரியப்பா – பெரியம்மை

காக்கா – காக்கி = தாத்தா – ஆத்தா

மாமா – மௌஸி = மாமா – அத்தை

வடீல் – ஆயி = அப்பா – அம்மா

சன்டாஸ் = கக்கூஸ்

நேதா = தலைவன்

காவ் = கிராமம்

தம்பாக்கூ = புகையிலை

பிஸ்வி = சுருக்குப்பை

சிவ்டா = மிக்சர்

லஸூன் = பூண்டு

பாக்ரி = சோளரொட்டி

பாஜி = காய்கறிக் கூட்டு

தவா = ரொட்டி சுடும் கல்

காட்டி மசாலா = தயார் கறி மசாலா

பஜ்ஜியா = பஜ்ஜி

டோல்கி = தோல் வாத்தியம்

ஜெவுண் = சாப்பாடு

உசல் = பல்வகைப் பயறு கூட்டு

டால் = பருப்பு

போஹா = அவல்

மச்சி = மீன்

மாம்சம் = மாமிசம்

சாபுதானா = ஜவ்வரிசி

லேங்கா = ஆண்களின் உள்ளாடை

தர்ஷன் = தரிசனம்

மங்கல்வார் = செவ்வாய்

குருவார் = வியாழன்

சனிவார் = சனி

தியானேஷ்வரி = நமது தேவாரம் போன்றது

தில் = எள்

கிச்சடி = உப்புமா
காய் = என்ன
சாங்கித்லா = சொன்னாய், சொன்னீர்கள்
துமி = நீங்கள்
ஜாணார் = போகிறோம்
அமி லோக், அமி = நாங்கள்
போல்த்தூஸ் = பேசுகிறாய், பேசுகிறீர்கள்
அமாலா = எனக்கு, எமக்கு
மைத்தி = புரிதல், தெரிதல்
சாப் = ஐயா
பிக்காரி = பிச்சைக்காரன்
அம்சக்டே = எங்களிடம்
கல்த்தி = தவறு, குற்றம், பிழை
கேலா = செய்தோம்
சாங்கானா, சாங்கா = சொல்லுங்கள்
பராபர் = சரி
நை = இல்லை
கூஸ் = மலம்

குறிப்பு: தமிழ் சொற்களுக்கும் தமிழ்ப் பொருள் எழுத ஆசைதான். நேரமும் இடமும் இல்லை.

ரசனை, ஜூன் 2006

யாம் உண்பேம்

பெய்ய வேண்டிய மழை மனதின்றி தூறிக் கொண்டு போயிற்று தொடர்ந்து மூன்று ஆண்டுகள். புஞ்சைக்காடுகள் எல்லாம் சுக்காம் பாறை போலக் கெட்டிப்பட்டு வறண்டு வெடித்து வாய் பிளந்து கிடந்தன. சீமைக் கருவை, எருக்கலை, பீநாறி தவிர வேறெதுவும் உயிர் வாழ்வதற்கான தோது இல்லை. கமலைக் கிணறுகளில் இருநூறு அடியில் கிடந்த தண்ணீர் உள்வாங்கி, உள்வாங்கி ஐந்நூறு, அறுநூறு, எழுநூறு என தங்கம் விலைபோல் போய்க்கொண் டிருந்தது. இந்தக் கதியில் மேலும் துரந்துகொண்டு போனால் பூமியின் மறுபக்கம் அமெரிக்கக் கண்டத் தின் காடுகளிலிருந்து வெளியேறலாம் போல.

வழக்கமாய்க் காடுபிடித்துக் கிடக்கும் மூங்கிற் புற்கள் காய்ந்து குற்றி குற்றியாய் நீட்டிக்கொண்டு நின்றன. ஒரு தீக்குச்சி போதும் பற்றிப் படர்ந்து எரிய. அனலாய்க் கொளுத்திய வெயில், மனித, மிருக உடம்பு களில் இருந்த மிச்ச ஈரத்தையும் உறிஞ்சிக்கொண்டிருந் தது. காய்ந்து வறண்ட, எண்ணெய்ப் பற்றற்ற மனிதத் தோல்களில் உப்புப் பூத்துப் பொரிந்து சொரசொரத்துக் கிடந்தது.

குடிக்கத் தண்ணீரும் கரம்பப் புற்களும் அற்ற கால்நடைகள், உலர் திராட்சை போல் தோல் சுருங்க ஆரம்பித்தபின் தோலுக்காகவும் கறிக்காகவும் விறகு

போல் காய்ந்த எலும்புகளுக்காகவும் கொம்புகளுக்காகவும் திறந்த டெம்போக்களில் நாக்பூருக்குப் போயின. விதைச் சோளமும் ரொட்டியாகச் சீரணமாகிவிட்டது. ரேஷன் கடையில் மக்கிய கோதுமை மாவும் மக்காச்சோள ரவையும் போட்டார்கள். கடித்துக் கொள்ள வெங்காயத்துக்கும் சண்டு மிளகாய் வற்றலுக்கும் போக்கில்லை. ரேஷன்கடைகளில் கடன் தரமாட்டார்கள். தாலியில் கோர்க்கப்பட்டிருந்த தங்கப் பொட்டுகள் முதலில் மார்வாடிக் கடைகளுக்குப் போயின. பின்பு தாலியே போயிற்று தொடர்ந்து. பொன் போலத் துலக்கி வைக்கப்பட்டிருந்த பித்தளைப் பானைகள், லோட்டாக்கள், போணிகள், தாம்பாளங்கள் சில்லறையாக விலையாகி ரேஷன் கோதுமை மாவாக மாறி வந்தன.

மார்வாடிக் கடைகளில் எல்லாம் விலைக்கு வாங்கினார்கள். பண்ட பாத்திரங்கள், சைக்கிள்கள், பொன் உருப்படிகள், சரிகையுள்ள துணிமணிகள், கலப்பை, மண்வெட்டி, அரிவாள், குங்குமம் அப்பிய அம்பாபாயியின் பித்தளை முக அங்கி... வயதான தாசியொருத்தி இரண்டு ரூபாய்க்குக்கூட விலைபோகாத தனது வறண்ட மயிரடர்ந்த யோனி காட்டி மயங்கிக் கிடந்தாள். மயங்கிக் கிடந்தாளோ, மரித்துத்தான் கிடந்தாளோ?

கோதுமை மாவை உப்புத் தண்ணீர் தெளித்துப் பிசைந்தால் மல வாடை வந்தது. எந்த முரட்டு ரகக் கோதுமையும் மட்ட ரக அரிசியும் கெட்ட நாற்றத்துடன் விளைவதில்லை. மலிவான ரகங்களை ஆதரவு விலை கொடுத்து வாங்கி, புழுங்க வைத்து, மக்க வைத்து, நிறம் மங்க வைத்து, கசக்க வைத்து, நாற வைத்து, ஒன்றிரண்டு ஆண்டுகள் மழையில் ஊறவைத்து, வெயிலில் காயவைத்து, புழுக்க வைத்து, மக்கள் தின்பதற்கென்று வள்ளன்மையுடன், பெருங்கருணையுடன், தாயின் சாலப்பரிவுடன் ரேஷன் கடைகளுக்கு அனுப்பினார்கள் தேசத் தலைவர்களும் தேசத்தைக் கட்டி எழுப்பிக் கொண்டிருந்த அதிகாரிகளும். அமெரிக்க ஐரோப்பிய நாட்டுப் பன்றிகள் தின்னாது அவற்றை.

கனிவுடன் பள்ளிக் குழந்தைகளுக்கு மதியம் ஒருவேளை மக்காச் சோள ரவை எனும் பெயரில் களி போன்ற தொன்றைக் கிண்டிப் போட்டார்கள். வயிற்றின் காந்தல் உப்பின் சுவையைக்கூட எதிர்பார்க்கவில்லை. கொடுந்தீ யொன்று குமுறிக்குமுறி எரிந்துகொண்டிருந்தது பங்கு பங்காக யாவர் வயிற்றிலும். பிள்ளைகளுக்குப் போட்டியாக

கிழடுகட்டைகளும் அலுமினியத் தட்டேந்தி நின்றார்கள். செவலை நாய்கள் மலங்கள் தேடி எப்போதும் அலைந்த வாறிருந்தன.

ஈதல்லாம் ஆப்பிரிக்கக் கண்டத்துச் சின்னஞ்சிறு நாடொன்றின் பஞ்ச காலச் செய்திகள் என்றெண்ணிக் கொள்ளாதீர்! பொற்காலத்தை நோக்கி, வெளிநாட்டு நவீன சொகுசு ஊர்திகளில் வேகமெடுத்துப் பறந்துகொண்டிருக்கும் இந்தியத் திருநாட்டின் மத்தியப் பகுதியின் சமகாலச் சேதிகள்.

கன்பத் சக்காராம் நாத்ரே, பைங்கன் வாடி சுடுகாட்டில் சாம்பராகிக் காற்றில் பறந்து மண்ணோடு மண்ணாக மக்கிப் போகலாம் என்றுதான் காத்திருந்தார். மேற்கில் கம்பாட் வளைகுடா அல்லது கிழக்கில் வங்காள விரிகுடா ஐந்நூறுக் கும் மேற்பட்ட மைல் தூரம். எனவே கடலில் கரைய மார்க்கமில்லை. எழுபத்து மூன்றாவது வயதில் இனி அவர் எந்த மாநிலத்துக்கு ஆளுநராக இயலும்?

அவரால் முடிந்ததைச் செய்துகொண்டிருந்தார். மிளகாய்க்கோ பருத்திக்கோ களை கொத்துவது, சோளத் தட்டைகளைக் கழித்துக்கொண்டுவந்து மாடுகளுக்குப் போடுவது, குப்பமாய்க் கிடக்கும் வெங்காயத்தின் தாள் களை அரிவது, தரிசுக் காடுகளில் மேய்ந்துகொண்டிருக்கும் கன்றுக்காலிகளைப் பத்தி வருவது, புஞ்சைகளில் வளர்ந்து நிற்கும் பார்த்தீனியம் உள்ளிட்ட குற்றுச் செடிகளைப் பிடுங்கிக் குவிப்பது, உழவுக் கட்டிகளைத் தடிகொண்டு அடித்து உடைத்துப் போடுவது, மணிலாவுக்கோ சோயா வுக்கோ களை பறிப்பது . . .

ஒற்றைக்கொரு மகனுக்கு பெண் பார்த்து முடித்த கையோடு கெங்காபாயி சீதபேதியில் போய்ச் சேர்ந்து பதினெட்டு ஆண்டுகள் ஆகிவிட்டன. நாத்ரேக்கு வேறு அல்லல்கள் இல்லை. சுருட்டுக்கும் தம்பாக்கு பொட்டலத் துக்கும் மகன் கொடுக்கும் சில்லறைகளே போதும். பேத்திகள் இரண்டுக்கும் இரண்டு மூன்று ஆண்டுகளில் கல்யாணம் செய்து வைக்கலாம். காலையிலும் முன்னிரவிலும் இரண்டு பாக்ரியும் உடைத்த வெங்காயமும் இருந்தால் அது விருந்து. சோமவார் விரதம், மங்கள்வார் விரதம், குருவார் சந்தோஷிமா விரதம். இரவில் மட்டும்தான் ஒரு பொழுது உணவு. மருமகள் அவல் ஊறவைத்து, உருளைக்கிழங்கு வேக வைத்துப் பிருத்து, பச்சை மிளவாயும் வெங்காயமும்

வதக்கிப் போட்டுத் தாளித்து 'போஹா' செய்து தருவாள். வேலையற்று கையொழிந்திருக்கும் பொழுதுகளில் 'அபங்' அல்லது 'தியானேஷ்வரி' வாசிப்பது என்று குறையொன்றுமில்லை.

பஞ்சம் என்பது தாண்டமுடியாத பாழ்க்கிணறாக வழிமறித்துக் கிடந்தது, எல்லோருக்கும்தான். எனில் எதற்காகத் தன் மகன் பாகோஜி பன்பத் நாத்ரே தனது உணிரையும் மனைவியின் மகள்களின் உயிரையும் தூவென உமிழ்ந்தான்?

எவனோ ஒரு முட்டாள் அரசன், மாவீரன் எனத் தன்னை எண்ணிக்கொண்டு, போரிட்டு, மக்களை – தம்மவரையும், எதிரி என்று எண்ணியவரையும் கொன்று குவித்தவன் – இறுதியில் தோற்கும் தருவாயில் கையில் வாளொன்று மாத்திரம் வைத்துக்கொண்டு போர்க்களத்து மண்ணில் கால் விரித்து நின்று, 'ஒரு குதிரை, ஒரு குதிரை' எனக் கதறினானாம். ஒருவேளை பாகோஜியின் சின்னப் பெண், 'ஒரு ரொட்டி, ஒரு ரொட்டி' என விசும்பியதை அவன் கண்டிருக்கலாம். அடகு வைக்க, விற்க ஏதுமின்றி தட்டழிந்திருக்கலாம். தகப்பன் சுருட்டுப் பற்றவைத்து நான்கு வாரங்கள் ஆகிவிட்டன என்று நினைத்திருக்கலாம்.

தனது நட்பாகவும் உறவாகவும் உயிராகவும் இருந்த மைத்துனன், ஏதோ வெஞ்சினத்தால் தனது குறியறுத்து சிவலிங்கத்துக்கு குருதி சொரிந்து கோண்டியா பொது மருத்துவமனையில் போராடும் வேதனையில் இருக்கலாம்.

ஏதோவோர் ஊரில், மழை பெய்யவில்லை என்றால் காளிக்கு காரம் கூடிய காந்தாரி மிளகாயை அரைத்துப் பூசுவார்களாம். எரிவு தாங்க முடியாமற் போகும்போது காந்தாரி அம்மன் மழை சொரியச் செய்வாளாம். இன்று அடர் கந்தக அமிலம் சொரிந்தால்கூட அவள் அசைந்து கொடுக்க மாட்டாள் என்று தோன்றி இருக்கலாம்.

பூச்சி மருந்து வாங்கமட்டும் அவனுக்கு எங்கிருந்து காசு கிடைத்தது என்று தெரியவில்லை. பருத்திக்கு அடித்து மீந்த பகுதி ஏதும் பழசாகிப் பரணில் கிடந்திருக்க வேண்டும். ஊற்றிப் பிசைந்த சோள மாவும் ஈச்சங் கருப்பட்டியும் எங்கிருந்து வந்தன என்றும் தெரியவில்லை.

அது 'போர்' எனப்படும் காட்டு இலந்தை பழுக்கும் காலம். செங்காயானாலும் தின்னலாம். ஊரைத் தாண்டி

இருந்த குறுங்காட்டினுள் நுழைந்து தேடினால், மழைக்கு ஏங்கிய மரமேதும் நரங்கிய காய்களைக் காட்டிக்கொண்டு நிற்கக்கூடும். கற்றாழை மூடு ஒன்று கிடைத்தால் கூட அதன் கிழங்கு தோண்டி வந்து ஏழு தண்ணீர் மாற்றி அவித்துத் தின்னலாம். குரங்குகள் தின்னும் காட்டுக் காய்கள் ஏதும் கிடைக்கலாம். கிழட்டு நாத்ரே காலையிலேயே நடந்து நடந்து காட்டில் திரிந்துகொண்டிருந்தார். காட்டினுள்ளும் தலைக்கு மேல் வெயில் அடித்தது. மாலை மயங்கத் திரும்பி வந்தபோது எல்லாம் ஆகிவிட்டிருந்தது.

முப்பது மைல்கள் தாண்டி இருந்த கோண்டியாவுக்கு உயிருக்கு ஊசலாடும் நான்கினைக் கொண்டுபோக எந்த வாகனம் கிடைக்கும் இலவசமாக?

வரிசையாகக் கிடத்தப்பட்டிருந்த நான்கு சவங்கள். கொள்ளிக்குடம் சுமக்கையில் ஈரல் கீறிப் பிளந்து வேதனித்தது நாத்ரேக்கு.

திருட்டு ரயிலேறிப் போய் நாக்பூரிலோ ராய்ப்பூரிலோ ஜபல்பூரிலோ கட்டிடக் கூலியாக செங்கல்லோ ஜல்லியோ மணலோ சுமந்திருக்கலாம். கரகரத்த குரலில் ‘அபங்’ பாடி கையேந்தி நடந்திருக்கலாம். தினத்துக்கு ஐந்து ரொட்டி சம்பாதிக்க இயலாதா?

எதை அஞ்சினான் பாகோஜி?

வயிற்றை அஞ்சினானா? பருவமான பெண்களின் வாசம் கவர்ந்து வரும் கோரைப்பல் ஓநாய்களை அஞ்சினானா?

தன்னை மட்டும் ஏன் விட்டுப் போனான்?

உடைந்து உடைந்து பெருகியது கிழவனுக்கு. தன்னிலிருந்து தன்னை விலக்கி, தன்னைச் சேர்த்துத் தன்னை மாய்த்து . . .

தனியாகத் தன்னை மாய்த்துக்கொள்ளத் திராணியில்லை நாத்ரேக்கு!

பூட்ட என்ன இருக்கிறது வீட்டில்? யாருக்கு எதை விட்டுச் செல்ல? புலவர் பாடாது ஒழியும் நிலவறையா? எங்கு செத்து வீழ்ந்தாலென்ன? மாற்றுடை இல்லாத, பத்துக் காசு சில்லறை கூடக் கைவசம் இல்லாத, அடுத்த வேளை உணவு பற்றிய ஆதாரம் இல்லாத, மறுபடியும் இனி காணவே முடியாத மண்ணைப் பற்றிய போதம் இல்லாத புறப்பாடு.

ஆவிகள் ஆவலாதியோடு அலைந்து திரியும் பூமி.

கும்பி என்பது தூராத கிணறு, அவியாத நெருப்பு, ஆறாத புண், தன்னையே தான் தின்னும் வெறியான மிருகம், உள் ஒளிந்து கிடக்கும் உருவம் இல்லா அணங்கு . . .

எங்கு கொண்டுபோய்த் தொலைப்பது நிழலை. பெற்று வளர்த்த மகனின், பேணிய மருமகளின், குங்குமம் அப்பி குளிர் சாந்தம் அட்டித்து மங்கல வீதி வலஞ்செய்து மணநீர் மஞ்சனம் ஆட்டக் கனாக் கண்ட பேத்திகளின் நினைவை எங்கு போய்த் தொலைப்பது?

ஹிங்கன்காட்டில் கிடந்த குளமொன்றில், கோவணம் கட்டிக்கொண்டு, அரை வேட்டியையும் தலை வேட்டியையும் வெறும் தண்ணீரில் நனைத்துக் குமுக்கிக் குத்தி, உலர வைத்து மறுபடியும் அணிந்துகொண்டு . . .

எந்தத் திசையானால் என்ன? திசையற்றவனுக்கு போகும் திசை எல்லாம் சொந்தத் திசை.

அதிலாபாத் ரயில் நிலையம் பிரதான போக்குவரத்து வழியில் அமைந்த பரபரப்பான நிலையமல்ல. ஆந்திரப் பிரதேசத்தின் வடக்குக் கோடியில் மராத்திய மாநிலத்தைத் தொட்டுக்கொண்டு கிடந்த மாவட்டத்தின் தலைநகரம். எப்போதும் பீழை சேர்ந்த கண்களும் கோட்டு வாயும் உறக்கச் சடைவுமாகக் கிடக்கும் நிலப்பகுதி. இருபது கிலோ மீட்டரில் மராத்தியம். எண்பது கிலோமீட்டரில் கர்நாடகம். நூற்றிருபது கிலோமீட்டரில் சத்தீஸ்கர் மாநில எல்லைகள். வறட்சி, வறுமை புறக்கணிப்பு, அண்டை மாநிலங்களில் குற்றம் செய்து ஓடிவந்து மறைந்து வாழும் மானுடரின் ஆட்சி. மக்கள் போர்க்குழு கம்யூனிஸ்ட்டுகள் காலூன்றி நின்ற இடம்.

அதுபற்றி எல்லாம் கவலைப்பட முடியாத விற்பனைப் பிரதிநிதி பாபுராவ். சரியான தங்குமிடம் அல்லது உணவு கிடைக்காது என்றோ, போக்குவரத்து வசதிகள் போதுமான தாக இல்லை என்றோ, வெயில் நூற்றுப் பன்னிரண்டு கொளுத்துகிறது என்றோ ஒதுங்கிக்கொள்ள முடியாத வேலை. அவன் ஏவப்பட்ட கணை. சொந்த விருப்பு, வெறுப்பு கிடையாது. ஒன்றில் இலக்கை அடைந்து வீழ்த்த வேண்டும் அல்லது வெறுமனே வீழ்ந்து கிடக்க வேண்டும். கான முயல் எய்த அம்பினில் யானை பிழைத்த வேல் ஏந்தல் இனிது.

காலையில் உசல் பாவ், சாய். மதியம் முரட்டு ரொட்டி களும் பருப்பும், வாய்க்கவில்லை எனில் பட்டாட்டா வடா, சாய். இரவு எப்போதும் தோதான கடை தேடிப்பிடித்துக் கொள்வான். பயண விற்பனைப் பிரதிநிதிகளின் பிரதான பொழுதுபோக்கான நாடன் சாராயக்கடைகள் இன்றும் அறிமுகம் ஆகியிருக்கவில்லை. நேரம் வாய்த்தால் மராத்தி சினிமா அல்லது தமாஷா.

அந்த முறை பாபுராவின் பயணத்திட்டம் பட்னேரா, யவத்மல், புல்காவ், அதிலாபாத், நாந்தேட், பர்பனி, லாத்தூர் உற்பத்தியாளர் கூட்டுறவு நூற்பாலைகள் இலக்கு. பகலில் அலைச்சல், முன்னிரவில் பயணம், பின்னிரவில் உறக்கம், காலையில் பயணம், பகலில் அலைச்சல். கையில் இருக்கும் பிரீஃப் கேஸ் தனியாள் தங்கிப் புறப்பட சகல சாமான்களும் கொண்டது. பாபுராவுக்கு இந்த அலைச்சலிலும் சுகமொன்று கண்டு கிட்டியது.

யவத்மல் அறையை அதிகாலையில் காலி செய்தான். முன்னிரவில் புறப்பட்டிருக்கலாம். ஆனால் யவத்மல் – அதிலாபாத் கடைசி பஸ் மாலை நாலரைக்கே போய்விட்டது. எட்டு மணிக்கு அதிலாபாத் வந்து சேர்ந்தான். பேருந்து நிலையத்தில் இருந்து மில்லுக்கு நாலு கிலோமீட்டர். பேருந்து நிலையத்தில் வாடகைக்கு சைக்கிள் கிடைத்தது. அதிலாபாத் தில் இருந்து பர்பனிக்கு மதியம் இரண்டரை மணிக்கு ஒரு பாசஞ்சர் இருந்தது. மாலை பர்பனியில் அறை எடுத்துக் கொள்ளலாம். மில்லில் வேலை முடித்து வெளியே வர ஒரு மணியாகிவிட்டது. ஆற அமரச் சாப்பிட்டு ரயில்வே ஸ்டேஷன் போவதென்றால் பாசஞ்சர் போய்விடும்.

பசி நன்கு கொளுத்தியது. இரண்டு பட்டாட்டா வடை சாய் எத்தனை நேரம் தாங்கும்? ரயில் நிலையத்தில் என்ன கிடைக்கும் என்று சொல்ல முடியாது. வாடகை சைக்கிளை பேருந்து நிலையத்தில் கொடுத்துவிட்டு சைக்கிள் ரிக்ஷா பிடித்து ரயில் நிலையம் கிளம்பினான் பாபுராவ். ரிக்ஷாக் காரன் காட்டிய கடையில் நான்கு ரொட்டிகளும் உருளைக் கிழங்கு சப்ஜியும் இலவசமாய் தந்த நான்காய் பிளந்த வெங்காயமும் எலுமிச்சம்பழத் துண்டும் பார்சல் வாங்கிக் கொண்டான். பயணச் சீட்டு வாங்கி, அடைசல் இல்லாத பெட்டியில் ஏறி, சாய்வாக உட்கார வண்டி புறப்பட்டது. பல பத்தாண்டுகளாய் திரும்பத்திரும்ப ஒரே தடத்தில் ஓடிக் களைத்த அலுப்பு தொனித்தது, வண்டியின் ஊதலில்.

சாலப்பரிந்து . . .

வண்டியில் கூட்டமில்லை. காட்டமான வெயில் பொசுக்க ஊறிய வியர்வையில் தூசி அப்பியது. நான்கு மணி நேரமோ, ஐந்து மணி நேரமோ ஆகும் பர்பனி போய்ச்சேர. மலிவாக அறை எடுத்துக் குளிக்க வேண்டும் முதலில். பசித்தது பாபு ராவுக்கு. சாப்பிடலாம் என்றெண்ணி தண்ணீர் போத்தலை எடுத்து வைத்துக்கொண்டு, ரொட்டிப் பார்சலைப் பிரித்தான்.

காய்ந்த தையல் இலையில் பொதியப்பட்டிருந்த சோள ரொட்டிகள். தாராளமாக கொத்தமல்லித் தழையும் வதக்கிய வெங்காயமும் வேகவைத்த உதிர்த்த உருளைக்கிழங்கும் போட்டுப் பிரட்டிய சப்ஜி. எண்ணெயில் வதக்கிய நீண்ட காரமான பச்சை மிளகாய். சூடு ஒரு ருசி, சிவப்பு ஒரு அழகு என்பதெல்லாம் கொடுத்து வைத்தவர்களுக்கு. பாபு ராவுக்கு பசிக்கு ருசி வேண்டாம், நித்திரைக்குப் பாய் வேண்டாம்.

வெளியில் வேடிக்கை பார்த்துக்கொண்டு பறக்கும் தூசி ரொட்டியில் விழாமல் காபந்து செய்துகொண்டு, கார மிளகாய் கடித்துக்கொண்டு, நிதானமாக ரொட்டியைப் பிய்த்துத் தின்றுகொண்டிருந்தான்.

கால் துண்டு ரொட்டியும் கொஞ்சம் சப்ஜியும் இலையில் மீதம் இருந்தன. ஒரு துண்டு ரொட்டியை சப்ஜியுடன் விரல்கள் கவ்விப் பிடித்திருந்தன. வாய்க்குக் கொண்டுபோகும் நேரம். பாபுராவின் உயர்த்திய கையை, முதிய, தோல் சுருங்கிய நாத்ரேயின் கை எட்டிப் பிடித்து வெடவெடத்தது. குலைந்து ஒலித்த குரலால் அதிர்வுற்று பாபுராவ் நிமிர்ந்து பார்த்தான்.

'அமி காணார் ... அமி காணார் ...'

'எனக்குத் தா' என்றல்ல, 'நான் தின்பேன்' என்றல்ல, நாம் உண்போம் என. தூய சங்கத் தமிழில் பெயர்த்தால் 'யாம் உண்பேம்' என.

கண்கள் கசிந்திருந்தன. பிடித்த கரம் நடுங்கியது. மீண்டும் மீண்டும் பதற்றம் பரவ, "அமி காணார் ... அமி காணார் ..."

பல்கிப் பெருகிக் கிளைத்துத் தழைத்த பசியின் மொழி பாபுராவைத் திடுக்கிடச் செய்தது. மறுபடி மறுபடி சோர்ந்து தொய்ந்த குரல். யாசகத்தின் இரங்கிய குரல் அது. பசியின் பாய்ச்சலை உணர்த்திய குரல். தின்ற மிச்சமல்லவா என்று தோன்றியது அவனுக்கு. கால் துண்டு ரொட்டி என்ன பசி

யாற்றும்? சற்று முன்னால் வந்திருக்கலாகாதா என இரங்கியது மனது.

பிடுங்காத குறையாகக் கையிலிருந்து வாங்கிய பொட்டலத்துடன் எதிர் இருக்கையில் உட்கார்ந்து, கால் துண்டு ரொட்டியில் கால்துண்டை வாயில் போட்டு மெல்லலானார் நாத்ரே. உமிழ் நீர் நரம்புகள் வெட்டி இழுத்துச் சுரந்ததன் வலியில் சற்றுக் கோணியது வாய். சுரந்த கண்கள் வடிந்தவாறு இருந்தன. யுகங்களாய்த் தொடர்ந்த மனித குலத்தின் பசியின் வடிவமாய் நாத்ரே காரமான பச்சை மிளகாயைக் 'கரக்'கெனக் கடித்தார்.

தன்னிடம் இருந்த தண்ணீர் போத்தலை அவரிடம் நீட்டினான். அடுத்த ஸ்டேஷன் எப்போது வரும் என்று தெரியவில்லை. வடா பாவ் கிடைக்கலாம். பச்சை வாழைப் பழங்கள் கிடைக்கலாம். அவருக்கு இரண்டு வாங்கித் தர வேண்டும் என சங்கல்பம் செய்துகொண்டான். காதில் தகப்பன் சாமியின் உபதேசம் போல ஒலித்துக்கொண்டிருந்தது நாத்ரேயின் குரல், மிச்ச வாழ்க்கைக்குமான மந்திரம் போல. யாம் உண்பேம்.

ஓம்சக்தி, ஜூன் 2006

பரிசில் வாழ்க்கை

ஊருக்கு மேல் கையில் நீர்வளம் ததும்பிய தலங்களில் இருந்தன சாத்தாங்கோயில்கள். ஆற்றங் கரை குளத்தங்கரை போக சில சமயம் தோப்புகள், திரடுகள், விளைகள் நடுவிலும், அபூர்வமாக வயற்காடு களின் திட்டுக்களிலும் சாத்தா நிலை கொண்டிருப் பார். சாத்தாங்கோயில் என்பதுதான் வழக்கு. மற்ற படி கிறிஸ்துவின், 'என்று நீ அன்று நான் உன் எதிரி அல்லவோ' எனும் நிரந்தரமான எதிரியான சாத்தா னின் கோயில் எனப் பொருள் கொளல் ஆகா! சாஸ்தா என்பதன் தமிழாக்கம் சாத்தா. அல்லது மறுதலை நேராம். சாஸ்தா என்ன மொழி என்றெனக்குத் தெரியாது. வேட்டி வேஷ்டியானது போன்றும் துட்டி துஷ்டியானது போன்றும் கோட்டி கோஷ்டியானது போன்றும் இங்கிருந்து சென்று அங்கிருந்து திரும்பிய தாகவும் இருக்கலாம்! அப்பம் தின்னவோ அலால் குழி எண்ணவோ!

தமிழகத்தின் தென்மாவட்டமான கன்னியாகுமரி யிலும் மற்றும் கேரளத்தின் திருவிதாங்கூர் பகுதிகளி லும் தர்ம சாஸ்தா ஐயப்பன் கோயில்களும் சாத்தாங் கோயில்களும் வழியிலுள்ள எரிமேலி, பத்தணம்திட்டை பக்கத்தில் பேராறு ஒன்றின் மேட்டிலுள்ள பந்தளம். குளத்துப்புழை, செங்கோட்டை தாண்டி சிற்றாறுகளின் கரையிலுள்ள ஆரியங்காவு, அச்சன்கோயில் ஆகியவை ஐயப்ப சாஸ்தா கோயில்களில் பிரபலமானவை.

ஈண்டு சொல்ல வருவது நூறு வீடுகளுக்குள் இருக்கும் சிற்றூர்களில் அடங்கி ஒதுங்கி வாழும் சின்ன சாத்தாங்கோயில்கள் பற்றி. அவருள்ளும் சற்றுப் பெரிய

ஊர்களில் பதி கொண்ட எங்கோடிகண்டன், எருக்கலை உடையார், மணிகண்டன், சேரவாதில், நீர்நிறைகாவு கொண்டன், தென்கரை மகராசன், பரக்கோடியன் கண்டன் என்பன பெயர் கொண்ட சாத்தாக்கள்.

ஊரை விட்டு ஒதுங்கி எக்கேடும் கெட்டுப் போங்கள் எனக்கென்ன எனும் பாவத்தில், காட்டின் விளிம்பில் கால் கொண்டிருக் கும், யோக முத்திரையுடன் ஆன சின்ன கற்சிலைகள். அல்லது வடிவ ஒழுங்கற்ற சிவலிங்கம் போன்ற அமைப்பில் சமைந்த உருளைக் கற்கள். ஆயிரக்கணக்கில் சமணர்களைக் கழுவேற்றித் தழைத்த சைவத்துக்கு அஞ்சி ஒடுங்கி, அடைக்கலம் தேடி, சிற்றூர்களில் ஒதுங்கிய சமணரின், வழிபாட்டுத் தலங்கள் அவை என்பாரும், சமண முனிகளின் சமாதிகள் மேல் எழும்பிய நடுகற்களின் வடிவம் என்பாரும் உளர். உளர் எனில் உளர், இலர் எனில் இலர். எவ்வாறா யினும் சமணத்தைக் கழுவேற்றியதன் பிராயச்சித்தமாக இன்று சைவத்தைச் சைவமே கழுவிலேற்றிக் கொண்டிருக் கிறது. சிவம் எனில் ஆக்கல், சிவம் எனில் அளித்தல், சிவம் எனில் காத்தல், சிவம் எனில் அழித்தல். தன்னை ஆக்கல், தன்னை அளித்தல், தன்னைக் காத்தல், தன்னையே அழித்தல்.

வலுவும் வழிபாட்டுத் தீவிரமும் இழந்து போன சாத்தாக்களுக்கு பூநூல் அணிந்த வேளார் அல்லது குலாலர் அல்லது குயவர் அல்லது கொசவர் என்பவர் பூசை செய்தனர். சில இடங்களில் நம்பியார் பூசை செய்தனர். நம்பியார் என்றதும் சினிமா வில்லன் நடிகர் என்றுதான் நமது புந்தி போகும். அது எம் பிழை அன்று. நம்பியார் எனப்படும் பட்டர் எனப்படுபவர் ஆதி சைவர்களின் மரூவு என்பாரும் பார்ப்பனர்களின் உட்பிரிவு என்பாரும் உளர். நம்பியார்களை பார்ப்பனர்கள் தங்கள் வகுப்புகளோடு சேர்த்துக்கொள்வதாகவும் தெரியவில்லை. வடமார், வாத்திமார், பிரகச்சரணம், சோழியர்களில் சேர்த்தி இல்லை. கொள்வினை – கொடுப்பினை இருக்கட்டும், தொட்டுச் சாப்பிடுவார்களா என்றுகூட தெரியாது. சவண்டிகளுக்கு மேலா கீழா என்றும் தெரியாது. ஆனால் இறை வழிபாட்டுச் சேவையில் இருந்தனர்.

அங்கு அக்கிரகாரத்தை கிராமம் என்பார்கள். பிராமணச் சேரி என்றும் சொல்வதுண்டு. அந்தக் கிராமத் தில் இரண்டு நம்பியார் வீடுகள் இருந்தன. சிவன் கோயில், பிள்ளையார் கோவில், சாத்தாங்கோவில், பூவத்தான் கோவில்

பூசைகளில் பொழுது புலர்ந்தும் சாய்ந்தும் கடந்து போயிற்று. பூவத்தான் என்பவரும் பூதத்தான் எனும் சாத்தான்தான் என்பார்கள். பூவத்தான் உருவங்கள் கவிழ்த்து வைத்த மைசூர் சருவம் போன்ற கற்சிலைகள், பலி பீடங்களின் பெரிய வடிவம்.

வெள்ளாங்குடிக்கும் வைராவிக்குடிக்கும் சாம்பவர் குடிக்கும் இன்னபிற ஒற்றைப் புறம் கூட்டாளிகளுக்கும் பொதுவாக ஒரு பள்ளிக்கூடம் இருந்தது எங்களூரில். அன்றும் இன்றும் ஐந்தாம் வகுப்பு வரைதான். குடும்பக் கட்டுப்பாடும், வசதியுள்ளோர் வேன்களில் நகரத்துப் பள்ளிகளுக்கு பிள்ளைகளை அனுப்புவதுமாக மாணவர் எண்ணிக்கை குறைந்து குறைந்து தற்போது ஓராசிரியர் பள்ளியாக ஒய்ந்துகொண்டிருக்கிறது. ஐம்பதாண்டுகளுக்கு முன்பு அரிச்சுவடியும் எண் சுவடியும் கற்றுத்தந்த பாட சாலைக் கூடமும் ஓடிப்பிடித்து விளையாடி கல்வரித் தூணில் முன்மண்டை மோதிய வராந்தாவும். பின்பு ஊருக்கு மேற்கே இரண்டு மைல் நடந்து சென்ற நடுநிலைப் பள்ளி. ஆறு முதல் எட்டு வரை படித்தது.

எமது வகுப்பில் பக்கத்து ஊர் பிராம்மண கிராமத்தில் இருந்து மூன்று பெண்பிள்ளைகள் வெள்ளாங்குடி, நாடாக் குடி, சாம்பவர் குடிகளில் இருந்து வரும் சிறுவர் சிறுமிகளாக நாற்பத்தெட்டுப் பேர். ஒருத்தி மட்டும் முக்கால் மைல் தூரத்தில் இருக்கும் தட்டட்டி போட்ட வீட்டில் இருந்து தினமும் வில் வண்டியில் வந்தாள். உள்ளூர் பிள்ளைகள் மதியச் சாப்பாட்டுக்கு வீட்டுக்குப் போய் வருவார்கள், சுடு சோறு தின்ன, எமக்கு எப்போதும் சின்னப் பித்தளைத் தூக்குப் போணியில் பழையதும் உப்புப்பரலும் நார்த்தங் காய்த் துண்டும். ஓடியோடி வீட்டுக்குப் போனாலும் அதே தான் இருக்கும். அன்றெல்லாம் மதிய உணவு இடைவேளை ஒருமணி நேரம். மணிக்கூர் கணக்கெல்லாம் ஒரு உத்தேசம் தான். தலைமையாசிரியரிடம் மட்டும்தான் பழைய ஃபேவர் லூபா கைக்கடிகாரம் இருந்தது.

வில்வண்டிக்காரியை சாப்பிடக் கூப்பிடவும் திரும்பக் கொண்டு விடவும் வண்டி வரும். பூப்பட்டால் நோகும் பொன்னுத் திருமேனி. வகுப்பிலுள்ள கிராமத்துப் பெண் பிள்ளைகளில் சிவகாமியும் சீதையும் இரட்டை வண்டிக் காளைகள் போல. ஒன்று வலத்தை என்றால் மற்றொன்று இடத்தை. மற்றவள் பாலாம்பாள் தனியாக வந்து போவாள். ஏதும் சண்டை – பச்சம் சமாச்சாரமாக இருக்கும் என்று நினைத்திருந்தோம். ஆனால் பயின்ற ஆறு, ஏழு, எட்டாவது

வகுப்புக்களில் ஒரு முறைகூட சகஜமாக அவர்கள் பேசியோ, சிரித்து விளையாடியோ பார்த்ததில்லை. பேசினாலும் அது பத்தியப் பேச்சாக இருக்கும். நட்பாக இல்லை என்பது வெளிப்படை. பகையாகவும் இல்லை. வெள்ளாடிச்சிகளிட மும் சாம்பாத்திகளிடமும் நாடாத்திகளிடமும் மறத்தி களிடமும் கம்மாளத்திகளிடமும் எப்போதாவது தமது ஒதுங்கல் ஒழித்து கறாலான இயல்பின் எல்லை தொட்டும் தொடாமலும் உரையாடியவர்கள் ஏன் பாலாம்பாளிடம் பாராமுகம் என்று தோன்றும். தக்க தருணம் இன்னும் வர வில்லையோ நன்னு ஃப்ரோவ?

பாலாம்பாள் என்னிடம் பிரியம் கொண்டிருந்தாள். சிவகாமியையும் சீதையையும் முந்திக்கொண்டு வகுப்பில் வந்ததனால் இருக்கலாம். யாருக்கும் அந்த இடத்தை விட்டுத் தந்ததே இல்லை. ஒருவகையில் பாலாம்பாள் தனது கர்வத்தை என் மூலம் நிலைநாட்டிக் கொண்டிருந்தாள் போலும். எனக்குப் பிறகு மூன்று பேரும் மற்ற இடங்களில் மாறி மாறி வந்துகொண்டிருப்பார்கள். பெரும்பாலும் பாலாம்பாள்தான் முதல் வட்டத்தில் கடைசி. என்னிடம் அவள் மட்டும் ஐயங்கள் கேட்பாள். புத்தகங்கள் இரவல் வாங்குவாள்; பத்து சொட்டு மை கடன் கேட்பாள். நானோ எப்போதும் எதற்கும் எல்லோரிடமும் இரந்து திரிபவன் என்பது கிளைக் கதை. மற்றபடி எனது முன் தள்ளிய சோவிப் பற்களும் சூம்பி ஒடுங்கிய நெஞ்சுக்கூடும், இளநரையும், கோரை முடியும் வாமன உருவும் வாலைப் பெண்கள் காமுறும் கிரியா ஊக்கிகள் அல்ல.

எட்டாம் வகுப்பு படிக்கும்போது, புத்தேரிப் பெரியம்மை வீட்டுக்குப் போய் திரும்பிய ஒரு பள்ளி விடுமுறையில், காலை கடந்து முற்பகல் கூடிவரும் வேளையில், குளத்தங் கரை குறுக்குப் பாதை சாலையில் வந்து கூடும் இடத்தில் இருந்த பூதத்தான் கோயிலில் மணி கிலுங்கிக்கொண்டிருந் தது. சிலசமயம் நெல்லுப் பொரி கிடைக்கும் எனும் யோசனையில் எட்டிப் பார்த்தேன். பாலாம்பாள் தொழுத கையுடன் நிற்க நம்பியார் கிலுக்கிக்கொண்டிருந்தார்.

கருவறை, உட்பிரகாரம், கொடிமரம், பலிபீடம் வெளிப் பிரகாரம் என்று தனித்தனியாகக் கிடையாது. மூன்று பக்க மும் கல்வரி நாட்டிய அளி போன்ற சுவர். முன்பக்கம் கம்பிக் கதவு. கல் உருவைக் கள்ளனா கொண்டுபோவான்? காற்றும் மழையும் வெயிலும் கரைக்கவா முடியும்? மேற்கூரையும் கிடையாது. காற்றுக்கு ஒதுக்கமாய், விளக்கு ஏற்ற என மாடக் குழி உண்டு. சிவராம நம்பியார் பூசை சாமான்களை ஒதுக்கிக்

கொண்டிருக்க, நான் பாலாம்பாளிடம் பேச்சுக் கொடுத்தேன். அரையாண்டு பரீட்சை நெருங்கிக்கொண்டிருந்தது.

"எல்லாம் படிச்சாச்சா?"

"சமூகப் பாடம் மாத்திரம் பாக்கி."

"சிவகாமியும் சீதையும் படிச்சு முடிச்சிருப்பாள்ளா?"

"அவாளைப் பத்திக் கேக்காத... அவா என்னோட பேச மாட்டா..."

"அப்படி என்ன சண்டை?"

"சண்டையெல்லாம் ஒண்ணுமில்லே... அவா வேற ஜாதியோல்லியோ!"

எனக்கு பள்ளிப் பருவத்தில் ஏற்பட்ட ஏகப்பட்ட வர்ம அடிகளில் அதுவும் ஒன்று.

"ஆனா நீங்கோ கிராமத்திலே தானே இரிக்கியோ?"

"ஆனா எங்காத்துக்கு அவா வரமாட்டா... நாங்களும் போமாட்டோம்..."

"உங்கப்பா பூணூல் போட்ருக்காரே!"

"அதெல்லாம் போட்டுப்பா... அவா எங்களைத் தொட்டுச் சாப்பிடமாட்டா?"

"அப்பம் நீங்க வெள்ளாங்குடித் தெருவுக்குப் போயிரலாம்ல?"

"அதெப்டிடா? நாங்க பிராமணாள் இல்லியோ?"

'வெளங்கினாப்பிலதான்' என்று மனதுக்குள் நினைத்துக் கொண்டேன்.

சாஸ்தா சைவம், அன்னதானப் பிரியன். அவருக்குப் பிடித்தமானது சர்க்கரை, பச்சரிசி, பொடித்த ஏலம் சுக்கு, திருவிய கருக்குத் தேங்காய் போட்டு வைத்த அரிசிப் பாயசம். கோளடித்தால் அரவணை. எனவே பாலாம்பாளுக்கு மூன்று வேளையும் பாயசம்தான் என்பது எனது கணக்காக இருந்தது.

பூசைக்கு ஆள் கிடைப்பதும் பெரும்பாடுதான் என்று பேசிக்கொண்டார்கள். ஒன்று கடவுள் கைங்கர்யம் தீராத் தரித்திரம் என்பது. இரண்டு கொத்தவேலைக்குக் கையாளாகப் போனால் ரூபாயில் கூலியும் மத்தியானம் கஞ்சியும் உண்டென்பது. எந்தப் பூசாரியும் மாடி வீட்டில் வசித்து வில்வண்டியில் பயணம் போய், அறுத்தடித்து வைத்துக்

கொண்டு சாப்பிடுவதாக எடுத்துக்காட்டுக்கள் இல்லை. பூசாரிகளின் பெண்டுகளைப் பார்த்தால் சொல்லிவிடலாம் எத்தனை காய்ந்து போன வயிற்றுப்பாடு என்பது.

பூசை செய்யும் நம்பியார்கள் ஒற்றைத் திமில் ஒட்டகம் போல. குயவர்களிலும் எல்லோரும் கோயில் பூசைக்கு வருவ தில்லை. நம்பியார்கள் கிடைக்காதபோது சைவப்பிள்ளைமார் பூசை செய்தார்கள். தொண்டைக் குழியில், திருமாங்கல்யம் போல அதைவிட இறுக்கமாகத் தொங்கும் ஒற்றை உருத்திராக்கம் ஓர் அடையாளம். பூசை செய்யும் பிள்ளை மாருக்கு குருக்கள் என்று பெயர். குருக்கள் மடம் என்றே ஓர் ஊர் இருக்கிறது. வேளாளரின் உபகிளைகள் தாம் பூக்கட்டிப் பண்டாரம், சங்கூதிப் பண்டாரம், குருக்கள், தீட்சிதர், சைவமுதலி, ஓதுவார், ஆதி சைவர் என்றொரு ஆய்வு சொல்கிறது. அது கிடக்க!

ஊருக்கு வடமேற்கே, வயற் காட்டின் நடுவே திர டொன்று இருந்தது. தோப்பு என்று சொல்லிவிட முடியாது. திட்டு, கரடு எனக் குறிக்கலாம். ஆங்கோர் சாத்தாங்கோவில். ஆவணங்களில் அவருக்கொரு பெயர் இருக்கும். அல்லது இருக்கலாம். மேற்படி சாத்தா வடித்தெடுத்த வரி சிலை அல்ல. வடிவம் சிவலிங்கம் போல. ஆனால் ஆவுடை இல்லா மல் அகன்ற தூர் பாகத்துடன் இரண்டடி உயரத்தில் இருந்தார். கூரையும் இல்லை, சுற்றுக் கட்டு மதிலும் கிடையாது. நான்கடிக்கு ஆறடி வரிக்கல் பாவிய தளத்தில் பூமி மட்டத்தில் இருந்து மூன்றடி உயரத்தில் இருந்தார். திரடு ஒரு நந்தவனம் போன்றும் இருந்தது. ஒரு கோட்டை விதைப்பாடு பரப்பளவு இருக்கும். நந்தவனம் என்றால் பெரும்பாலும் அரளி. அரளியில் செவ்வரளி, வெள்ளரளி, கழுநீர் அரளி, அவ்வந்த நிறங்களில் அடுக்கரளிகள், தங்கரளி. சில மூடுகள் நந்தியாவட்டை, வாடாமல்லி, பிச்சி, நாலைந்து வாழை மூடுகள், கூழைப்பலா, ஆள் ஏற முடியாத உயரத்தில் எட்டுப் பத்து தென்னை மரங்கள். மாமரம் ஒன்று. பச்சை யாகத் தின்ன பச்சரிசி போல் இருக்கும் காய்கள். முகப்பில் ஓடைபோல் குழி கொண்டவை. எனவே ஓடைக் காய்ச்சி என்றும் பெயருண்டு. பழுத்தால் குழம்புக்கு ஆகும். திரட்டின் தென்கிழக்கு ஓரத்தில் சின்ன வாவி. அதை நீராவி என்றும் சொல்வார்கள்.

நந்தவனமும் நீராவியும் சாத்தாவும் வேங்கைக்காடு மூத்த பிள்ளையின் குடும்ப வகை. மூன்று தலைமுறைச் சொத்து. சாத்தாவின் தினப்படி பூசைக்கு என இரண்டு கோட்டை விதைப்பாடு அகப்பத்தில் விட்டிருந்தனர்

மூதாதையர். பாலாம்பாளின் அப்பா சிவராம நம்பியாருக்கு தினம் ஒருவேளை பூசைக்கென மூன்று கோயில்களில் முறை. அதில் சாயரட்சை பதிவு சாத்தாங்கோவில்.

மாதம் ஏழு மரக்கால் நெல் சம்பளம். விளக்கெரிக்க நல்லெண்ணெய், நைவேத்தியம் பொங்க பச்சரிசி, விசேட நாட்களில் பூசைக்காக – தேங்காய், பூ, பாளையங்கோட்டன் பழம், வெற்றிலை, பாக்கு, சூடம், சாம்பிராணி, சந்தனம், விபூதி, விறகு ஆகியவற்றுக்காக கணக்குப் பார்த்து இன்னொரு ஏழு மரக்கால் நெல். மற்றெதெல்லாம் எப்பாடு பட்டாலும் அப்பாடு சாத்தா பாடு; நம்பியார் பாடு.

தோராயமான கணக்குப்படி, மூன்று கோயில்களுக்கு மாக, செலவு அடக்கம் மாதம் இரண்டு கோட்டை நெல் கிடைக்கும் நம்பியாருக்கு. அன்று – உழ, வரப்பு வெட்ட, வெள்ளம் தண்ணீர் பார்க்க என பதிவு வேலைக்காரர்களுக்கு மாதம் ஒரு கோட்டை நெல்லும் மத்தியானக் கஞ்சியும் என்பது வழமை. அதில் பதிவு வேலை பண்ணைக்காரனுக்கு திருப்பிச் செய்யும் செலவுகள் இல்லை, நம்பியார் போல பூசைக்கான கூலி நெல்லை, பொலியளவு மரக்காலுக்கு அளப்பார்களா கொத்து அளவு மரக்காலுக்கு அளப்பார் களா என்றும் தெரியாது. கடவுளுக்கு வஞ்சனை செய்வார் களா எனும் நம்பிக்கை உண்டு நம்பியாருக்கு. பொலியில் அளந்த நெல்லானால், காயப்போட்டு குத்தினால் கோட்டைக்கு பத்தரை மரக்கால் பச்சரிசி இருக்கும், குருணையும் சேர்த்து. சண்டு புடைத்த நெல்லானால், எட்டு மரக்கால் அரிசி. இதில் மூன்று கோயில் பூசைச் செலவுகள், சாப்பாடு, துணிமணி, பிள்ளைகளின் படிப்பு, வைத்தியம், நல்லது கெட்டது, நாள் கிழமை – நாளும் கிழமை யும் நலிந்தவர்க்கு ஏது என்றாலும் – கைத்தாங்கலாக நடந்துகொண்டிருந்தது குடித்தனம்.

பெருவெள்ளமாகப் பக்தர் வந்து கூடுவதற்கு நமது சத்தாங்கோயில் என்ன திருப்பதியா, குருவாயூரா, கொல்லூரா, மேல்மருவத்தூரா, சபரிமலையா, திருவரங்கமா? தட்டு என்பதோ அதில் காலணா அரையணா தட்சணை என்பதோ சாத்தியம் இல்லை. என்றாலும் எப்போதாவது வந்து நின்று கை நீட்டும் பக்தனுக்கு நெற்றியிலும் மார்பி லும் தொள்பட்டைகளிலும் பூச தாராளமாகத் திருநீறு தர வேண்டும். எவராவது பங்குனி மாதம் பரணி நட்சத்திரத்தில் திருநீற்று முட்டம் நீற்றினால் கோயிலுக்கு என்றும் ஏழெட்டு தருவார்கள். சந்தனம் என்பது பச்சரிசி மாவும் மஞ்சளும்

பன்னீரும் சேர்த்துக் குழைத்ததோர் சாந்தம். காய வைத்து வில்லைகளாக உருட்டி பல சரக்குக் கடைகளில் விற்பார்கள்.

வயற்காட்டில் வேலை இருந்தால், பண்ணையார் வந்து கும்பிட்டு விபூதி எடுத்துப் பூசிவிட்டுப் போவார். மற்றபடி சாத்தாவுக்கு கொடை, சிறப்பு, ஊட்டு, நம்பிரான் விளையாட்டு, வேட்டை ஏதும் கிடையாது.

சாத்திரப்படி மூன்று கோயில்களுக்குமான பூசைக்கு முன்னால் நம்பியார் குளிக்க வேண்டும். அருகில் இருக்கும் ஆற்றிலோ, தெப்பக் குளத்திலோ, நீராவியிலோ, ஊருணி யிலோ குளித்து ஈர சோமனுடன் சாமியைக் குளிப்பாட்டி, எவராவது நேர்ச்சைக்கு எண்ணெய் கொடுத்தால் பாதியை அபிசேகத்துக்கும் கொஞ்சம் கல்விளக்குக்கும் மீதியை வீட்டில் தாளிதத்துக்கும் எடுத்துக்கொண்டு, அடுப்பு மூட்டி, சின்ன வெண்கல உருளியில் உழக்குப் பச்சரிசி பொங்கி, நைவேத்தியம் காட்டி, சூடம் கொளுத்தினால் தீர்ந்தது. மூன்று வேளை குளித்து தடுமன் பிடித்துத் தும்மிய பின் தான் நம்பியார் பட்டர் பொடி போடப் பழகினார் போலும்.

கோயிலின் இடமோ வலமோ நிற்கும் செடிகளில் எது பூத்திருந்தாலும் அதுதான் சாமிக்கும். எருக்கலையும் ஆகும் சாத்தாவுக்கு. சிவபெருமானே வெள்ளெருக்கம் சடை முடியான் தானே!

> யாவர்க்குமாம் இறைவர்க்கோர் பச்சிலை
> யாவர்க்குமாம் பசுவுக்கோர் வாயுறை
> யாவர்க்குமாம் உண்ணும் போதோர் கைப்பிடி
> யாவர்க்குமாம் பிறர்க்கு இன்னுரை தானே!

என்பது தானே திருமந்திரம்.

பூசை நேரங்களுக்கு இடைஞ்சல் இல்லாமல், அவர் பூசை செய்யும் மூன்று கிராமங்களிலும் குழந்தை பிறந்தால், பெண்பிள்ளை சமைந்தால், எவரும் உயிர் நீத்தால் நடக்கும் சடங்குகளில் புண்ணிய நீர் தெளிக்கக் கூப்பிடுவார்கள். தர்ப்பை, ஓமக் குச்சிகளுடன் போக வேண்டும். நாலணா தட்சணையும் பக்கா பச்சரிசி, தேங்காய், உருண்டை சர்க்கரை, கால்பக்கா பருப்பு, சீப்பு வாழைப்பழம், ஆழாக்கு நெய், உழக்கு நல்லெண்ணெய், வாழைத்தண்டு, சேம்பந்தண்டு, நாலு கத்திரிக்காய், இரண்டு வாழைக்காய், சின்னப் பூசணி, இளவன், வெள்ளரி, புடலை, சேனை என அரைக் குட்டிச் சாக்கு தேறும். காரியங்கள் முடிந்து குட்டிச் சாக்கை தலையில் சுமந்து, சடங்கு நடந்த வீட்டைத் திரும்பி பார்க்காமல், எவரும் எதிர்ப்பு வராமல், படி இறங்கிப் போக வேண்டும்.

சாலப்பரிந்து . . .

பின்னாலிருந்து வீட்டு மூதாட்டியின் குரல் கேட்கும். “திரும்பிப் பாக்காமப் போவும் ஓய்” என்று இளக்காரத்துடன்.

பாதையில் கண்ணில் படுபவர் கேட்பார்கள் சற்றும் குறையாத கேலியுடன். “ஓய் நம்பியாரே! நல்ல கோளு தான் இண்ணைக்கு! அம்புடையும் அவிச்சுச் திம்பேரா, விலைக்குக் குடுப்பேரா ஓய்?” என்பார்கள்.

பூசாரி வாழ்க்கைக்கு ஆடையிலும் கோடையிலும் சினங்கொள்ளக் கூடாது; ரௌத்திரமும் பழக இயலாது. சினம் என்பது சேர்ந்தாரைக் கொல்லி. எதற்கும் திளைத்துச் சிரிக்க வேண்டும். தொழில் தர்மம். ஊசியால் குத்தினாலும், கோடாரியால் வெட்டினாலும், வெட்டாங் கல்லால் எறிந் தாலும், ‘கல்லால் ஒருவன் அடிக்க காண்டீபம் எனும் வில்லால் ஒருவன் அடிக்க’ என்று என்.சி. வசந்த கோகிலம் பாடிய நிந்தாஸ்துதியைப் போல. மறு கன்னத்தையும் குதூகலத்துடன் காட்ட வேண்டும்.

வாழை நல்லப்பம் குலைத்தால், தெங்கு முதல் குலை நெற்று விழுந்தால், பசு முதலில் கறந்தால், காய்கறியின் முதல் பறி, உளுந்து, பயிறு முதல் நெற்றெடுப்பு என்று சாமிக்கு ஒரு சின்னப் பங்கு வரும். பிறந்த நாட்களுக்கு எவரேனும் அரிசிப் பாயசமோ அரவணையோ வைக்கச் சொல்வார்கள். பெண்ணழைத்து, மாப்பிள்ளை அழைத்துப் போனால், தேங்காய் பழம் சாமிக்கு, வெடல் தேங்காய் சிறுவர்க்கு.

தோப்பில் தேங்காய், வாழைக்குலை வெட்டிக்கொண் டிருந்தால், வெண்டை, கத்திரி, கீரைத்தண்டு, முருங்கைக் காய் பறித்துக்கொண்டிருந்தால் சற்று நின்று நிதானித்துப் பேச்சுக் கொடுப்பார் நம்பியார். தொண்ணாந்து நிற்பதுதான் பாவனை, ஆனால் தொண்ணாந்து நிற்பதாகத் தோன்றாமல். தோட்டுடன் ஒரு தேங்காயோ, கை நிறைய காய்கறிகளோ, நாலு முருங்கைக் காயோ, பிடி கீரைத் தண்டோ கிடைக்கும்.

வயலறுத்து சூடடித்து, பொலியளக்கும் களங்களுக்கு நம்பியார் போவதில்லை. அது யாசகம். இறைப்பணி செய்பவன் யாசகம் செய்யலாகாது. பூசை தவிர, மழை வருமா – வராதா என குறி சொல்வது, அக்னி நட்சத்திரம் எப்போது, மாசி மகம், வைகாசி விசாகம், பங்குனி உத்திரம், ஆடிப் பூரம், ஆடி அமாவாசை, ஆவணி அவிட்டம், திருக் கார்த்திகை, தை அமாவாசை, தைப் பூசம் என்றெல்லாம் பஞ்சாங்கம் பார்த்து நினைவில் வைத்துக்கொள்ள வேண்டும். மேலும் அமாவாசை, பௌர்ணமி, அஷ்டமி, நவமி, கரி நாள், முகூர்த்தநாள், கிருத்திகை, சஷ்டி, ராகுகாலம், எமகண்டம்,

மேற்கில் கிழக்கில் வடக்கில் தெற்கில் சூலம் எல்லாம் மனப்பாடமாக இருக்க வேண்டும்.

இடது கையில் உயர்த்திப் பிடித்த சின்ன வெண்கல உருளி, அதில் நீட்டிக்கொண்டிருக்கும் அகப்பைத் தண்டு, மூடிய வாழை இலைத்துண்டுமாக, வலது கையில் வேட்டி நுனியைத் தூக்கிப் பிடித்தபடி நம்பியார் மூன்று காலங்களிலும் அஞ்சலோட்டத்தில் இருப்பார். பார்த்தால் வாழ்க்கையை சதா ஓடித் தொலைத்துக்கொண்டிருப்பதாகவும் ஏதோ நேர்ச்சை போலவும் தோன்றும்.

நைவேத்திய சாதம், உழக்கரிசி பொங்கியது, ஒரு வயிற்றுக்குப் போதாது. சிலசமயம் காலை வேளையில் மிகவும் பசியாக இருக்கும் போலும். தேங்காய்ச் சில்லும் சர்க்கரைத் துண்டும் காலணாவுக்கு கடையில் வாங்கி, கடித்துக்கொண்டு, சுடு சோற்றை வழித்து வாயில் போட்டுக் கொள்வார். வீட்டில் போய் அதற்கும் உத்தரம் சொல்ல வேண்டியது இருக்கும்.

சில சமயம் வெறும் கையை வீசிக்கொண்டு வந்து இரண்டு பேயன் பழமோ பாளையங்கோட்டன் பழமோ கடையில் வாங்கி சாமிக்கு நைவேத்தியம் செய்வார்.

வயற்காட்டு நந்தவனத்து சாத்தாவுக்கு சாயரட்சை பூசை. வறுமை வாய்விட்டுச் சிரிக்கும் ஆனி ஆடிச் சாரல் மாதங்கள். வீட்டில் அரிசிப் பானையில் சாத்திரத்துக்குக் கிடந்த கைப்பிடி அரிசியையும் கஞ்சி வைத்துக் குடித்தாயிற்று. யாரிடமும் முன்னறுப்பு கடன் கேட்கலாம் என்றால் அறுவங்கொறுவா அறுக்க இன்னும் பத்து நாட்கள் ஆகும்.

சகல சீவராசிகளுக்கும் கல்லினுள் இருக்கும் தேரைக்கும் படியளப்பவனுக்கு நம்பியார் படியளக்க வேண்டும். பூசைக்கு நெல்தரும் வீடுகளில் போய் கடன் கேட்டால் ஏச்சு மட்டும் கிடைக்கும். “தந்ததை வித்துத் திண்ணுட்டீரா?” என்பார்கள்.

தீராத் தரித்திரமும் தாங்கொணா இறையருளும்!

நாளைப் பாடு இருக்கட்டும், இன்று சாத்தாவுக்கு என்ன பதில்?

பூசையை முடித்து, மணியடித்து சூடம் காட்டும்போது, பண்ணையார் படியேறி வந்தார். பவ்யமாக தீபம் காட்டி, விபூதி கொடுத்தார் நம்பியார். திருநீற்றை கொஞ்சம் நாக்கில் போட்டு, கொஞ்சம் நெற்றியிலும் தொண்டைக் குழியிலும் வைத்து சிரசிலும் போட்டுக் கொண்டார்.

"நம்பியாரே... பிரசாதமா நைவேத்தியச் சாதம் கொஞ்சம் தாரும் ஓய்!" என்றார் பண்ணையார்.

நம்பியாருக்கு அன்னமய கோசமும் பிராணமய கோசமும் பதறிச் சிதறியது போலிருந்தது. இடுப்புச் சோமனை யாரோ உருவிவிட்டது போல... கௌபீனம் கூட இல்லாமல் நின்றுகொண்டிருப்பதைப் போல...

"பிள்ளைவாள்... வெறும் பச்சரிசிச் சாதம்... வெல்லம், தேங்கா முறிகூட இல்ல..."

"ஒரு நுள்ளுப் போல தாரும் வே... சாத்தா பிரசாதம்லா..."

"வேண்டாம் பிள்ளைவாள்..."

"நீறு தாறேரா, நான் எடுத்துக்கிடவா?"

வாழை இலைத்துண்டு கொண்டு மூடியிருந்த வெண் கலச் சிற்றுருளியை கையில் தூக்கி, இலையை நீக்கிக் காட்டினார்.

பால் வடிந்தபடி சின்ன மாம்பிஞ்சு ஒன்று கிடந்தது உருளியின் நடுவில், பாதரச மணிபோல் உருண்டபடி. நந்தவனத்து மாவில் பறித்தது.

நம்பியார் வியர்த்து மறுபடியும் குளித்தார்.

"என்னவே? வெளையாட்டுக் காட்டுகேரா? கடவுளை ஏமாத்தலாமா ஓய்? நல்லாருக்கா ஓய்? நீங்களே இப்படிச் செய்தா கடவுளுக்குப் பொறுக்குமா ஓய்?"

தடாலென நெடுஞ்சாண் கிடையாக விழுந்தார் நம்பியார். குரல் கம்மி விம்மி உடைந்து கசிந்து ஒழுகியது.

"தப்புத்தாம்யா... தாரித்திரியம்யா... இனி இப்படி நடக்காதுய்யா..."

நம்பியாருக்கு எழுந்திருக்க மனதில்லை. அந்த நந்தவனத்தில்தான் அவர் தலைப்பிள்ளை, பன்னிரண்டு வயதில் சாமிக்கு பிச்சி பூப் பறிக்கையில், வல்லரவம் தீண்டி இறந்து போனான் எட்டு ஆண்டுகள் முன்பு. இன்றிருந்தால் அவன் பங்குக்கு மூன்று கோயில்கள் பூசை வைப்பான். வயிற்றின் சுமைக்கு மாற்றுத் தோள் ஒன்று வாய்த்திருக்கும்.

விழுந்து கிடந்த மண்ணிலிருந்து அவன் திரேகத்தின் மணம் வீசுவதாகவும் தோன்றியது அவருக்கு. எழுந்துகொள்ள மனமின்றிக் கிடந்தார் நெடுநேரம்.

ஆனந்த விகடன் – தீபாவளி மலர், 2006

சூடிய பூ சூடற்க!

அது அரசு அலுவலகங்களின் பண்டிகை. எனவே எல்லோருக்கும் விடுமுறை. பொதுமக்களுக்கும் அரசு பண்டிகைகளுக்கும் ஒரு தொடர்புமில்லை. என்றாலும் விடுமுறை என்பதை விட முடியுமா? தினமும் விடுமுறையாக இருந்தால் கூட மகிழ்ச்சி தான். ஒரேயொரு சிக்கல், சில பண்டிகைகளுக்கு முன்னும் பின்னும் மூன்று நாட்கள் மதுக்கடைகளை மூடிவிடுகிறார்கள். இது நினைவிலும் இருப்பதில்லை. நினைக்கிறபோது குடி கிடைக்கவில்லை எனில் அது எவ்வளவு ஏமாற்றமானது? ஆண்டு பூரா விடுமுறை எனில் குடிப்பழக்கம் தன்னைப்போல் ஒழிந்து போகும். ஆனால் அரசாங்கத்துக்கு ஆயிரக்கணக்கான கோடிகள் வருமான இழப்பல்லவா? இப்போதெல்லாம் நண்பர்கள் அரசு விடுமுறை வரும் நாட்களில் முன்கூறாக SMS அனுப்புகிறார்கள்.

பூமிநாதன் அரசு அலுவலகம் ஒன்றில் கடைநிலை ஊழியன். எந்த அலுவலகம் என்பது அவ்வளவு முக்கிய மில்லை. அரசு விடுமுறை நாட்களில் பூமிநாதனுக்கு வேலையும் உண்டு, வருமானமும் உண்டு. முதலில் அட்டைப்பெட்டிக்குள் தலைமறைவாக இருக்கும் காந்தி படத்தை வெளியே எடுத்து துடைத்து வைக்க வேண்டும். பின்பு மடித்து வைத்திருக்கும் தேசியக் கொடியை உதறி பாச்சா பல்லி இருந்தால் ஓட்ட வேண்டும். பிறகு கொடி கட்டும் வெள்ளை முறுக்குக் கயிறு, மலர்கள் வைக்கும் நீள் சதுரத் தட்டம், மிட்டாய் வைக்கும் தட்டம் எல்லாவற்றையும் சுத்தப்படுத்தி வைக்க வேண்டும். இதெல்லாம் முந்திய நாள் வேலைகள்.

கடையில் வாங்க வேண்டியவை, காந்தி படத்துக்கு சின்னதோர் மாலை, தேசியக் கொடியில் வைத்துக் கட்ட உதிரிப் பூக்கள், சிறப்பு விருந்தினருக்கு பெரியதோர் ரோஜா மாலை, பூச்செண்டு, சுதந்திரம் கிடைத்த நாள் முதலாய் சிறுவர்க்கு வழங்க என ஆரஞ்சு மிட்டாய்...

அரசு அலுவலகங்களுக்கு எந்தச் சிறுவன் போவான் என்று கேட்காதீர்கள்.

வழக்கம்போல செலவுக்கு முன்பணம் வாங்கிக்கொள்ளச் சொன்னார் அதிகாரி. நாளைதான் கொண்டாட்டம் என்றாலும் முன்தினம் மாலையே முடிந்த வேலைகளைச் செய்து வைத்துக்கொள்வார் பூமிநாதன். அதிகாலையில்தான் மலர் மாலைகளும் பூச்செண்டும் உதிரிகளும் வாங்க இயலும். பூக்கடைக்காரர்களுக்கும் தெரியும். அவர்கள் முன் அனுபவம் இல்லாமலா மலர் வளையம் கூட தயாராகச் செய்து வைத்துக் கொள்கிறார்கள்

கொண்டாட்ட தினத்தன்று வெள்ளச் சட்டையும் வெள்ளைக் கால்சராயுமாக துடிப்பான சீருடையில் இருக்க வேண்டும் பூமிநாதன். மற்ற நாட்களில் முன்பின்னாக இருந்தாலும் பாதகம் இல்லை. விருந்தினர்களுக்காக விலை உயர்ந்த இனிப்பு, முந்திரிப் பருப்பு வறுத்தது, பாகம் வந்த செவ்வாழைப் பழங்கள், அமெரிக்க குளிர்பானங்கள் ஏற்பாடு செய்ய வேண்டும். இதற்குமுன் இருந்த அதிகாரி மிச்சம் மீதியை பூமிநாதனைக் கொண்டு போகச் சொல்வார். இப்போதிருக்கும் அதிகாரி, தன் வீட்டில் கொடுக்கச் சொல்கிறார்.

உத்தேசமாக மலர்கள், மாலைகள், செண்டு, மிட்டாய், இனிப்பு, முந்திரிப் பருப்பு, பழங்கள், பானங்கள் என ஆயிரத்து ஐந்நூறு ரூபாய் ஆகும். தனக்கென நூறு இருநூறு ஒதுக்கிக்கொள்வார் பூமிநாதன். இப்போதைய அதிகாரி கணக்கு எழுதும்போது ஐந்நூறு ரூபாய் சேர்த்து எழுதச் சொல்கிறார். வாங்கப்படாத ஆப்பிள், ஆரஞ்சு, திராட்சை என்றெல்லாம். அரண்மனைக்கு ஆயிரம் கடா சென்றாலும் குடியான் தான் தெண்டமிறுக்க வேண்டும்.

அலுவலகத்தில் யாவர்க்கும் தெரியும்தான். என்றாலும் ஒருவரை மற்றவர் காட்டிக் கொடுப்பதில்லை என இரகசியக் காப்பு வாக்குறுதி கொடுத்திருக்கிறார்கள். அமைச்சர்கள் இரகசியக் காப்பு வாக்குறுதி எடுக்கும் அர்த்தம் இது தானோ என்னவோ! எல்லோரும் உபதொழிலாக மீன் பிடித்தார்கள். எனவே தூண்டிலும் கையுமாக அலைய வேண்டியிருந்தது. அவரவர் தூண்டில் மீன் அவரவர்க்கு. பெரிய மீன்கள் சிக்கும்போது பெருந்துண்டு அதிகாரிக்கும்

சின்னக் கண்டம் பிடித்தவருக்கும் என்பதோர் உடன்பாடு. நடு முள், தலை எனக் கிடைக்கும் பூமிநாதனுக்கு. பெருந் துண்டு முள் நீக்கி வறுத்து டப்பாக்களில் அடைக்கப்பட்டு மேலேறிச் செல்லும் என்றார்கள். அதிகாரி, மேலதிகாரி, உயரதிகாரி, மேலுயர் அதிகாரி, அமைச்சர், உயரமைச்சர் எல்லோரும் மீன் தின்னும் சாகபட்சிணிகள்தான் என்றார்கள்.

இன்றெல்லாம் மீனும் நாறுவதில்லை, கருவாடும் நாறுவதில்லை.

ஆரஞ்சு மிட்டாய்க்கும் விலை கூடிவிட்டது. பூமிநாதன் வேலைக்கு சேர்ந்த புதிதில் கிலோ மூன்று ரூபாய் விற்றது. இன்று நாற்பத்தெட்டு ரூபாய் ஆகிவிட்டது. முப்பது ஆண்டு களில் பதினாறு மடங்கு. அந்தக் கணக்கில் சம்பளம் பெருக வில்லைதான். என்றாலும் மீன்பிடித்தல் எனும் உபதொழில் கப்பும் கவருமாக வளர்ந்திருக்கிறது. வீடு திரும்பும்போது, அன்றைய மீன் பாடுபோல, அவரவர் பையில் பொட்டலங் கள் இருக்கும். பெரும்பாலோர் குடிச்சாலைக்குப் போய் சிரமபரிகாரம் செய்த பின்பே கூடு அடைகிறார்கள். பகல் பூராவும் குறுக்கு வளைந்து காகிதங்களைப் பொறுக்கிப் பொறுக்கியே இடுப்பு கழன்று விடுகிறது. கால் குப்பி IMFL, ஒரு பெப்ஸி அல்லது லிம்கா, வேகவைத்த இரண்டு கோழி முட்டைகள் போனால்தான் சென்ற உயிர் மீள்கிறது. தினமும் இங்கிருந்து அங்கும் அங்கிருந்து இங்குமாக எத்தனை காகிதங்களைத்தான் நகர்த்துவது?

எனவேதான் உயிர் பேணும் குடியை அங்கீகரித்து, குடிக்கு நன்றி தெரிவித்து எல்லா மக்களும் குடிமக்கள் என்று கருதி அரசு ஆண்டுக்கு ஒருநாள் குடியரசு தினமும் கொண்டாட விடுமுறை அளித்திருக்கிறது என்றார்கள்.

பத்து மணிக்கு, தனது வெளிநாட்டுக் காரில், தாமதிக் காமல், சிறப்பு விருந்தினர், ஆட்சி மன்ற உறுப்பினர் வருவார். அதைக் கார் என்பதா, வேன் என்பதா? குளிர் பாய்ச்சும் வசதி, சின்னதாய் டி.வி, தொலைபேசி, சொகுசு இருக்கை களின்மீது போர்த்தப்பட்ட புல் அழுக்குப்படாத பிச்சி வெள்ளை நிற, பூப்போன்ற உறைகள்... எல்லோருக்கும் எல்லாமும் வாய்த்து விடுகிறதா என்ன?

கூடவே வண்டியில் நான்கு பேர் வருவார்கள். நேராக தமிழ் சினிமாவின் சண்டைக் காட்சியில் இருந்து இறங்கி வந்தவர் போல. அவ்வளவு பெரிய தொப்பைகள் இந்தியருக்கு மட்டுமே வாய்க்கிறது.

தொடர்ந்து மேலும் சில கார்கள் வரும் அலுவலகக் கட்டிடம் பூரிப்பில் சற்று அளவாகக் குலுங்கிக் கொள்ளும். அதிகமாகக் குலுங்கினால் விரிசல் விட்டு நிற்கும் கட்டிடம் விழுந்துவிட நேரும். பத்து ஆண்டுகள் முன்பு ஒரு குடியரசு தினத்தில்தான் பொதுப் பணித்துறை அமைச்சர் திறந்து வைத்தார். அதில் அவர் பல கூடைகள் மீன் பிடித்திருப்பார் போலும். அன்றைய கொண்டாட்டச் செலவில்தான் பூமி நாதன் தனது பங்கில் பழைய சைக்கிளை ஐம்பத்தைந்து ரூபாய்க்கு விற்றுவிட்டு புது சைக்கிள் வாங்கினார்.

பத்தரை மணிக்குள் எல்லாம் ஓதுங்கிவிடும். அலுவலர்களும் அதிகாரியும் விருந்தினரும் போனபின்பு அலுவலகத்தைப் பூட்டிவிடலாம். மாலையில் சூரிய அஸ்தமனத்துக்கு முன்பு வந்து காலையில் ஏற்றிய கொடியை இறக்க வேண்டும். ஆட்சி மன்ற உறுப்பினர் ஏற்றிய கொடியை கடைநிலை ஊழியர் இறக்கி விடலாம். கொடி ஏற்றத்துக்குத்தான் விழா; கொடி இறக்கத்துக்கு இல்லை. குடியரசுத் தலைவர் ஏற்றும் கொடியை யார் இறக்குவார்களோ தெரியவில்லை! அங்கும் கொடியேற்றும்போது ஆரஞ்சு மிட்டாய் தானோ என்னவோ!

அலுவலக நாட்கள் எனில் மற்றவர்கள் பத்து மணி முதல் பதினொன்றே கால்வரை வந்து சேர்வார்கள். மாலை மூன்றரைக்கு மேல் எப்போது வேண்டுமானாலும் போகலாம். இடையே வெளியே போய் வருவது – வங்கிக்கு, மருத்துவரைப் பார்க்க, மால்களில் காய் கனி வாங்க, தேநீர் அருந்த, சிற்றுண்டி தின்ன, சீட்டுப் பணம் கட்ட, ஆயுள் காப்பீட்டுக் கழகத் தவணை கட்ட, தைக்கக் கொடுத்த துணிகள் வாங்க, பக்கத்து அலுவலக நண்பரிடம் உரையாட, சொந்த வீட்டுக் கொல்லையில் புதர் வெட்டும் செலவுக்கு கடன் கேட்டு விண்ணப்பம் கொடுத்தது அனுமதிக்கப் பட்டதா என்று மேல் விவரம் கேட்க, தான் சொந்தக் காரணங்களுக்காகப் பின்தொடரும் அரசியல் கட்சிக்கு வாக்கு சேகரிக்க... எனினும் அலுவலக இயந்திரத்தின் பற்சக்கரங்கள் பேரிரைச்சலோடு சுழன்றுகொண்டிருந்தன. பற்சக்கரங்களுக்கு எண்ணெயும் கிரீசும் வாங்குகிற பணம் பற்றாது என நாடாளுமன்றத்தில் தொடர்ந்து சட்டத் திருத்த மசோதாக்கள் வந்தவாறிருந்தன.

பூமிநாதனுக்கு ஒன்பதரை மணிக்கே அலுவலகம் திறக்க வேண்டும். தினசரி வேலைகளின் பட்டியல் இருக்கட்டும்; அதிகாரி புறப்பட்டுப் போன பின்னும் காகிதங்களைக் கட்டிக்கொண்டு இரவு ஏழரை மணி வரை போராடும் ஊழியர் ஒருத்தர் இரண்டு பேர் எல்லா அலுவலகங்களிலும்

இருந்தார்கள். உண்மையில் அரசு இயந்திரமே அவர்களால் தான் இயங்குகிறதோ என்று தோன்றும். அவர் வேலை முடிந்து கிளம்பமாட்டார்; கிளப்ப வேண்டும். அதன் பிறகே அலுவலகம் பூட்ட இயலும்.

அரசு விழாக் கொண்டாட்டத்தன்று கொடியேற்றல் காலை பத்து மணிக்குத்தான் என்றாலும் சில ஒழுங்குகள் செய்வதற்கு ஏழு மணிக்கே பூமிநாதன் புறப்பட்டுவிட்டார். ஆ – 3 இளநிலை எழுத்தர் எட்டு மணிக்குள் வருவதாகச் சொல்லி இருந்தார். அதிகாரி ஒன்பதே முக்காலுக்கு வருவதாக இருந்தார்.

சிங்கநல்லூர் கரும்புக்கடை பூக்கடையில் மாலை களுக்கும் பூச்செண்டுக்கும் உதிரிகளுக்கும் சொல்லி இருந்தார். மெதுவாக சைக்கிளை மிதித்துக்கொண்டு, காமராஜர் சாலையில் இருந்து திருச்சி சாலைக்குத் திரும்ப யத்தனிக்கையில் கரகரத்த குரலில், ஆனால் சுருதி பிசகாமல், பாட்டுச் சத்தம் உரக்கக் கேட்டது.

தியாகி என்.ஜி. ராமசாமி சிலை பீடத்தின் ஓரம் எழுபது வயதுக்கும் மேற்பட்ட பெரியவர் ஒருவர் நின்றிருந்தார். கதர் வேட்டி, கதர் சட்டை, காந்திக் குல்லாய், தோளில் மூவர்ணத் துண்டு. அவர் காலடியில், சிலையின் பீடத்தில் சாய்த்து பிளாஸ்டிக் ஒயர் கூடை ஒன்றிருந்தது. சாப்பாட்டுத் தூக்குப் போணி, தண்ணீர் போத்தல், அட்டை போட்ட கனமாக புத்தகம் தெரிந்தன. ஏதாவது கடையில் வாயிலோன் வேலை செய்பவராகத் தெரிந்தார்.

தியாகி சிலை, காமராசர் சாலையும் திருச்சி சாலையும் சந்திக்கும் முனையில், காவல் நிலையத்துக்கு எதிரில் நின்றது. ஒரு காலத்தில் காமராஜர் சாலை, காட்டன் மில் ரோடு என்று அழைக்கப்பட்டது. திருச்சி சாலையையும் அவிநாசி சாலையையும் இணைக்கும் அந்த சாலையில் பத்துப் பன்னி ரண்டு பெரிய நூற்பாலைகள் இருந்தன. லோட்டஸ் மில், காட்டன் மில் ரோடு என்று அழைக்கப்பட்டது. திருச்சி சாலையையும் அவிநாசி சாலையையும் இணைக்கும் அந்த சாலையில் பத்துப் பன்னிரண்டு பெரிய நூற்பாலைகள் இருந்தன. லோட்டஸ் மில், காட்டன் ஜுப்ளி மில் எனத் தொடங்கி. தொழிற்சங்கம் தொடங்கியதற்காக கொலை செய்யப்பட்டவர் தியாகி என்.ஜி.ஆர். மருத்துவமனையில் உயிருக்கு தத்தளித்துக்கொண்டிருந்தபோது, பிரிட்டிஷ் போலீசார், குத்தியவர் யார் எனத் திரும்பத் திரும்பக் கேட்டும், குத்தியவர் யார் எனத் தெரிந்தும் போலீசுக்குச் சொல்லாத காந்தியவாதி.

பூமிநாதன் உப்பிலிப் பாளையத்திலிருந்த தனது வீட்டிலிருந்து அந்த வழியாகத்தான் பதினைந்து ஆண்டுகளாக அலுவலகம் செல்வது. சிக்னலுக்குக் காத்திருக்கும்போது பலமுறை கண்ணில் பட்டிருக்கிறது அந்தச் சிலை.

பூமிநாதன் அப்பா மில் தொழிலாளிதான். புளோ ரூமில் வேலை செய்து, நெஞ்சில் பஞ்சுத் தூசி அடைத்து, காசம் வந்து, இருமிக்கொண்டு கிடந்தவர். என்.ஜி.ஆர். பற்றிய வீரதீரங்களைக் கதைகதையாகச் சொல்லி இருக்கிறார். செல்வாக்கான மில் முதலாளிகள் குலத்தில் பிறந்து தேசிய பஞ்சாலைத் தொழிலாளர் சங்கம் வைக்கப் போராடியவர்.

அவருடைய கோஷம், 'தங்கம் செய்யாததை சங்கம் செய்யும்' என்பது. இன்று சங்கங்கள் யாவும் தங்கம் செய்து கொண்டிருக்கின்றன. அன்று மில் முதலாளிகள், சங்கத்தை உடைக்க என்.ஜி.ஆருக்கு சொந்தமாக மில் கட்டித் தருவதாகச் சொன்னார்கள். மில்லுடன் பெண்டும் கட்டித் தருவதாகச் சொன்னார்கள். சாதிச் செல்வாக்கு எனும் பூமாலை சூட்டப் பார்த்தார்கள். எதற்கும் இணங்காதபோது எலும்பை உடைப்பதும் உயிரைப் பறிப்பதுமன்றி முதலாளிகளுக்கு மார்க்கமென்ன? பிறகொரு வசதியான நாளில் மருத்துவமனையோ, பாடசாலைகளோ, விளையாட்டு அரங்கங்களோ கட்டிக் கொடுத்தால் போயிற்று! ஜனாதிபதிகள் இருக்கவே இருக்கிறார்கள் ஒரு வேலையும் இல்லாமல் திறப்பு விழாக்கள் செய்வதற்கும் கேடயங்கள் வழங்குவதற்கும்!

என்.ஜி.ஆர். தனது முப்பதாவது வயதில் – ஆம் முப்பதாவது வயதில்தான் – 1942இல் இறந்தபோது, சிங்கநல்லூர் – வெள்ளலூர் சாலையில் குறுக்கிடும் நொய்யலாற்றங்கரையில் அடக்கம் செய்யப் போன ஊர்வலத்தில் நகரம் குலுங்கியது. யாரோ பாடியது போல், இன்று பலரும் 'ஒன்றுமே செய்யாமல் ஊரெல்லாம் சிலையாகி' நிற்கிறார்கள்.

எதையும் பொருட்படுத்தாமல் தியாகி தெற்குப் பார்த்து நின்றுகொண்டிருந்தார். சில சமயம் பூமிநாதனுக்குத் தோன்றும், எதிரே இருக்கும் காவல் நிலையத்தை இராப் பகலாகக் கண்காணிக்கிறாரோ என.

இரு கைகளையும் யாசிப்பது போலும், யாதோ யோக முத்திரை போலும் மலர்த்தி விரித்து, கண்களை மூடி, சூரியனைப் பார்த்து, காலை வெயில் முகத்தில் மஞ்சளாய் சொரிய பெரியவர் பாடிக்கொண்டிருந்தார்.

ஓடு கின்றனன் கதிரவன் அவன் பின்
ஓடுகின்றன ஓவ்வொரு நாளாய்

> வீடு கின்றன என்செய்வோம் இனி அவ்
> வெய்ய கூற்றுவன் வெகுண்டிடில் என்றே
> வாடு கின்றனை அஞ்சலை நெஞ்சே
> மார்க்கண் டேயர்தம் மாண்பறிந் திலையோ
> நாடு கின்றவர் நாதன்தன் நாமம்
> நமச்சி வாயம் காண் நாம் பெறும் துணையே

தியாகிக்காகப் பாடுகின்றாரோ, நாட்டுக்காகப் பாடு கின்றாரோ, உலக நலத்துக்காகப் பாடுகின்றாரோ, தனக்காகப் பாடுகின்றாரோ? ஒன்றும் நிச்சயமாகத் தெரியவில்லை. கண்கள் கசிந்து வடிந்ததை சூரியக் கதிர்கள் ஒற்றியொற்றி எடுத்துக்கொண்டிருந்தன. வாகனங்கள் போய்க்கொண் டிருந்தன வழக்கம் போல. உழவர் சந்தையில் இருந்து மக்கள் காய்கறிப் பை சுமந்து சாலையைக் கடந்துகொண்டிருந்தனர். கடைகள் திறக்கத் தொடங்கிவிட்டன. கல்லால மூட்டினடி யில் நிற்பதைப் போலிருந்தது பூமிநாதனுக்கு. சூரிய வடிவில் கருணை சுரந்து பொழிந்து கொண்டிருப்பதாகத் தோன்றியது.

போக மனமில்லை, போகாமல் தீராது. சைக்கிளை உருட்டிக்கொண்டு பூக்கடைக்கு நடந்தார். பூக்காரன் கட்டி வைத்திருந்த உதிரிப் பூப் பொட்டலம்; ஆட்சி மன்ற உறுப்பி னருக்குப் போட, குஞ்சம் வைத்துக் கட்டிய ரோஜா ஆரம், அவர் கைப் பூச்செண்டு, காந்தி யாருக்கு சின்ன மாலை எல்லாம் பெரிய பையில் போட்டுக் கொடுத்தான் கடைக் காரன்.

"இன்னொரு மாலை வேணும்."

"ரெண்டு தானுங்க சொன்னீங்க?"

"ஒண்ணு கூடக் கேட்டா தர மாட்டேரா?"

"கோவப்படுறீங்களே! விக்கறதுக்குத் தானுங்களே இருக்கோம்?"

சைக்கிளை பூக்கடை முன்பு நிறுத்திவிட்டு, ஒற்றை மாலையை மட்டும் கையில் வாங்கிக் கொண்டு, தியாகி சிலையை நோக்கி நடந்தார் பூமிநாதன்.

மாலையை தியாகி சிலைக்குப் போடுவாரா, கண் மூடிப் பாடிக்கொண்டிருக்கும் பெரியவர் கழுத்தில் சூட்டுவாரா என்பதறிய காலைச் சூரியன் ஆர்வமாக இருந்தான்.

யுக மாயினி, நவம்பர் 2007

செம்பொருள் அங்கதம்

சங்குப்பறம்பில் நீலகண்டன் போற்றியின் சொந்த ஊர் உதயன்குளங்கரை அடுத்ததோர் கிராமம். கான்பூர் கிளையில் இருந்து மாற்றலாகி அவர் மும்பை வந்தபோது ஓய்வுபெற ஆறு ஆண்டுகள் இருந்தன. விளிக்க, முழுப்பெயர் சிரமமானது என்பதால் எஸ்.என். போற்றி எனக் குறுக்கிக்கொண்டார். மலையாள வழக்கப்படி சங்குப்பறம்பில் என்பது இல்லப் பெயரும் நீலகண்டன் என்பது சொந்தப் பெயரும் போற்றி என்பது குலப்பெயரும் ஆகும். ஆனால் வடநாட்டில் இதை சங்குப்பறம்பில் என்பதைச் சொந்தப் பெயராகவும் நீலகண்டன் தகப்பனார் பெயராகவும் போற்றி என்பதைக் குலப் பெயராகவும் பொருள் கொள்வார்கள்.

போற்றியின் கையொப்பம் அழகானதோர் ஓவியம் போலவும் எவரும் கையொப்பத்திலிருந்து பெயரை வாசித்து அறிந்துவிடும் விதத்திலும் எளிதில் கள்ள ஒப்புப் போட முடியாதபடிக்கும் இருக்கும். அவரது ஆங்கிலம் அற்புதமானது. சுதந்திரத்துக்கு முன்பு, ஆங்கிலத் துரைகளான சர்.ஜோசப்.கே, ஆர்ம்ஸ்ட்ராங் ஸ்மித் போன்றோரிடம் வேலை பார்த்த கல்பாத்தி விஸ்வாம்பர ஐயரின் ஊக்கம் தனித்துவம் கொண்ட ஆங்கிலத்தைப் போற்றிக்கு அருளியது.

சிக்கல் என்னவெனில், அவர்கள் இருவரைத் தவிர இந்தியாவில் வேறெவருக்கும் சரியான ஆங்கிலம் தெரியாதென சொல்லிக்கொள்வார் போற்றி. நாட்டில் யார் யாரெல்லாமோ தன்னைத்தானே என்னவெல்லாமோ சொல்லிக்கொள்கிறார்கள். நமக்கு என்ன நட்டம்?

இருபத்தேழு வயதில் வேதி கழித்த போற்றி பார்யாளை ஊரில் விட்டு வைத்திருந்தார். அவளுக்குப் பெரியதோர் வீடும் வாத்திச்சி வேலையும் உண்டு. ஆண்டுக்கு முப்பது நாட்கள் அவதி எடுத்துக்கொண்டு, ஓணத்தை ஒட்டி போற்றி நாட்டுக்குப் போனால், ஏப்ரல் – மே மாத பள்ளி விடுமுறையில் பார்யாளும் மக்களும் கான்பூர் வந்து தங்கிப் போவார்கள்.

மற்ற நாட்களில் போற்றிக்கு சுயம் பாகம், நேரான பொருளில். காலையில் சமையல் – பருப்பு, பொடுத்துவள், தயிர், உப்பிலிடு. உச்சைக்குப் போற்றி உண்பதில்லை. உணவு இடைவேளையில் பொடி நடையாக நடந்துபோய் கேலா என்றழைக்கப்படும் மோரிஸ் வாழைப்பழங்கள் இரண்டு வாங்கித் தின்பார். சாயங்காலம் வீட்டுக்குப் போனதும் அதே மெனு. சாப்பிடுமுன் இரண்டு லார்ஜ் மிலிட்டரி ரம்.

எதனாலோ தெரியவில்லை, தீராத மூலக் கடுப்புக் காரனைப் போல முகத்தை வைத்துக்கொண்டிருப்பார். யாருடனும் சுமுகமாக உரையாடுவது கூட இல்லை.

காலை சமைக்க இயலாத நாட்களில் சாய் மாத்திரம் வைத்துக் குடித்துவிட்டு அலுவலகம் வருவார் போலும். மதியத்துக்கு ஒரு தோசா மற்றும் கேலா வாங்கிவரச் சொல்வார். கைகழுவி வந்தால் தனது ஏ.சி. கேபின் கதவைக் கூடத் தொடாமல் தோளால் தள்ளித் திறந்துதான் உள்ளே நுழைவார். மிக அத்தியாவசியமாக, கை கழுவிய பின் யாருடனாவது கை குலுக்க நேர்ந்தால், மறுபடியும் கை கழுவப் போவார்.

யாருடனும் சற்றுத் தளரப் பேசினால் கைமாத்து கேட்டு விடுவார்கள் என நினைப்பார் போலும்.

மும்பையின் வழக்கப்படி, சிதம்பர குற்றாலம் பிள்ளை மீனாட்சிநாதன் எனும் பெயர் சி.எம். நாதன் என்று குறுக்கப் பட்டது. எனினும் பலர் நாதன் என்பதை நாத்தன் என்று விளித்தனர். ஒருவகையில் அதுவும் கூடச் சரியான காரணப் பெயர்தானோ என்று தோன்றும். ஏனெனில் ஆழ்ச்சைக்கு ஒரு முறைதான் நாதன் பனியன், ஜட்டி, சாக்ஸ், கைக்குட்டை துவைத்து அணிவது. பெருங்கோடைக்கும் அடைமழைக்கும் அதுதான் சீலம். ஞாயிற்றுக் கிழமை துவைத்து உலர்த்தி அணிந்துகொள்வான். ஒரேயொரு செட் உள்ளாடைகளுடன் வாழும் மனிதன் உலகில் வேறெங்காவது இருக்கக்கூடும். திருமணம் என்பதும் நாதனுக்கு காணாக் கனவாகவே இருந்தது. அந்த நிறுவனத்தில் பத்து ஆண்டுகளில் தட்டச்சர்,

குறுக்கெழுத்தாளர், உதவியாளர், மூத்த உதவியாளர் என உயர்ந்திருந்தான். சகல அலுவலக வேலைகளும் கரதலப் பாடம்.

அகில இந்திய அளவில் அந்த நிறுவனத்தின் விற்பனைத் துறை பொது மேலாளராக இருந்த ருஸ்தம்ஜி நௌரோஜி பகத் எனும் பார்ஸிக் கனவான் ஓய்வு பெற்றபோது எஸ்.என். போற்றி கான்பூரில் இருந்து மாற்றமும் பதவி உயர்வும் பெற்று மும்பை வந்தார்.

பொதுவாக மும்பை வாழ் தென்னிந்தியர்களை 'மதராஸி' என்றழைப்பர் வடவர். கனகவிசயர் சிரம் மீது கல்லேற்றி வந்து கண்ணகிக்குச் சிலை எடுத்த வரலாறு அவர்களிடம் எடுபடுவதில்லை. நமது பாரம்பரியத்தில் வரலாற்றுக்கும் புராணத்துக்கும் வேறுபாடில்லை. காவியங்களையும் இதிகாசங்களையும் வரலாறு என நம்பி ஆராதிப்பாரும் உளர். பொய்யை வரலாறாக எழுதுவோரும் உளர்.

பாலக்காடு கணவாய் தாண்டிவிட்டால் எல்லா மலையாளியும் நாயர் ஆகிவிடுவதைப் போல, சோலாப்பூர் கடந்துவிட்டால் எந்தத் தென்னிந்தியனும் மதராஸிதான். இங்கு பக்கத்து மாநிலத்துக்கு தண்ணீர் தரமாட்டான் என்பது துணைப்பாடம். 'மதராஸி' எனும் சொல் வட மாநிலத்தவருக்கு கெட்டவார்த்தையாகவும் இளக்கார மாகவும் வசையாகவும் பயன்படும். 'ஓ ஸாலா மதராஸி' என்றாலும் 'ஜா ரே மதராஸி' என்றாலும் 'மதராஸிகா பச்சா' என்றாலும் சொல் இலக்கணப் பிழை உள்ளதன்று. ஆனால் தொனியில், பொருளில் வசையும் காழ்ப்பும் உண்டு. அது மறைமுகமாகத் தென்னிந்தியர் தமக்குள் ஒரு சகோதரத் துவத்தை ஏற்படுத்தி இருந்தது, நம்மூர் பார்ப்பன எதிர்ப்பின் பின்விளைவு போன்று. மற்றபடி 'மதாராஸி'க்கும் 'அடைந்தால் திராவிட நாடு இல்லையேல் சுடுகாடு' என்பதற்கும் கொள்கை அளவில்கூட எந்த சொந்தமும் இல்லை. ஆனால் அலுவலகங்களில் தமிழ், கேரள, கன்னட, தெலுங்கு ஊழியருக்கும் பேசப்படாத அந்நியோன்னியம் உண்டு. தமிழனுக்கு தமிழ்நாட்டில் வாழும் வட இந்தியனைக் கண்டால் அவனது நிறம் காரணமாக மரியாதையொன்று உயிர் பெற்று வளரும். ஆனால் மும்பையில் இரண்டு தென்னிந்தியர் தமக்குள் தாய்மொழியில் உரையாடினால் "கியா ரே, அண்டு குண்டு தண்டா பானி" என்று கேலி பேசுவார்கள்.

நாம் தற்போது பெருவழியை விட்டுக் கிளை வழியில் பயணமாவதைத் தவிர்க்கலாம்.

மும்பையில் அலுவலகங்களில் வேடிக்கையாகச் சொல் வார்கள் – அலுவலக உதவியாளனுக்கோர் கழுத்துப் பட்டை அணிவித்தால் அவன் விற்பனைப் பிரதிநிதி. அவனுக்கொரு கோட் கொடுத்தால் விற்பனை மேலாளர், கார் கொடுத்தால் பொது மேலாளர் என்று. போன தலைமுறையில் அது உண்மையும்தான். உதவியாளராகச் சேர்ந்து சர்வதேச நிறுவனம் ஒன்றின் துணைத் தலைவராக ஓய்வுபெற்ற சாம்பவர் வடகரை கிராமத்து மகன் ஒருத்த ருண்டு.

அதே வழியில்தான் சி.எம்.நாதன் சேல்ஸ்மேன் ஆனான். அது பகத் ஏற்பாடு. போற்றி தன்னை ஒரு மதராஸியாக வெளிப்படுத்திக்கொண்ட சந்தர்ப்பமே கிடையாது. நாத னுக்கு அலுவலக வேலைகள் யாவும் மீன் குஞ்சு நீந்துவது போல. எனினும் களப்பயிற்சி ஏதும் கிடையாது. போற்றி அவனை விடாது துரத்தலானார். நகருக்குள் அவர் எங்கு போனாலும் அவனையும் கூட்டிக்கொண்டு போனார்.

போற்றி கோலிவாடா மத்திய அரசுக் குடியிருப்பின் 'ஒன் ரூம் கிச்சன்' அடுக்கு ஒன்றில் குடியிருந்தார். அவருக்கு பிறிதொரு மலையாள அறைவாசிப் பங்காளி உண்டு. அவன் கோஸ்ட் கார்டில் பணியாற்றி வந்தான். பதினைந்து நாட் களுக்கு ஒருமுறை கரைக்கு வருவான். நாதன் தாணா தாண்டி மும்ப்ரா எனும் இஸ்லாமிய – மீனவ கிராமத்தில் குடியிருந் தான். நகரில் வாழ்வது போலன்றி ஊரில் வாழ்வது போலிருக்கும். வாடகையும் மிதமானது.

தனது தேவைக்கு போற்றி சமைத்துக்கொள்வார். மிலிட்டரி ரம் ஓல்ட் மங்க், ஓல்டு கேஸ்க், பிளாக் மிஸ்ச்சீஃப், ஹெர்குலிஸ் என அறைவாசி மூலமாகக் கிட்டும். சில முறை நாதன் அவருடனேயே அவரது குடியிருப்புவரை போக நேர்ந்ததுண்டு. கிங்சர்கிள் ரயில் நிலையத்தில் இறங்கிச் சாலையைக் குறுக்கு வெட்டி, ரயில் பாலத்துக்குக் கீழே இருந்த குறுக்குப் பாதை வழியாகக் கூட்டிப் போவார். வழியெங்கும் மீன்காரக் கோலிகள், கூறுவைத்து காய்கறி விற்கும் தமிழச்சிகள், தேங்காய், நேந்திரம் பழம், நேந்திரங் காய் சிப்ஸ், மரவள்ளி, பப்படம் விற்கும் சேட்டன், பிரட் – முட்டை விற்கும் காக்கா, வடா பாவ், உசல், பாவ் விற்கும் மராத்திகாட்டி...

போகின்ற வழியில் தட்டைப் பயிற்றங்காய், முட்டைக் கோசு, காரட் அல்லது பீட்ரூட் போன்று சமைக்க எளிதான காய் – கிழங்கு அர்தா – பாவ் எடை வாங்கிக்கொள்வார். பாவ் கிலோ என்றால் கால் கிலோ, அர்தா – பாவ் அதனினும் பாதி. தட்டைப் பயிற்றங்காயை மேலோட்ட மாகச் சீர் பார்த்து, காம்புப் பகுதி ஒருபுறம் வருமாறு அடுக்கி, சமமாகத் தட்டி, பலகை மேல் வைத்து வாள் கட்டையால் ஒரே நறுக்கு. குப்பையைத் தள்ளிவிட்டு, ஒன்றரை அங்குல நீளத்தில் வெட்டிக்கொள்வார். சீனிச் சட்டியில் ஒரு கரண்டி வெளிச்செண்ணெய் விட்டு, எண்ணெய் காய்ந்ததும் அரிந்த பயிற்றங்காயைப் போட்டு வதக்கி உப்புப் போட்டு, மிளகாய் வற்றலைப் பொடிப் பொடியாகக் கிள்ளிப் போட்டுப் புரட்டி இறக்குவார். மெழுக்கு வரட்டி தயார். பிறகோர் தக்காளி ரசம். குக்கர் வைத்ததும் ரம் கிளாசைக் கையில் எடுத்துக்கொள்வார். எதையும் தொட்டுக்கொண்டு குடிப்பது நற்குடியனுக்குப் பெருமை இல்லை என்பதவர் கொள்கை. என்றாலும் அலுவலகத் தாரதம்யம் காரணமாக என்றும் நாதனுக்கு ஒரு கிளாஸ் அவர் நீட்டியதில்லை.

கிளாசை சமையல் மேடைமீது வைத்துவிட்டு போற்றி பாத்ரூம் போனால், நாதன் தனக்கென இரண்டு லார்ஜ் ஊற்றி ஒரே மடக்காகக் கவிழ்த்துவிட்டு நல்ல பிள்ளையாக வாயைத் துடைத்துக்கொள்வான். குடியின் தர்மம் எச்சில் பார்ப்பதல்ல. பகத் இதற்கு எதிர்மறை. அலுவலக நேரம் தவிர மற்ற நேரங்களில் அவர் சகபாடி. எப்போதாவது, எதன் நிமித்தமாகவாவது சார்னி ரோட்டில் இருந்த அவர் வீட்டுக்குப் போனால், உட்காரச் சொன்னதும் அவர் கொண்டு வருவது இரண்டு கண்ணாடித் தம்ளர்களும் ஜானிவாக்கர் குப்பியும். என் செய? பகத் வேறு, போற்றி வேறு! போற்றி கழிப்பறையில் கதவைத் தாளிட்டுக்கொண் டிருக்கும்போதும் அலுவலகப் பொது மேலாளர் எனும் தன் பதவியை மறப்பதில்லை.

அலுவலகம் போக, வர லோகல் ரயிலுக்கு முதல் வகுப்பு பருவகாலப் பயணச் சீட்டு. கையில் ஒரு எக்கோலாக் பிரீஃப் கேஸ். அதனுள் வீட்டுச் சாவியும் டைம்ஸ் ஆஃப் இந்தியா நாளிதழும். இதற்கெதற்கு பிரீஃப் கேஸ் என்று கேட்கலாம். அன்றெல்லாம் அதிகாரி என்றால் கையிலிது இருக்க வேண்டும். அஃதோர் மரியாதைச் சின்னம். சிலர் மதிய உணவுக்கான கன செவ்வக வடிவிலோர் டிபன் பாகஸ் உள்ளே வைத்திருப்பார்கள். சப்பாத்தியும் சுக்கா பாஜியும்

ஒழுகாது, கசியாது, உலரவும் செய்யாது. திரும்புகாலில் சிலர் அடுத்த நாள் தேவைக்கான காய்கறி வாங்கி உள்ளே வைத்துக் கொள்வதுண்டு.

இராணுவ வீரனுக்குரிய மிடுக்குடன் கையில் குறும் பெட்டியுடன் போற்றி ரயிலை விட்டிறங்கி நடந்து அலுவலகம் வருவார். ஒன்பதே முக்காலுக்கு நுழைந்தால் ஐந்தே காலுக்கு இறங்கிவிடுவார். தென்னிந்தியா போல மாங்கு மாங்கென்று இரவு எட்டு மணி வரை வேலை செய்யும் கொத்தடிமைப் பழக்கம் மும்பையில் கிடையாது.

போற்றியிடம் நாதன் நிறையக் கற்றுக்கொண்டான். முதல் பாடம் சுத்தமாக இருத்தல், இரண்டாவது சிக்கனமாக வாழ்தல், மூன்றாவது நோய் தேடிக்கொள்ளாமல் பாலுறவு கொள்தல், நான்காவது தவறின்றி ஆங்கிலம் பேசுவது, எழுதுவது.

எப்படி கவனமாக ஒரு கடிதத்தை வரைவு செய்து ஒப்புதலுக்கு அனுப்பினாலும் அதில் செம் மையில் இரண்டு திருத்தங்கள் செய்வார். எடுத்துக்காட்டுக்கு, ‘குறிப்பிட்ட தினத்தில் வர இயலும்’ என்று எழுதினால் ‘குறித்த நாளில் வரக்கூடும்’ என்று திருத்துவார். இரண்டுக்கும் ஒரு வேறு பாடும் இருப்பதில்லை. என்றாலும் அவர், தான் பொது மேலாளர் என்பதை மறந்து விடுவதில்லை. நாதனோ எனில் இடமாகப் போனால் என்ன, வலமாகப் போனால் என்ன எனும் மனப்பாங்கு கொண்டவன்.

மேலும் போற்றி இடதுசாரிகளுக்கு எதிரான மனோ பாவம் கொண்டவர். அதற்கான ஏராளமான உதாரணங்கள் வைத்திருந்தார். அவர்களை நாடன் சாராயம், பீடி, சாயா, பருப்புவடை என்று ஏகப்பட்ட பட்டப் பெயர்கள் வைத்துக் குறிப்பிடுவார். போற்றியின் வழிபடு தெய்வம் சர். சி.பி. ராம சாமி ஐயர். நாதனுக்கு வழிபடு தெய்வம் ஈ.எம்.எஸ். என்றா லும் போற்றியைப் பகைத்துக்கொள்ள இயலாது. நிர்வாகத் தின் முதல் நிபந்தனையே, அதிகாரத்துக்குப் பணிதல் தானே!

நாதனுக்கு தமிழில் போதுமான புலமை இருக்குமா னால் போற்றியே போற்றி என அடியெடுத்து அகவலோ, அந்தாதியோ, உலாவோ, கலம்பகமோ, பிள்ளைத் தமிழோ, தூதோ, அலங்காரமோ, பரணியோ பாடி இருப்பான். என் செயவியலும்? மொத்தத் தமிழும் வடவேங்கடம் தென்குமரி ஆயிடைத் தமிழ் கூறும் நல்லுலகத்தில் இரண்டு அடர் சாயங்களுக்கிடையில் சிறைப்பட்டுக் கிடந்தது! சக்தி

வாய்ந்த, தவ வலிமை பெற்ற, மந்திரவாதி எவனோ நூறு ஆண்டுகளுக்கு மொழியின் வாயைக் கட்டிவிட்டான் போலும். மொழி முக்கிக்கொண்டும் முனகிக்கொண்டும் பெருமூச்சு விட்டுக்கொண்டும் ஆட்சியாளர்களை நச்சிக் கொண்டும் இனிப்பான இடங்களை நக்கிக்கொண்டும் கிடந்தது.

வெளியூர் பயணங்களை முடித்து வந்து நாதன் போற்றிக்கு அறிக்கை தர வேண்டும். செலவுப் பட்டியல் தர வேண்டும். நாலணா எட்டணா என்று தணிக்கை செய்வார் போற்றி. பயணம் செய்ததாகச் சொல்லப்படும் ரயில் வண்டியின் நேரங்களைச் சரி பார்ப்பார். பயண தூரங் களைக் கணக்கிடுவார். ஒருவேளை உணவுக்கு அந்த ஊரில் எவ்வளவு ஆகும் என அனுமானிப்பார். இறுதியில் செலவுக் கணக்கில் இருபது முப்பது ரூபாய் வெட்டப்பட்டிருக்கும். வைக்கோற் படப்பில் நாய் கிடந்தாற் போல. தன்னால் தின்ன இயலாது, மாட்டையும் தின்ன விடாது!

யார் செய்த நல்வினையோ, விற்பனை நன்றாக இருந்தது. பருவமழை காரணமாக இருக்கலாம், பவர் கட் இல்லாததனால் இருக்கலாம், ஏற்றுமதி சிறப்பாக இருந்தத னால் இருக்கலாம். சந்தை வலுவாக இருந்தது. அலுவலகத் தில் பட்ஜெட், டார்கெட், புக்கிங் எனக் கேள்விகள் பெருங் குரலில் இல்லை.

கொல்கொத்தாவில் பழைய நூற்பாலை ஒன்று புதுப்பித்தலிலும் விரிவாக்கத்திலும் இருந்தது. ஏராளமான நூற்பு இயந்திரங்கள் வாங்கப்பட இருந்தன. விற்பனைக்கான பூர்வாங்க வேலைகள் அனைத்தையும் நாதன் செய்திருந் தான். பெரிய அளவில் ஆலைக்கு கடனுதவி ஏற்பாடாகி இருந்தது. ஆளுங்கட்சி எம்.பி.யின் மைத்துனரின் பினாமி எனில் சாத்தியமா, சாத்தியமில்லையா? விலை தீர்மானிக்கும் பேச்சுவார்த்தைக்கு அழைப்பு வந்தது.

"தானும் வாடோ" என்றார் போற்றி.

நிர்வாகத்தின் அனுமதி வாங்கி, பயணச் சீட்டுகளுக்கு ஏற்பாடு செய்தார்.

நாதன் தான்மட்டும் பயணம் போவதென்றால் சிறிய தொரு தந்திரம் செய்வான். அவன் தரத்துக்கு ஏ.சி. மூன்றடுக்கு ரயில் கட்டணம் அனுமதிக்கப்படும். பயணத் துக்கான ஆதாரம் செலவுப் பட்டியலுடன் இணைக்க வேண்டும். முதலில் ஏ.சி. மூன்றடுக்கு பயணச் சீட்டு, போக

வரப் பதிவு செய்வான். உடனே ஜெராக்ஸ் எடுத்துக் கொள்வான். பின்பு பயணச் சீட்டுக்களை ரத்து செய்து விட்டு, சாதாரண மூன்றடுக்கு படுக்கை வசதியில் பதிவு செய்து கொள்வான். கணிசமானதோர் தொகை மிச்சமாகும். தூரமும் தொகையும் நேர் விகிதத்தில் அமையும்.

போற்றி அப்படியல்ல. அவர் சகல கௌரவங்களோடும் அனுமதிக்கப்பட்ட வகுப்பில்தான் பயணம் செய்வார். அனுமதிக்கப்பட்ட தரத்திலுள்ள விடுதிகளில்தான் தங்கு வார், உண்பார், வாடகைக் கார் இன்றி பயணம் செய்வ தில்லை. அலுவலக ஒழுங்குகளில் அவரை யாரும் விரல் மடக்க இயலாது.

நாதன் பயணம் போனால் எதெதில் சேமிக்கலாம் என கணக்குப் பார்ப்பான். பகல் பூரா வெளியே சுற்றிவிட்டு இரவில் கிடந்துறங்க ஓர் இடம் வேண்டும், அது மூத்திர நாற்றம் அடித்தால்தான் என்ன? எப்படியும் போய்ச் சேர வேண்டும், எந்த வகுப்பில் போனால் என்ன? பசியாற வேண்டும், எங்கு என்ன தின்றால் என்ன?

போற்றியோடு பயணம் போனால் பணம் ஏதும் மிச்ச மாகாது என்று நாதனுக்குத் தெரியும். என்றாலும் போற்றி நல்லதோர் சேல்ஸ்மேன். தண்ணீரில் தடம் பார்ப்பவர். பாம்பறியும் பாம்பின் கால். கையூட்டு எதிர்பார்ப்பவனை அவர் ஏமாற்றியதில்லை. கையூட்டு வாங்காதவனை அவர் கெடுத்ததுமில்லை. மேலும் ஒத்துக்கொண்ட விலைக்குள் இயந்திரம் தயாரித்து இலாபம் பார்க்கவும் அவர் அறிவார்.

ஏ.சி. இரண்டடுக்கில் போற்றியும் மூன்றடுக்கில் நாதனும் பயணம் செய்தனர். நாதனுக்கு வயிறு காந்தியது, எந்த முட்டாளாவது இப்படிப் பணத்தைப் பாழ் செய்வானா என்று. மும்பையில் இருந்து கொல்கொத்தா ஹௌராவுக்கு கீதாஞ்சலி எக்ஸ்பிரஸ். இருபத்து நான்கே மணிக்கூர் பயணம். ஆயிரத்துத் தொள்ளாயிரத்து ஐம்பத்தொன்று கிலோ மீட்டர்களும் அக்கோலா, வார்தா, நாக்பூர், ராய்ப்பூர், பிலாஸ்பூர், ராய்கர், ஜார்ஸ் குடா, டாட்டா நகர், ஹௌரா என்று விரைந்தன.

இரயில் நிலையத்துக்கு நூற்பாலையின் கார் வந்திருந் தது. புரோட்டோகால்படி முன் இருக்கையில் நாதனும் பின் இருக்கையில் போற்றியும். ஹௌராவின் இரண்டாய்ப் பிளந்து உயரும் பாலம் வழியாக ஒரு மணி நேரம் சாலைப் பயணம். ட்ராம் ஓடும் நகரம் கொல்கொத்தா. அங்கிருந்து 24 ஃபர்கானா மாவட்ட எல்லையில் இருந்தது நூற்பாலை.

ஆலையின் பின்புறம் விருந்தினர் மாளிகையில் தங்க வைத்தனர். உண்மையில் அது மாளிகைதான். நவம்பர் மாதத்துக் குளிர் கிடந்து ஆட்டியது. ஆங்கிலேயர் காலத்தில் கட்டிய ஆலையை பிர்லாக்கள் வாங்கி பின்னர் ஆளுபவர்களின் பினாமிகளுக்கு விற்றிருந்தனர்.

மரங்கள் அடர்ந்த காட்டின் நடுவே இருந்தது விருந்தினர் விடுதி. கணப்பு, வாசிப்பறை, உணவுக்கூடம், படுக்கை அறைகள்... முன்புறம் நீண்டு கிடந்த வராந்தா தனி அழகு.

ஐரோப்பியத் துரைகள் தங்கி இருந்த விடுதி. இந்தியத் துரைகள் குறைந்தவர்களா என்ன? பழங்காலக் கட்டிடம், எனினும் சுத்தமாகப் பராமரிக்கப்பட்டிருந்தது. போற்றிக்கும் நாதனுக்கும் வங்காளி தெரியாது எனினும் இந்தி தெரியும். சமையற்காரன் சொன்னான், டார்ச் இல்லாமல் தரையில் இறங்க வேண்டாம், பாம்புகள் ஊரும் என்று. அதற்கான தோதும் இருந்தது. இருட்டில் மரங்களின் வகைகள் தெரியவில்லை. எல்லாம் குத்துமதிப்பாக ஒரே இருளாகக் கிடந்தது. ஸ்வெட்டர் இருந்தாலும் குளிர் உறைத்தது.

வெந்நீரில் குளியல். போற்றி பயணத்தின்போதும் ரம் குப்பி கொணர்ந்திருந்தார். அந்தக் குளிருக்கு இரண்டு லார்ஜ் உறிஞ்சினால் நன்றாகத்தான் இருக்கும். ஆனால் போற்றி தரமாட்டார், கேட்பதும் தகாது. குளித்து, குடித்து, உணவு தயாரானதும் இன்சுலின் போட்டுக்கொண்டார். முதிர்ந்த சர்க்கரை நோயாளி அவர்.

வங்காளிகள் நம்மைப் போலவே சோற்றுப் பிரியர்கள். சுடச்சுடச் சோறு. முழு உளுந்தை வறுத்து, நன்கு குழைய வேகவைத்து டால் செய்திருந்தான். டாலில் பொரித்த அயிலை ஒன்று முழுதாக மிதந்தது. வங்காளத்தில் மீன் சைவம். பீர்க்கங்காயில் கூட்டு, வாழைக்காயில் கறி. நெய்மீன் துண்டங்கள் சிறிதாய் வறுத்துப் போட்டு, உப்பு, மிளகாய்ப் பொடி, கடுகெண்ணெய், வினிகர் என ஊறிய ஊறுகாய். இனிப்புக்கு ரஸ்கொல்லா. போற்றி இனிப்பு தின்னலாகாது. அவர் பங்கு ரஸ்கொல்லா விழித்துப் பார்த்தது. வீண் செய்வானேன் என்று எடுக்கக் கை நீட்டியபோது தடுத்தார் போற்றி. "அது டேபிள் மேனர்ஸ் இல்லடோ" என்றார். விளங்காத ஆளு என்று மனதில் எண்ணிக்கொண்டான் நாதன்.

போற்றி பிறப்பால் அந்தணன்; தொழிலால் வைசியன்; நடப்பன, பறப்பன, நீந்துவன என உண்பதால் சூத்திரன்; நாகரீகத்தால் மிலேச்சன் போலும்!

“இதுக்கு முந்தி இதொண்ணும் கூட்டி இருக்க மாட்டே . . . எதையும் முகஞ்சுளிக்காத உண்ணணும் . . . எங்க போனாலும் சாம்பார், புளிசேரி தேடீட்டு இருக்கப் பிடாது . . .” என்று சின்னதோர் அன்ன தோத்திரம் சொன்னார்.

எப்படிச் செய்திருந்தாலும் உளுந்தப் பருப்பு டால் வழுவழுப்புத் தானே! ‘வழவழகொழகொழ’ ஆட்களை ஊரில் சொல்வார்கள் – வெண்டைக்காய், விளக்கெண்ணெய், சேப்பங்கிழங்கு, உளுந்து அரைத்த அம்மி என.

கம்பளி போர்த்தி நல்ல உறக்கம். இரயில் அலுப்பு, வென்னீர்க் குளியல், சுடச் சுட உணவு, உறைக்கும் குளிர் . . . நாதனின் கனவில் பாம்புறங்கும் பாற்கடலில் இருந்து நாக கன்னி வந்தாள், நெளிந்து நெளிந்து முகபடம் உயர்த்திச் சிலிர்த்தவாறு. நாகபஞ்சமியன்று தலோஜா தியேட்டரில் பார்த்த மராத்திப் படத்தில் நாகலோக ராஜகுமாரி பெருந் தனங்களையும் இதர படை பண்டார சேனைகளையும் குலுக்கிக் குலுக்கி ஆடிக்கொண்டிருந்தாள். கனவில் வந்த நாககன்னிகையின் படவரவல்குல் உத்தேசமாக எங்கிருக்கும் என ஊகிக்க இயலவில்லை.

காலையில் மங்கலாகப் பொழுது புலர்ந்து வருகையில் ‘கீசு கீசென்று ஆனைச் சாத்தன் கலந்து பேசும் பேச்சரவம்’ கேட்டு, விழித்து, பல்துலக்கி, சாய் பருகி, விடுதியை விட்டு வெளியே வரும்போது சுற்றிக் கிடந்த அடர்காடு அச்சமும் ஆர்வமும் ஊட்டுவதாக இருந்தது. வேற்று மனித அரவம் இல்லை. போற்றி குளிருக்காக நெஞ்சின் குறுக்கே கைகளைக் கட்டி நடந்தார். ஏற்கனவே தெரிந்திருந்த மரங்கள் தவிர, புதிதாய்க் கண்ட மரங்களின், செடி கொடிகளின், புதர் களின் பெயர் தெரியவில்லை. காடுகளின் மரங்களுக்கு என்றோர் கவர்ச்சி உண்டு. தெய்வங்கள் உறையும் பெரு மரத் தண்டுகள் . . .

விடுதியின் பின்புறம் தடம் ஒன்று வளைந்து நீண்டு, ஓடி, இறங்கியது. திடீரென, இறையெனப் புலப்பட்டது தாமோதர் நதி. அகன்று விரிந்து ஆழ்ந்து, நெடிய ஓட்டத் தில் தளர்ந்து வங்கக் கடலில் கலக்க விரைந்துகொண்டிருந் தது. தடம் சென்று நின்ற இடத்தில் ஆற்றில் இறங்க வரிக்கல் பாவிய படித்துறையும் சிறு கயிற்றால் கட்டுண்டிருந்த சிறு படகும்.

“குளிக்கியாடா?” என்றார் போற்றி. கால் நனைத்தால் சிலீரெனக் குளிர்ந்தது. உள்ளூரில் பேய்க்கும் வெளியூரில்

தண்ணீருக்கும் அஞ்ச வேண்டும் என்றொரு வரியோடியது உள்மனதில். சரக்குக் கப்பல் கடல் முகத்தில் இருந்து வெகு தூரம் உள்ளே வரும் தாமோதர் நதி.

பனியில் செடிகொடிகள் நனைந்து சிலிர்த்திருந்தன. ‘தூய நீரில் துலங்கும் ஏகன்’ என பெரியசாமித் தூரனின் வரியொன்று தாமோதர் நீர்ப்பரப்பில் நெடும் பாம்பு போல நீந்தி நெளிந்து ஓடியது.

எப்படி அனுபவித்திருப்பார்கள் ஐரோப்பியத் துரைமார் களும் துரைசானிகளும்? இந்தியத் துரைமார்கள் கண்களில் பணம் தவிர்த்து வேறேதும் படுமோ? தூரத்தில் நூற்பாலை யின் ஓசை அந்தர காந்தாரமாக ஒலித்தது.

“போலாண்டா” என்றார் போற்றி.

நகர மனமில்லை நாதனுக்கு. படித்துறையில் உட்கார்ந்து நீர்ப்பரப்பை வெறித்தவாறு இருக்கலாம் காலம் காலமாக. பிடரியில் வனத்து மரங்களின் குறு மூச்சுக்கள் உராய்ந்த வாறிருந்தன. விருட்சங்களின், மூங்கில் குப்பங்களின், உரையாடல் கேட்டன.

ஆனால் போற்றியின் வாலில் நெருப்பு வைத்தாயிற்று.

காலைப் பலகாரம் நீண்ட சுருள்களாக இருந்த, இனிப்பும் சற்றுப் புளிப்பும் சூடும் மொரமொரப்புமான மஞ்சள் நிற பாகு ஒளிரும் ஜிலேபிகள். கடலைமாவைச் சப்பாத்தி போலத் தேய்த்து அங்குல அகலத்தில் நீளமாய் வெட்டி, கடலை எண்ணெயில் பொரித்தெடுத்த பாப்டி. கடித்துக்கொள்ள நீளமான மெல்லிய பிஞ்சுப் பச்சை மிளகாயை எண்ணெயில் வறுத்து உப்பில் புரட்டியது. போற்றி இன்சுலின் குத்திக் கொண்டபின் பாப்டியை மட்டும் கொறித்தவாறிருந்தார். சமையற்காரன் அவர் பங்கு ஜிலேபியை நாதன் பக்கம் நகர்த்திவிட்டு சாய் கொணரப் போனான். இந்த டேபிள் மேனர்ஸை என்ன செய்வதென்று திகைத்தான் நாதன்.

இயந்திரங்களின் விலை இருதரப்புக்கும் சேதமின்றிப் படிந்தது. மினிட் கையெழுத்தாகியது. கைகுலுக்கிப் பிரிந்து மதிய உணவுக்கு விடுதிக்கு வந்தனர். சுடுசோறு, கடலைப் பருப்பு டாலில் பொரித்துப் போட்டிருந்த குளத்துமீன், சுரைக்காய் கூட்டு, கத்தரிக்காய் உருளைக்கிழங்கு கறி, தயிர், மாங்காய் ஊறுகாய், இனிப்புக்கு சோம் சோம்.

இரவு எட்டரை மணிக்கு, மும்பை போகும் ஹௌரா மெயில். ஆறரை மணிக்கு கார் வரும் என்றனர். மதிய உணவுக்குப் பின் நன்கு தூங்கினார் போற்றி. நாதன் மறுபடியும் விடுதியைச் சுற்றி வந்தான். காட்டை அளந்தான். தாமோதர் நதியில் கண்ணாறிக் கிடந்தான். மைனாக்கள், செம்போத்துகள், காகங்கள் பறந்து திரிந்தன. பச்சைக் கிளிகள் உயர்ந்து தாழ்ந்தன. கண்ணுக்குப் புலப்படாமல் குயில்கள் கூவியவாறிருந்தன.

விடுதிக்கு வந்தபோது, போற்றி பெட்டியை மூடிப் புறப்படத் தயாராகிக்கொண்டிருந்தார். இறுதிச் சுற்றுக்கான ரம் மேசைமீது தயாராக இருந்தது. மாலைச் சிறு தீனி காரப் பொரி; வேகவைத்து, நீளவாக்கில் நறுக்கி, வெங்காயம் பச்சை மிளகாய் போட்டுத் தாளித்து எலுமிச்சை பிழிந்த உருளைக் கிழங்கு, சாய். நேரத்தோடு இன்சுலின் குத்திக்கொண்டு நாஸ்டா செய்தார் போற்றி. இரவு உணவைத் துறந்துவிடும் எண்ணம் இருக்கும்போல.

பொரி தின்று படுத்தால் இரவு நாதனுக்கு கண் அடையாது. அவன் எஞ்ஞான்றும் உணவில் ஔவையார் சொல்லைத் தட்டுவதில்லை. உண்பது நாழி. நாழி எனில் நாழியரிசிச்சோறு. நாழி அரிசி என்பது ஏறத்தாழ முக்கால் கிலோ. இரயில் ஏறியபின் பார்த்துக்கொள்ளலாம். எப்படியும் வேறு வேறு பெட்டிகள்தானே! இன்றாவது கனவில் நாக கன்னிகையின் படவரவல்குல் தென்படுகிறதா என்று பார்க்க வேண்டும்!

நேரத்தோடு ஹௌரா ரயில் நிலையம் சேர்ந்து, ரயில் மேடை தேடி, வண்டி பார்த்து, பெட்டி கண்டு, போற்றியை உட்காரவைத்துவிட்டு தனது இடத்துக்கு வந்தான் நாதன். 'புள்ளும் சிலம்பின காண் புள்ளரையன் கோயிலிலே' எனும் படி கீங், ஷோம், ஹைங் எனும் சொற்கள் திரும்பத்திரும்ப பெட்டி நிறைய ஒலித்துக்கொண்டிருந்தன. சமீபத்தில் யாரோ சொன்னது நினைவுக்கு வந்தது. வேற்றுக் கிரக மனிதன் எவனும் இறங்கி வந்தால் பூமி பூராவும் ஒரே மொழி பேசுவதாக நினைத்துக் கொள்வான் என்று.

தற்போதைய பயணங்களில், இரவில் தூங்க முயற்சிக்கும் போது செல்போன் ஒரு தொந்தரவு. பெட்டிக்குள் வைத்துப் பூட்டினால் அவசர அழைப்புக்களைக் கவனிக்க முடியாது. சட்டைப் பையில் வைத்தால் உறங்கும்போது உருவி விழுந்து விடும். கால்சட்டைப் பையில் போட்டுக்கொண்டாலோ, உருண்டு புரண்டு படுத்தால் செல் நசுங்கிப் போகலாம்.

பச்சைப் பிள்ளையைப் போல் பக்கத்தில் கிடத்திக்கொண்டும் உறங்க இயலாது. உறக்கம் சண்டாளன். செல்போனுடன் கண்ணாடியும் வைத்திருப்பவர்களுக்கு இன்னும் பாடு அதிகம்.

ஒருவன் வாசிக்கும் புத்தகத்தை வைத்தும் நண்பனை வைத்தும் அவனை அளந்துவிடலாம் என்பார்கள். செல் ஃபோன் வைத்திருப்பவர்களின் ரிங்டோன் கேட்டும் கூட அதைச் செய்யலாம். மும்பையில் பலரும் முகம்மது ரஃபியின் காதல் ஏக்கக் கீதங்களை வைத்திருந்தனர். சிலர் அனூப் ஜலோட்டா, சிலர் குலாம் அலி, கணபதி ஆர்த்தி... தமிழரில் சிலர் சுப்ரபாதம், சிலர் திருப்புகழ் சிலர் செந்தமிழ் நாடெனும் போதினிலே... நாதனுக்கு அறிமுக மான ஒருவர் 'பெயரைக் கேட்டாலே சும்மா அதிரு தில்லே' என்று வைத்திருந்தார். அவருடன் எப்படி உறவு வைத்துக்கொள்வது?

எல்லாம் ஒருவகை அனுமானங்கள்தான். தேவாரம் வாசிக்கிற ஒருவர் சரோஜாதேவி புத்தகமும் வாசிப்பதை எப்படிப் பகுத்து ஆய்வு செய்வது?

கம்பளிக்குள் பொதிந்து நல்ல உறக்கத்தில் இருந்தான் நாதன். செல்ஃபோன் மணி அடித்தபோது என்ன நேரம் என்று தெரியவில்லை. விழித்து, நிதானத்துக்கு வந்து, படுக்கை யின் தடுப்புச் சுவரோரம் இருந்த செல்ஃபோனை எடுத்துப் பார்த்தான். போற்றியின் எண்தான். இதுவென்ன டேபிள் மேனர்ஸ் இந்த நேரத்தில்? போற்றியின் குரல் கலங்கலாக, மங்கலாக ஒலித்தது.

"நாதன், ஒரு சாக்லேட்டோ, ஸ்வீட்டோ, உடன் தன்னே வேணும். சுகர் இறங்கி இருக்கும்போல... படபடப்பா இருக்கு... நீ உடனே என் பெட்டிக்கு வா..." நல்ல வேளையாகத் தொடர்வண்டியின் கதவுகள் ஒரு பெட்டியி லிருந்து மற்றதற்குப் போகும் விதத்தில் திறந்திருந்தன. மணி ஒன்றேகாலாகி இருந்தது. அனைவரும் குளிருக்கு கம்பளியி னுள் புதைந்து ஆழ் நித்திரையிலும் அவசரமற்ற குறட்டை யிலும் இருந்தனர். ஸ்வீட் அல்லது சாக்லேட்டுக்கு எங்கு போவதென்று தெரியவில்லை. யாரை எழுப்புவது, எப்படிக் கேட்பது?

புரண்டு படுத்த ஒருவரிடம் கேட்டபோது, அவன் கேட்டதே அவருக்கு விளங்கவில்லை. மற்றொருவர் எரிச்ச லில், "சுப் ரோ" என்றார். பெண்களிடம் கேட்கலாம் எனில்

எப்படித் தொட்டு எழுப்புவது? மேலும் போர்வைப் பொதிய லில் பெண் யார் ஆண் யார் என அறிவதெங்ஙனம்? நன்றாக விழித்திருந்த ஒருவரிடம் கேட்டபோது கை விரித்துவிட்டார்.

மறுபடியும் போற்றியிடம் இருந்து ஃபோன்.

"நாதன், குச் கரோ, ஜல்தி."

குரல் மூழ்கிக்கொண்டிருந்தது. ஏ.சி. பெட்டியில் அனாமத்துப் பயணிகள் யாரும் கண்விழித்து பயணத்தில் இல்லை. ஒன்றும் ஓடவில்லை நாதனுக்கு. படபடப்பாக இருந்தது. பெட்டியை மூன்றுமுறை பயந்த எலிபோல் ஓடிக் கடந்தாயிற்று.

போற்றி மயங்கி, கோமாவில் சென்றுவிட்டால் எல்லாம் சிக்கலாகிவிடும். வண்டி போகும் வேகம் சமீபத்தில் நிறுத்தம் வரும் தோதில் இல்லை. கொக்கியில் தொங்கிக்கொண்டிருந்த திறந்த பைகள் சிலவற்றில் கை விட்டுப் பார்த்தான், பழங்கள், தின்பண்டங்கள் ஏதும் கிடைக்கலாம் என்று. ஒன்றும் பயனில்லை.

பெட்டியின் கடைசியில் குப்பை போட என சின்னக் கன்டெய்னர் ஒன்றிருந்தது. ஓடிப் போய், மூடியைத் திறந்து வைத்தபடி துழாவினான். வழித்துத் தின்று எறிந்த சின்ன பிளாஸ்டிக் டப்பாக்கள், வாழைப் பழத்தோல், காலி தண்ணீர் பாட்டில், துடைத்துச் சுருட்டிய செய்தித்தாள் என புரண்டு வந்தன. கீழ் மேலாகப் புரட்டியதில் பிரட் கவர் ஒன்றும் பிஸ்கட் கவர் ஒன்றும் தட்டுப்பட்டது. எடுத்துப் பார்த்ததில் மேலும் கீழும் இருக்கும் கனத்த ரொட்டி ஸ்லைசுகளும் உடைந்த குளுகோஸ் பிஸ்கட் துண்டுகளும் தெரிந்தது. கையைத் துடைத்துவிட்டு, எடுத்துக்கொண்டு ஓடினான் போற்றி இருந்த பெட்டிக்கு.

போற்றி அரை மயக்கத்தில் வியர்வையில் சொட்ட நனைந்திருந்தார். வாங்க நீண்ட கை உதறியது. பிஸ்கட் துண்டை அவரது வாயருகே நீட்டினான். பறவைக் குஞ்சுபோல் வாயை அகலத் திறந்து வாங்கிக் கொண்டார். தொடர்ந்து அவசர அவசரமாக கனத்த ரொட்டித் துண்டுகளை மென்று இறக்கினார். மற்றொரு பயணியின் தலைமாட்டில் இருந்த தண்ணீர் பாட்டிலை எடுத்து நீட்டினான். இரண்டு மடக்கு குடித்தார். சற்று ஆசுவாசம் தெரிந்தது. படபடப்பும் வியர்வையும் அடங்க மேலும் சற்று நேரம் ஆகும்போல.

ஏழெட்டு நிமிடங்களில் ரயில் நிலையம் ஒன்று வந்தது. சிற்றுண்டி நிலைய விளக்கொளி சற்றுத் தொலைவில் தெரிந்தது. ஓடிப்போய், மீதிச் சில்லறை வாங்கக் கூட நிற்காமல் குளர்பானக் குப்பி ஒன்றை எடுத்து வந்தான். ரயில் நகர ஆரம்பித்திருந்தது. அவசரமாக அரை போத்தல் குடித்தார் போற்றி. மிச்சத்தை தலைமாட்டில் வைத்துக் கொண்டார். படபடப்புத் தணிந்து வியர்வை ஆற முற்பட்டிருந்தது. முகத்தில் தெளிச்சல் வந்தது. நெஞ்சில் கைவைத்து நெடுமூச்சொன்று எறிந்தார்.

நாதனைப் பார்த்து சிரிக்க முயன்றார்.

"ரெச்சைப்பெட்டு, கேட்டோ! வளர உபகாரம்... இனிப் பேடிக்கானில்லா... போய்க் கெடந்நோ..." என்றார்.

வேறொன்றும் அறியாமல் ரயில் நெடிது ஓடிய வாறிருந்தது.

ஓம் சக்தி – தீபாவளி மலர், 2007

எண்ணப்படும்

பட்டப்படிப்புக்கு கணக்கைத் தேர்ந்தெடுத்தது அவனல்ல. பதினொன்று படித்த பையனுக்கு இல்லா விட்டாலும் என்ன தெரியும்? அப்பாதான் வெளுத்து வந்திருந்த வேட்டியை உதறிக் கட்டி, தலைமுண்டு எடுத்துத் தோளில் போட்டுக்கொண்டு கூட்டிப் போனார். அன்று பச்சைத் தமிழர் கு. காமராஜ் முதலமைச்சராக இருந்தார். கதர் கால்சராயும் கதர் முழுக்கைச் சட்டையும் போட்ட காங்கிரஸ்காரர் கல்லூரி முதல்வர். பக்கத்துக்கு ஊர்க்காரரும் பக்கத்து வயல்காரரும் அப்பா அடிக்கடி சந்திக்கக் கூடியவர். அவரை நம்பித்தான் அப்பா தைரியமாக அந்தக் கல்லூரி வளாகத்தினுள் நடந்தார். மடியில் பத்துக் கோட்டை வல்லரக்கன் நெல் விற்ற பணம் இருந்தது. சான்றிதழ்கள் கொண்ட காக்கித் துணிப்பை அவன் கைவசம் இருந்தது.

வாயிலோன் விளித்ததும் வாயெல்லாம் தந்தங்களாக அப்பாவும் தயங்கியபடி அவனும் அரைக் கதவைத் தள்ளி உள்ளே நுழைந்தனர். முதல்முறையாக கல்லூரி முதல்வர் அறையை அச்சத்துடனும் பிரமிப்புடனும் பார்த்தான்.

"என்னண்ணேன். பய ஸ்கூல் ஃபைனல் பாசா யிட்டானா?" என்றார் பிரின்சிபால்.

"ஆமப்பா... உனக்கக் காலேஜ்லதான் சேக்கணும். ஒரு கண்ணு வச்சிக்கிடுவயில்லா? இல்லாட்டா கழுவாட்டு போயிருவான்."

“சர்டிபிகேட்டைக் கொண்டாடே பாக்கட்டும். பேரு என்னா? தாத்தா பேரு தான? சிவனணைந்த பெருமாள் ... சரியா?”

“ஆமா! ஓர்மையிலே வச்சிருக்கியே! அணைஞ்சாண்ணு தான் கூப்பிடுகது. வீட்டிலே ஒனக்க மயினி மட்டும் சிவனும் இல்லாம பெருமாளும் இல்லாம முருகாண்ணு கூப்பிடுவா ... மாமனாருக்க பேரு சொல்லப்பிடாதுல்லா ...”

“மார்க்கு கொள்ளாண்டே ... கணக்கு எடு என்னா? நானும் ஒரு பீரியடு வருவேன் ...”

அன்று தீர்த்து எழுதியாயிற்று அர்த்தமுடன் அவன் தலையில் சிவனும்.

எவர் தலையெழுத்தை எவர் திருத்துவது?

அணைஞ்சான் பி.யூ.சி.யிலும் பி.எஸ்.சி.யிலும் கணக்குப் படித்தான்.

கணக்கைப் படித்ததிலும் ஒன்றும் தப்பில்லை. படித்து முடிந்ததும் சர்வீஸ் கமிஷன் எழுதினான். அப்போது அரசு மாறிவிட்டது. சர்க்கார் சோலிக்கு மக்கள் பேயாய் அலைந்தார்கள். விலை தீப்பற்றி எரிந்தது. எந்தக் கட்சி ஆனாலும் எம்.எல்.ஏ. ஊள்ளூர்தானே! அப்பா ஆறு மரக்கால் விதைப்பாடு விற்று மலேரியா கொசுவுக்கு மருந்தடிக்கும் இலாகாவில் கிளார்க் உத்தியோகம் வாங்கிக் கொடுத்தார்.

அன்று சர்க்கார் சோலியில் இருக்கும் மாப்பிள்ளைத் தரங்களின் விலை நூற்றிருபத்தைந்து பவுன், ஒரு கோட்டை விதைப்பாடு. பத்துச் செம்பு பொங்கி கல்யாண அடியந்திரம், மறு வீட்டுக்கு செம்புப்பானையில் அடுக்கிய இரண்டாயிரம் கைமுறுக்கு என்று எகிறி இருந்தது. அப்பா கணக்கு, பெண் தரம் வரும்போது விலையாதாரம் எழுதிய ஆறு மரக்கால் விதைப்பாட்டையும் சேர்த்துக் கறந்துவிட வேண்டும் என்பது.

வேலை அணைஞ்சானை ஒட்டன்சத்திரத்தில் பறித்து நட்டது.

அதுவும் தப்பில்லை.

உறவும் நட்பும் பள்ளித் தோழரும் இல்லாத ஊராக இருந்தது. அலுவலகம், சாப்பாட்டு மெஸ், குடியிருந்த ஒற்றை முறி, பிள்ளையார் கோயில் எனக் கடந்தன நாட்கள்.

பொழுதுபோக்காக எண்ணத் தொடங்கினான் அணஞ்சான். எண்ணுவது என்பது 'எண்ணித் துணிக கருமம்' எனும் பொருளில் அல்ல. 'எண் என்ப ஏனை எழுத்தென்ப' எனும் பொருளில். எல்லாம் வேடிக்கையாகவும் பொழுதுபோக்காகவும் சில சமயம் சாமர்த்தியமாகவும் தோன்றியது. முறியிலிருந்து தெருவுக்கு முப்பத்து நான்கு படிகள். தெருவிலிருந்து அலுலகத்துக்கு ஆயிரத்துநூற்றுப் பத்தொன்பது காலடிகள். அங்கிருந்து சாப்பிடும் இடத்துக்கு அறுநூற்று நாற்பத்தாறு காலடிகள். தனது இருக்கையிலிருந்து மேலதிகாரி இருக்கைக்கு முப்பத்தி எட்டுக் காலடிகள். பேருந்தில் ஏறினால் பயணம் செய்வோரில் ஆண்கள் இருபத்து மூன்று பேர், பெண்கள் பதினேழு பக்கத்து இருக்கைக்காரர், ஏ–4, உசிலம்பட்டிக்காரர் உரையாடும்போது உபயோகித்த 'அது வந்து' நாளுக்கு சராசரியாக இருநூற்று அறுபத்தி நான்கு.

எந்த வேலையில் இருந்தாலும் உள்மனம் ஒன்று தனியாக எண்ணிக்கொண்டிருந்தது. அலுவலக சூப்ரண்டு அம்மா அலுவலகத்துக்கு கட்டிவரும் சாரிகள் இருபத்தாறு. பொடி போட்டு பி–3 தும்மியது அன்று நாற்பத்து மூன்று தரம். சன்னலுக்கு வெளியே ஒரு நாள் பார்த்த பேருந்துகள் நூற்று நாற்பத்தி ஏழு. விடிந்து, படுக்கப் போகும்வரை மூத்திரம் போவது ஒன்பது முறை. காலையில் முழித்துப் பார்க்கும்போது சாலை அண்ணாச்சி கடை முன்பு தானியம் கொத்தும் காகங்கள் பத்தொன்பது. சாயாக்கடைத் தட்டில் விற்காமல் கிடந்த சமோசா பதினேழு. பழுத்துக் கிடந்த பேயன் வாழைக்குலையில் முப்பத்தெட்டுப் பழங்கள் மீதமிருந்தன. தொலைபேசியில் மேலதிகாரி அவரது மேலதிகாரியிடம் எழுபத்தெட்டு முறை 'சார்' சொன்னார்.

தினங்கள் எண்களால் நிறையத் துவங்கி, பேருந்தில் ஏறினால் பயணச்சீட்டின் எண்களைக் கண்கள் உடனடியாகக் கூட்டிக் கொண்டது. அதில் மூன்றும் ஒன்பதும் விருப்ப எண்களாயின. நவரசம், நவமணி, நவநிதியம், நவகிரகம், நவகண்டம், நவநதி, நவராத்திரி, நவவருசம், நவசதி, நவபாஷாணம், நவபிரம்மா, நவவித சம்மந்தம், நவவீரர் . . . சில நாட்கள் அலுவல் நிமித்தம் நாலைந்து முறை பேருந்தில் ஏறி இறங்கினால் பயணச்சீட்டின் எண்கள் தொடர்ச்சியாக ஆறு, ஏழு, எட்டு, ஒன்பது என்றோ மூன்று, ஐந்து, ஏழு, ஒன்பது என்றோ வந்தால் அதிலொரு மகிழ்ச்சி. சில சமயம் இரண்டு முறை நான்கு வரும். சின்னாட்கள் மூன்றோ ஒன்பதோ வரவே வராது. மூன்றும் ஒன்பதும் வராத நாட்களில் மனம் சோகம் கொண்டது.

சிலசமயம் காணும் பேருந்துகளின் எண்கள். பின்பு கோப்புகளின் வரிசை எண்கள். கூட்டுவதில் சில நுணுக்கங்கள் பிடி கிடைத்தன. ஆறிலக்க எண்களில் பத்தாகக் கூட்ட வாய்ப்பிருக்கும் எண்களை முதலில் கூட்டிக்கொள்வது. எடுத்துக்காட்டுக்கு 694137 என்பது கண்ணில் படும் எண் எனில் ஆறும் நாலும் பத்து, ஒன்பதும் ஒன்றும் பத்து, மூன்றும் ஏழும் பத்து, ஆக முப்பது, எனில் மூன்று.

கதை படிக்கிற, பாட்டுக் கேட்கிற, சினிமா பார்க்கிற பதிவெல்லாம் விடுபட்டுப் போயிற்று, அணஞ்சானுக்கு சர்க்கார் சோலி எவ்வளவு செய்தாலும் தீராது என்பதும் ஒரு அனுகூலமாயிற்று. சில நாட்கள் எட்டுமணிக்குப் போய் மெஸ்ஸில் சாப்பிட்டுவிட்டு மறுபடியும் அலுவலகம் வந்து உறக்கம் வரும்வரை உட்காருவான். உசிலம்பட்டிக்காரர் அலுவலகவாசி. சுருட்டப்பட்ட பாயும் தலையணையும் போர்வையும் உள்ளறையில் பீரோவுக்குப் பின்னால் ஒளிந்திருந்தது. டிரங்குப் பெட்டி காகிதக் கட்டுக்கள் நிறைந்த பலகைத் தட்டு செல்ஃபின் பக்கத்தில் குளிக்கும் சோப்பும் எண்ணெயும் பற்பொடியும் ஈரத் துண்டும் அலுவலகப் பின் கட்டில் இருந்த குளிமுறியில். வெள்ளிக்கிழமை மாலை ஊருக்குப் போய்விட்டுத் திங்கள் காலையில் திரும்புவான். முகச்சவரம், எண்ணெய் தேய்த்துக் குளியல், உடைகள் துவைப்பது எல்லாம் ஊரில் வைத்துத்தான். நடப்பு மாதத்தில் நான்கு முறை ஊருக்குப் போய் வந்தாயிற்று என்றும் ஆறு முறை தொலைபேசியில் பேசினார் என்றும் ஏழு முறை தொலைபேசி வந்தது என்றும் கணக்கு இருந்தது.

அணஞ்சான் மாதமொருமுறை ஊருக்குப் போவான். சனி, ஞாயிறு, திங்கள் சில்லறை விடுப்பு எனச் சேர்த்து எடுத்துக்கொண்டு. ஊரில் இருந்த நாட்களில் இருபத்திரண்டு இட்லி, ஐந்து அடை, ஏழு தோசை, பதினெட்டுக் கொழுக்கட்டை என்று கணக்கு இருக்கும். பயணங்களின் போது சிலசமயம் கரண்ட் கம்பங்கள், எதிர்வரும் வண்டிகள், ஓவர்டேக் செய்யும் வண்டிகள் என்று எண்ணப்படும். எத்தனை பேர் ஏறி எத்தனை பேர் இறங்கினார்கள் என்பதற்கும் பக்கத்து இருக்கைக்காரர் விட்ட கொட்டாவி, இருமல், செருமல், தும்மலுக்கும் கணக்கு உண்டு.

வாழ்க்கை எண்கள் மயமாயிற்று.

எத்தனை தம்ளர் தண்ணீர், எத்தனை அகப்பை சாம்பார், கை கழுவியது எத்தனை முறை, கொப்பளித்துத் துப்பியது எத்தனை முறை?

நாஞ்சில் நாடன்

பெண்பார்க்கப் போனபோது எண்ணியது தட்டுக்களையும் தூண்களையும் முற்றத்துத் தென்னைமரத்தின் குலைகளையும் காய்களையும். பெண்ணைப் பார்த்தாலும் காப்பு எத்தனை, செயின் எத்தனை? தினமும் பர்சில் இருக்கும் பணத்தை ஆறு முறை எண்ணினான்.

கல்யாணமாகிப் புதுக்குடித்தனம் வைத்ததும் ஒரு கூறு கத்திரிக்காயில் எண்ணம் எத்தனை? தினமும் காலையில் சாம்பாருக்கோ தீயலுக்கோ காய் நறுக்குவது அணஞ்சான் தான். ஒரு முருங்கைக் காயில் ஏழு துண்டுகள், இரண்டு கத்தரிக்காயில் எட்டுத் துண்டுகள். தன் தட்டு, பெண்டாட்டி தட்டு, மிச்சம் என்ன? சேர்ந்தே உண்பதால் கணக்கு சரியாக இருக்கும். பங்கு வைத்துத் தின்பதில்லை என்றாலும் கணக்கென்று ஒன்று உண்டு. ஒரு முறை மனைவியிடம் சொன்னான். அந்த மாதத்தில் அறுபத்திரண்டு இட்லி, நாற்பத்து நான்கு தோசை, ஏழு அடை, ஆறு துண்டுப் புட்டு, இருபத்தாறு கொழுக்கட்டை, பத்தொன்பது அகப்பை சுடுகஞ்சி, பதிமூன்று கரண்டி உப்புமா தின்றான் என.

ஒருமுறை பெண்டாட்டி ஊர் சென்று திரும்பியபோது கொண்டுவந்த கைமுறுக்குகள் மொத்தத்தையும் வேட்டியில் தட்டி எண்ணி மறுபடி அடுக்கினாள்.

தின்ற வாழைப்பழங்கள், உரித்த வெங்காயம், குடித்த சாயா எல்லாவற்றுக்கும் கணக்கு. கணக்கு தப்பிப்போனால் பெரும் பதட்டம் வந்து சூழும். ஒருநாள் குட்டிச்சாக்கில் கிடந்த மொத்த தேங்காய்ச் சிரட்டைகளையும் தட்டி எண்ணினான். அதன் பிறகே சமாதானமாயிற்று.

அணஞ்சான் கஞ்சனல்ல. செலவு கூடுவதோ குறைவதோ அவனுக்குப் பொருட்டில்லை. எண்ணிக்கை முக்கியம். அவனது உலகம் எண்களால் செறிவுற்றுக் கிடந்தது. நெல்லிக்காய் அல்லது வடுமாங்காய் ஊறுகாய்ப் பரணியில் எத்தனை காய்கள் மீதம் கிடைக்கின்றன என்று தெரியும் அவனுக்கு. எலுமிச்சை ஊறுகாய் எனில் பழத்துக்கு எட்டுத் துண்டுகள் என்பது கணக்கு. மாமியார் வந்து நாலைந்து நாட்கள் தங்கிவிட்டுப் போனபோது கேட்டான். "உங்கம்மை மொத்தம் எத்தனை துண்டு எலுமிச்சங்காய் எடுத்தா?"

எத்தனை தட்டுகள் அவிக்கப்பட்டது என்பதை வைத்து இட்லிக்கும், 'சுர்' ஓசையை வைத்து தோசைக்கும் கணக்கு உண்டு. திருமணமான பதினெட்டு மாதங்களில் இருநூற்றுப் பதினாறரை உடலுறவுகள் என்பது கணக்கு. அரை என்ன

கணக்கென்றால், ஒரு விடுமுறை நாள் பகலில், பாதி வேலையின்போது, தந்திச் சேவகர் வந்து மனைவியின் ஆத்தா இறந்த செய்தியைத் தர, உடனே புறப்பட வேண்டியதாயிற்று என்பதால்.

சில விடுமுறை நாட்களில் காலையில் காப்பிக்குடி ஆனதும் பிரதான சாலைக்குப் போய், வரும் வண்டிகளை எண்ணுவான். சில நாட்கள் சைக்கிள், சில நாட்கள் ஸ்கூட்டர், மோட்டர் பைக், சில நாட்கள் லாரிகள் என.

பிறருக்கு வேறெந்த தொந்தரவும் இல்லை. எப்போதாவது அபூர்வமாய் உரையாடல் மூலம் திடுக்கிட வெளியாகும் தகவல்கள் அன்றி இப்படியொரு பழக்கம் அவனிடம் இருப்பது வேறெவருக்கும் தெரியாது.

காய்கறிக் கடையில் வெண்டைக்காயைப் பொறுக்கும் போதே எண்ணி விடுவான். கடைக்காரனுக்கு என்ன நட்டம்? கடைசி சிங்கிளில் கண்டக்டர் கணக்குப் பார்த்து நோட்டுகளை எண்ணும்போது கூடவே எண்ணுவான். சேர்ந்து எண்ணுவதால் என்ன குறைந்துவிடப் போகிறது?

இப்படிக் கூட்டல், கழித்தல், பெருக்கல், வகுத்தல் எல்லாம் அலுத்துப் போனபின் தன் மூச்சை எண்ண ஆரம்பித்தான் அணஞ்சான். காலையில் கடன்கள் முடித்த கையுடன் தொடர்ந்தது எண்ணிக்கை.

உட்சுவாசம், வெளிச்சுவாசம் . . .

அலுவலகம் போனால் வேலை அதுபாட்டுக்குக் கிடந்தது. சர்க்கார் வேலையை யார் செய்தால் என்ன? மூச்சை எண்ணவே நேரம் போதவில்லை. கோப்புகள் வந்தன, கிடந்தன, போயின – அணஞ்சான் மூச்சை எண்ணிக் கொண்டிருந்தான். சிலசமயம் அதைச் செய்வதற்கு அலுவலகம் வரைப் போவானேன் என்று தோன்றும். வீட்டிலிருந்தவாறே எண்ண ஆரம்பித்தான்.

முகச்சவரம், முடிவெட்டல், குளித்தல் எனத் தவிர்த்து நேரம் சேமித்து எண்ணலானான். உண்ணும் நேரம் தூங்கும் நேரம் குறைந்தது. மனைவியிடம் உரையாடல் அற்றுப் போயிற்று. உடலுறவு நேரத்தில் மூச்சு தாறுமாறாக ஓடிக் கணக்குத் தப்பிப் போகிறது என்று கண்டு உடலுறவை நிறுத்திக்கொண்டான்.

செய்திக் கேட்டுத் தகப்பனார் வந்தார், மாமனார் வந்தார், தாய்மாமன்கள் வந்தனர், மைத்துனர் வந்தனர்,

உடன்பிறந்தோர் வந்தனர். காட்டமாய்ப் பொழிந்த வசவுகளை வாங்கிக்கொண்டு கடைசியாகச் சொன்னான். 'சுவாசத்தைக் கவனியுங்கள் எல்லோரும்.'

குடி, ஒட்டன்சத்திரத்திலிருந்து பெயர்ந்தது. மனையாட்டி தாய்வீடு போனாள். வேன் கொண்டுபோய், வீட்டுச் சாமான்களுடன் அணஞ்சானையும் வீட்டுப் படிப்புரையில் கொண்டு இறக்கினார். அம்மாவின் அழுகையொலி தாளாமல், அதிகாலையில் எழுந்து நடக்க ஆரம்பித்தவன் வீமநகரியிலிருந்து வெள்ளமடம் நோக்கிக் கிளை பிரியும் கப்பிச்சாலையில், பரந்து கிடந்த தாமரைக்குளத்தின் கரையில் இருந்த சாத்தாங்கோயில் முகப்பில் நாவல்மர மூட்டில் உட்கார்ந்தான். நின்றும் அமர்ந்தும் நீளமாய்க் கிடந்த வரிக்கல்லில் சாய்ந்தும் மூச்சை எண்ண ஆரம்பித்தான்.

கணக்கற்று எண்ணிக்கையில் அடங்காமல் மூச்சு ஓடிக்கொண்டிருந்தது. எண்ணிச் சலிப்புற்று ஆசுவாசப்படுத்திக் கொள்ள மூச்சை மேலே கொண்டுசென்று நிறுத்திக் கொள்வான். வீட்டுக்குப் போவதில்லை. அந்தப் பக்கமாய் போவோரைக் கெஞ்சி ஒருவேளைச் சோற்றை வாழை இலையில் பொதிந்து தினம் ஒரு நேரத்துக்கேனும் அனுப்புவாள் தாயார்.

குளத்தங்கரையும் கப்பிச்சாலையுமான அந்தப் பாதையில் பெரிய அளவில் ஆள் நடமாட்டம் இருப்பதில்லை. வயலுக்குப் போவோர், ஏர்மாடுகள், உரமடிக்கும் வண்டிகள், குறுக்குப் பாதையில் சைக்கிளில் வெள்ளமடம் போவோர், களை பறிக்கும் நாற்றுநடும் பெண்டிர், குளத்தில் வலைவீசி மீன்பிடிக்கும் சவளக்காரன் என அற்பமான நடமாட்டம்.

சிவனை அணைந்த பெருமாள் அல்லது பெருமாளை அணைந்த சிவன் கலகல என நகைத்துக்கொள்வான் சில சமயம். தனக்கான சிரிப்பா அல்லது சேத அசேதனங்களுக்கானதா என அறிவாரில்லை.

உரிய உணவின்றி உடல் ஒடுங்கிப் போயிற்று. படபடத்துத் துடித்திருந்த மூச்சு சலசலப்பற்று ஆழமான நதிபோல் ஓடலாயிற்று. கண்கள் கற்பொடி போட்டுப் பலகையில் தீட்டிய வெட்டுளியாய்க் கூர்மை பெற்றன. தோள் வரைக்கும் அணில், ஓணான், அரணை, எலி, தவளை என ஏறி விளையாடின. சாரையோ, விரியனோ, நாகமோ, பாம்பொன்று மடிமீது சுருண்டு கிடந்தது ஓர் நாள்.

பக்கத்து விளையில் பதனீர் காய்ச்சும் தாயி பிறந்து பெயர் வைத்த பேத்தியை அவன் முன்னால் கிடத்தி எடுத்துப் போனாள். காணிக்கையாக சின்ன வட்டுக் கருப்பட்டி ஒன்றைக் கையில் வைத்தாள். களை பறித்துத் திரும்பிய பெண்டுகள் கறிக்குப் பறித்துப் போகும் புளிச்சி மாங்காய் ஒன்று கொடுத்தனர். வாழைத் தோட்டத்தில் களை வெட்டித் திரும்பிய இசக்கி தன்பழமாக வாழையி லேயே பழுத்திருந்த பாளையங்கோட்டன் பழங்களை இணுங்கிக் கொண்டு கொடுத்தான்.

எவரோ காணிக்கையாகப் போட்ட நாணயங்களை வேறெவரோ பொறுக்கிக்கொண்டு போனார்கள். முக்கால மும் மூச்சை எண்ணுகிறவனுக்குப் பணம் எதற்கு? எவரோ சொன்னார்கள் – சாமி முன் கிடத்தி எடுத்தால் குழந்தை களுக்கு செடிக்குத்தம், கொதி, கக்குவான், சவலை, காத்து – கருப்பு, இளைப்பு, குத்திருமல் எல்லாம் நீங்குகிறது என. சாத்தாவுக்கு உகந்த நாளான சனிக்கிழமைகளில் நாக்காமடம் விலக்கில் பேருந்தில் இருந்து இறங்கி ஒக்கலில் இடுக்கிய குழந்தைகளோடு பெண்டுகள் ஒன்றிரண்டு பேராக நடந்து வரத் துவங்கினர். எப்போது என்று கண்டுபிடித்துச் சொல்ல முடியாத நாட்களில் சாத்தாவுக்குப் பூசை வைத்த நம்பியார் இப்போதெல்லாம் தினமும் இரண்டுமுறை வந்தார். அணஞ்சான் இப்போது சாத்தாங்கோயில் சாமி.

நம்பியார் மழைக்கும் வெயிலுக்கும் மறைப்பாக, ஆட்களிடம் சொல்லி நான்கு கால் நாட்டி அரைக்கட்டு முடைந்த தென்னை ஓலைவாங்கி, சாய்ச்சிறக்கி போலச் சின்னக்காமணம் ஒன்று போட்டார். சாத்தாங்கோவில் தூணில் கம்பியால் கட்டப்பட்டிருந்த திருநீற்றுக் கொப்பரை வாடாமல் இருந்தது.

நம்பியாருக்கும் தொடர்ந்து சாத்தாவுக்கும் முகத்தில் கொஞ்சம் தெளிச்சல் வந்தது. யாரோ சாமி கூட்டாஞ்சோறு பிடிக்குமென்று சொல்ல அரிசி, பருப்பு, காய்கறிகள் கொணர்ந்து, குளத்தில் குளித்து முழுகி, உலை வைத்து, வெண்கலப் பானையில் கூட்டாஞ்சோறு பொங்கி, சூடு பொறுக்கப் பொறுக்க சாமிக்கு ஒரு வாய் ஊட்டிவிட்டு மிச்சத்தைப் பிரசாதமாக விநியோகித்தனர். ஒரு மூச்சுக்கும் மறுச்சுக்கும் இடைப்பட்ட வெளி எனில் சாமி வாங்கிக் கொள்வார். குருவிக்குஞ்சு போல் வாய் பிளந்து. அன்றேல் தட்டிவிட்டு விடுவார். தட்டி விடப்பட்ட பிரசாதம் மேலும் சிறப்பானதாகக் கருதப்பட்டது.

194 நாஞ்சில் நாடன்

சுவாசம் அமைதியாக ஓடிக்கொண்டிருந்தது. 'இனிய தேம்ஸ் அமைதியாக ஓடிக்கொண்டிருந்தது. நான் பாடலை முடிக்கும் வரை' என்று ஜான் டண் பாடியதைப் போல.

நம்பியார் விரும்பி வேண்டிக் கேட்டுக்கொள்ள, சாமி காலை ஐந்தரைக்கு எழுந்து குளித்து, சற்று நடந்து வயல் வரப்பில் வெளிக்கிருந்து, வேப்பங்குச்சி ஒடித்துப் பல்துலக்கி, தண்ணென்று சிலிர்க்கும் பாசிமணக்கும் குளத்தில் நீராடி, காவி வேட்டி துண்டை நனைத்துப் பிழிந்து உலர்த்தி, முன்தினம் உலர்த்தியதை உடுத்தி, நெற்றியில் தோளில் முழங்கையில், மார்பில் வயிற்றில் நீறு குழைத்துப் பூசிப் பிறகே, வயிற்றுக்கு அரிசிப் பாயசம் பிரசாதம் கிடைக்கும்.

'இந்தப் பைத்தியாரக் குப்பானை ஒருநாள் போயிப் பார்த்து, நாக்கைப் பிடுங்குகிற மாதிரி நாலு கேட்டுக்கிட்டு வரணும்' என்று வெகுநாள் நினைத்துக்கொண்டிருந்த பூர்வ ஜன்மத்து சகதர்மிணி ஒருநாள் மாலை சாத்தாங்கோயில் வாசலில் வந்து நின்றாள்.

அஞ்செங் சீறடி அணி சிலம்பொழிய
மென்துகில் அல்குல் மேகலை நீங்கக்
கொங்கை முன்றில் குங்குமம் எழுதாள்
மங்கல அணியிற் பிறிதணி மகிழாள்
கொடுங்குழை துறந்து வடிந்து வீழ் காதினள்
திங்கள் வாண்முகம் சிறுவியர் பிரிய
செங்கயல் நெடுங்கண் அஞ்சனம் மறப்ப
பவள வாணுதல் திலகம் இழப்பத்
தவள வாணகை கோவலன் இழப்ப
மையிருங் கூந்தல் நெய்யணி மறப்ப

என்று சிலப்பதிகாரத்தை நினைவூட்டும் விதத்தில்.

அணங்சான் கோலங் கண்டு கும்பி கொதித்தது. சேலைத் தும்பை எடுத்துச் செருகிக்கொண்டு, மூலையில் கிடந்த வாருகோலால் சாத்தாங்கோயில் பிரகாரத்தைப் பறபற வென்று தூத்து வாரிக் குப்பையை அகற்றினாள். மரத்தடியில் கிடந்த மண் தோண்டியில் நீர் சுமந்து வந்து முற்றம் தெளித்தாள். குளத்தில் இறங்கிக் குளித்து, தாமரை மலர்கள் பறித்துக் கரையில் வைத்து, ஒரு முந்தானையை உடுத்து மறுமுந்தியைப் பிழிந்து சேலையின் மறுமுனையைக் கிளையில் கட்டி உலர்த்தினாள். சாத்தாங்கோயில் நடைக்கு வந்து திருநீறு பூசி பக்கத்தில் வடக்குப் பார்த்திருந்த இசக்கியம்மன் பீடத்திலிருந்து குங்குமம் எடுத்து அணிந்தாள்.

நம்பியார் வந்து சாயரட்சை பூசை முடித்து, கதை கேட்டுக் கதை கேட்டு, பிரசாதமாம் பச்சரிசிச் சாதமும் தேங்காய் முறியும் வெல்லத் துண்டும் வாழை இலையில் வைத்து வாழை இலைபோட்டு மூடித் தந்துவிட்டுப் போனார்.

எல்லார்க்குமாய் நிலாக் காய்ந்துகொண்டிருந்தது.

பூந்தென்றல் அஞ்சி ஒதுங்கி வீசியது.

குளக்கரையில் மாக்கிறித் தவளைகள் மழைக்குக் கூச்சல் இட்டன.

தூரத்தில் கோயிலில் கேட்ட பக்திப்பாடல் ஒடுங்கிப் போயிற்று. வரிக்கல்லில் மல்லாந்து படுத்திருந்த சாமியின் காலடியில் தரையில் அமர்ந்திருந்தாள்.

பண்டு பழகிய உடல் மணம் நாசியில் முந்தி வந்து நின்று தாக்கி எண்ணத்தை நிலை தடுமாற்றியது. பூர்வ ஜன்ம திருவிளையாட்டில் திருவுடல் திருப்புளகம் கொண்டு திகைத்துத் தளர்ந்தது.

அணஞ்சான் முன்னூற்று ஒன்பதரை என்று எண்ணினான்.

உயிர் எழுத்து, ஜூன் 2008

பார்வதி சன்மான்

தபால் வரும் நேரம்தான். வாசலுக்கு நேரே வந்ததும் சாமியப்பன் சாலையில் நின்று மணி அடிப் பான். தவசிப்பிள்ளை காதில் விழுந்தால் நடந்து வாசல்வரை போய் அவரே வாங்கி விடுவார். தவசிப் பிள்ளை தட்டுப்படாவிட்டால் அவனே கொணர்ந்து தருவான், 'தபாலுள கொண்ம்' என்று. பாப்லோ நெரூதாவுக்கும் தபால்காரனுக்கும் இருந்த உறவு போலத்தான் இதுவும். மேலும் அந்தக் குக்கிராமத்தில் தினமும் கடிதங்களும் பருவகால இதழ்களும் எப்போ தாவது ஆனாலும் தவறாது மணி ஆர்டரும் வேறு யாருக்கு வருகிறது! கும்பமுனிக்கு சில சமயம் கதைக் கான சன்மானம், அது ஐம்பது ரூபாய் முதல் ஐந்நூறு ரூபாய் வரைக்கும் இருக்கும், மணியார்டரிலும் வரும். தொகை என்னவாக இருந்தாலும் போஸ்ட்மேனுக்குப் பத்து ரூபாயும் தவசிப்பிள்ளைக்குப் பத்து ரூபாயும் உண்டு. 'இலவசமாக வந்ததை இலவசமாகக் கொடு' என்பது விவிலிய வாசகம். அதை அப்படியே கடைப் பிடிப்பவர் கும்பமுனி.

காலையில் சர்க்கரைக் கொழுக்கட்டை அவித் திருந்தார் தவசிப்பிள்ளை. கும்பமுனிக்கு இந்த வயதிலும் நீரிழிவு நோய் கிடையாது.

"என்னவே, செத்த பொறவு அவிச்சு வச்சு கும்பிட்டு திங்கச்சிலே நான் இருக்கமாட்டம்ணுட்டு இப்பமே அவிச்சிட்டேரா?" என்றார் கும்பமுனி.

"ரெண்டும் ஒண்ணுதாலா!" என்றார் தவசிப் பிள்ளை.

“அப்பம் நான் திங்கமாட்டேன், இப்பம் திங்கம்லாடே.”

“சரி, பொறவும் ஒருக்க அவிச்சு வச்சு அழுதிட்டாப் போச்சு... இப்பம் என்னா, ஆயிரம் பணமா செலவு?”

கொழுக்கட்டை செமிப்பதற்காக, முன் படிப்புரையில் கிடந்த சற்றே சாய்வான சூரல் நாற்காலியில் இரண்டு கால்களையும் தூக்கி வைத்து உட்கார்ந்து முற்றத்தில் நந்தியாவட்டை மூட்டில் திரிந்த அரணையைப் பார்த்தவாறிருந்தார் கும்பமுனி. நீண்டு நுனியில் சிவந்த வால், பஞ்சவர்ணத்தில் பளபளவென்று மின்னும் உடல். ‘அப்பாவிப் பிராணி. ஒரு குத்தமும் செய்யாத இதுக்குப் போயி எம்புடு அவப்பேரு... மருண்ட கண்ணுக்குப் பாம்பு மாரி இருக்கும். கடிக்கவும் செய்யாது நக்கவும் செய்யாது. சுருக்குப் போட்டுப் புடிச்சு, வாயைப் பொளந்து, சுண்டுவெரலக்கொண்டு நொணச்சாக் கண்டா கடிக்குமோ என்னமோ. ஆனா தர்க்கம் என்னண்ணா, அரணை நக்குனா செத்துப் போவாம்ணு! பின்னே வேறயும் ஒரு காரியம். கடிக்கணும்ணு நெனச்சு ஓடி வருமாம். ஆனா அதுக்கு கடவுள் குடுத்த ஒரு கெட்ட வார்த்தை வரத்தினால, மறந்து போகுமாம்...”

“இல்ல பாட்டா, நீலமன் சுப்பையா ஒருக்க பட்டி மன்றத்திலே சொன்னாருல்ல!”

திடுக்கிட்டு நிமிர்ந்தார் கும்பமுனி. ‘வக்காளி, மசிலே நெனச்சாக்கூட இவன் எப்பிடிவே தெரிஞ்சுக்கிடுகான்’ என யோசித்தவாறு,

“அவுருக்கு எப்பிடிடே தெரியும், அரணைக்கு மறதி உண்டும்ணு?”

“உமக்குப் பல காரியமும் தெரியில்லா, அத மாரிதான். உமக்குத் தெரியும்ணா எதிராளிக்குத் தெரியக் கூடாதுண்ணு உண்டா?”

“வே, நீரு எங்கிட்ட சம்பளத்துக்கு இரிக்கியா, இல்லாட்டா அவுருக்குச் சோலி பாக்கியா?”

“உள்ளதைச் சொன்னா ஒமக்கு என்னத்துக்கு மூலத்திலே தீப்பிடிக்கு?”

“சரி, அப்பம் அரணைக்கு மறதி உண்டும்ங்கே!”

“இல்லாமயா மறதியுள்ள மனுசனை அரணைப் புத்தீண்ணு சொல்லுகா.”

“அரணை என்னத்தை மறந்திட்டு ஓடுகுடே?”

“அது எங்கிட்டக் கேட்டா எப்பிடித் தெரியும்?”

“அதுஞ் சரிதான். பின்னே அவுருகிட்டயாவது கேட்டுச் சொல்லு . . . சரி, மத்தியானத்துக்கு என்ன தாளிசம்?”

“ஏன்! அதுக்குள்ள பசிச்சிற்றா?”

“இல்லடே, சும்மதான் கேட்டேன். காலம்பறயே பட்டியை அவுத்து விடாத என்னா?”

“கேட்டு என்ன செய்யப் போறேரு? எல்லாம் சாப்பிடச்சில தாலத்திலே வரும், பாத்துக்கிடும்.”

“தாய்ளி, இருவத்தோரு கூட்டான் வச்சு மலத்துகாப்ல தான் பேச்சு.”

தவசிப்பிள்ளை சடாரெனத் திரும்பி உள்ளே போனார். அடுக்களையில் சட்டியிலே ஏதோ கும்பும் வாசனை வந்தது.

“இண்ணைக்கு நேரப்பலன், அடியிலே பிடிச்சதுதான்” என்று நினைத்தார் கும்பமுனி.

முன்னால் சூரல் தட்டு முக்காலியில் கிடந்த எழுது அட்டையை எடுத்து எழுதி க்ளிப் போட்டு வைத்திருந்ததைப் படித்தார்.

காமம் செப்பாது கண்டது மொழிமோ?
காமம் மொழிமோ கண்டது மொழிமோ?
காமம் கண்டது செப்பாது மொழிமோ?
காமம் கண்டது மொழிமோ?
கண்டது செப்பாது காமம் மொழிமோ?

அரைப் பொக்கை வாயில் திருப்தியானதொரு புன்னகை அரும்பியது.

வாசலில் மணி அடிச் சத்தம் கேட்டது.

எழுந்து போய் வாங்கலாமா என யோசித்த வேளையில் தபால்காரன் சாமியப்பன் நடந்து முற்றம் தாண்டி படிப்புரையில் ஏறினான்.

“பாட்டா, ஒரு பதிவுத் தபால் இருக்கு.”

“அதான பாத்தேன். இல்லாட்டா நீ ரோட்டை விட்டு ஏறங்குவாயாக்கும்.”

“எவுனும் மானநஷ்ட வழக்குப் போட்டு நோட்டீஸ் அனுப்பி இருக்கானோ என்னவோ!” – தவசிப்பிள்ளை.

“அதுக்கு எவுனுக்குடே நாட்ல மானம் இருக்கு நஷ்டப் பட” என்று கூறி கையெழுத்துப் போட்டு வாங்கினார்.

பெரிய கத்தையாக இருந்தது உறை. *காலச்சுவடு, உயிர்மை, உயிரெழுத்து, தமிழினி, வார்த்தை* எல்லாவற்றையும் நீளவாக்கில் இரண்டாக மடித்து உறைக்குள் செருகியதைப் போல. பாட்டாவுக்கு பிறகு வசம் நின்று எழுத்துக்கூட்டி அனுப்பியவர் முகவரியைப் படித்தார் தவசிப்பிள்ளை. அவர் பழைய ஐந்தாம் வகுப்பு. ஆங்கிலம் தடவித் தடவி வாசிப்பார். 'பார்வதி சன்மான்' என்றிருந்தது. தவசிப்பிள்ளை குதித்து வியங்கோள் வினை முற்றாகக் கூவியதில் சாலையில் ஏறிய சாமியப்பன் திரும்பிப் பார்த்தான்.

"பாட்டா, பெரிய சம்மானமாட்டுல்லா அடிச்சிருக்கு... மொறட்டுக் கவராட்டு இருக்கு, சாவு பயிரு பிடிச்சதுபோல."

"மயிராண்டி, நான் எப்ப சாவேன், பயறு அவிச்சுத் திங்கலாம்ணு இருக்கே!"

"சரி, கவரைப் பிரியும்."

கும்பமுனிக்கும் அடிவயிற்று நாபியில் இருந்து சுருண்டு கிடந்த குண்டலினிப் பாம்பு ஒன்று சுருள் பிரிந்து கிளர்ந்தது போல் கொதி ஒன்று எழுந்தது. முன்தகவல் ஏதும் இல்லை. வேனில் கிருஷ்ணமூர்த்தி இதைப்பற்றி அறிந்ததாக மூச்சுக் கூட விடவில்லை. ஒருவேளை அமைப்பாளர்கள் மிகவும் ரகசியமாக வைத்திருப்பார்களோ என்னவோ! 'இருந்தாலும் இருக்கும். வட நாட்டுக்காரம்லா! புத்தியாட்டுத்தான் செய்வான். நம்ம பயக்கண்ணா, ஒண்ணு வாறதுக்க முந்தியே, ஓலைக்கடையிலே நாய் மோண்டாப்பிலே முப்பது நாள் முன்னாலயே கெடந்து சலக்க ஆரம்பிச்சிருவான். கடைசியிலே குடுக்கக் கூடியவன் ஆளையும் மாத்திருவான்.'

"பாட்டா, வன்தொகையா இருக்கும் போல்ருக்கே! எதுண்ணாலும் எனக்கு ரோஸ் கலருள்ள காந்திப்படம் போட்ட பெரிய நோட்டாட்டு ஒண்ணு தந்திரணும்."

"பெரிய நோட்டுண்ணா எவ்வளவு டே? ஒரு லச்ச ரூவா நோட்டா? அது இன்னும் செட்டி நாட்டரசர் அடிச்சு நடப்பிலே கொண்டாரல்லியே..."

"நீரு மொதல்ல கவரைப் பிரியும். மொத்தத் தொகை எவ்வளவுண்ணு தெரியும்லா?"

"காளிதாஸ் சம்மான் ரெண்டரை லெச்சம், சரஸ்வதி சம்மான் அஞ்சு லெச்சம். இது அதைவிடக் கூடதலுண்ணாக்கும் வர்த்தமானம்!"

“அப்பம் ஒரு பத்து லெச்சம் இருக்குமா? இருக்கும் இருக்கும். இல்லாட்டாலும் இப்பம் பத்து லெச்சமெல்லாம் ஒரு பெரிய தொகையா?”

“சும்ம கெடச்சுண்ணா அம்மைக்கு ஆமக்கனுக்கும் ஒண்ணு வேணும்ணு கேப்பியே. வெளங்காதவம்லா நீ.”

“பாட்டா என்ன சொல்லுகேரு? பத்து லெச்சத்துக்கு ஒரு வீடுகூட வேண்ட முடியாது. வேணும்ணா ஒரு காரு வேண்டலாம். ஒரு ராத்திரி படுத்து எந்திரிச்சுப் போறதுக்கு பத்து லெச்சம் வேண்டுதாவளாம்...”

“நீ இதைச் சொல்லுகே... பல்லடத்திலே கோழிப் பண்ணை வச்சிருக்கப்பட்ட நம்ம கூட்டாளியோ வெறும் ரெண்டாயிரம் ரூவா தாறானுகோ... மேடையிலே பொறத்த உள்ள வரிசையிலே கசேரி போட்டு, ரெண்டு வரிசையாட்டு நம்ம ஆளுகள மூணுமணி நேரம் இருத்தி வச்சிருவான். முதல் வரிசை பனியன் கம்பெனிக்காரனுவோ ஒவ்வொருத்தனா வந்து அவன் அஞ்சாம் வகுப்பிலே படிச்ச பாரதியாரு, திருவள்ளுவரு எல்லாம் தலைக்கு அஞ்சு நிமிசம் பேசுவான். ஒருத்தன் சொன்னான், கொலை வாளினை எடடாண்ணு திருவள்ளுவர் சொல்லீருக்காருண்ணு. அது கொண்டும் தீந்துண்ணு நெனைக்காத. பொறவுதான் இருக்கு துன்பம். இலக்கியச் சுடர்னு ஒருத்தன் ஒண்ணரை மணிக்கூர் பேசுவான், அவன் முப்பது வருசத்துக்குமிந்தி படிச்சதை. சொளவால புள்ளிப்புலியை அவனக்க அம்மையாக்கும் அடிச்சு வெரட்டுனாண்ணு... எல்லாத்தையும் அவுத்து வீசிட்டு அப்பிடியே அம்மணமா ஓடீரலாம்ணு இருக்கும்.”

“பொறவு ரெண்டாயிரம் ரூவா?”

“அதைச் சொல்லு. அந்த எளவுக்குத்தான் ராத்திரி ஒம்பதே முக்காலு வரைக்கும் காத்துக் கெடக்கது. கடேசிக் காரும் போயிரும்... பின்னே ஒரு காரியம் உண்டும். பயோ–டேட்டாவுல ஒரு வரி சேத்துக்கிடலாம்லா? ஆனா சேட்டுமாரு கொள்ளாண்டே... தமிள்ளே எழுதக் கூடிய வனுக்கு பத்து லெச்சம்லாடே! நீரு அதும் பத்தாதுங்கேரு...”

“சரி, பத்துண்ணா பத்து, நீரு கவரைத் தொறயும். கவருக்க கனத்தைப் பாத்தா நூறு ரூவா நோட்டக் கெட்டா வச்சிருப் பானோ?”

“மூதி, நூறு ரூவாக் கெட்டுண்ணா பத்து லெச்சத்துக்கு நூறு கெட்டு வருலா வே! கவர்லே அனுப்ப முடியுமா? சூட்கேசு சைஸ் வரும்லா!”

“அப்பம் ஆயிரம் ரூவாக் கெட்டாட்டு இருக்குமா? அப்பமும் பத்துக் கெட்டு வரும்லா? என்ன எளவாம் இருக்கட்டும், மொதல்ல தொறயும்.”

கும்பமுனி களிப்பு, உவகை, இறும்பூது, புளகாங்கிதம், பெருமிதம், வித்யா கர்வம், அனுபூதி இன்னபிற தமிழ் வடமொழிச் சொற்கள் எல்லாம் சேர்ந்து இலங்கும் நகைமுக னாகி, கவரை ஆகக் கவனத்துடன் திறக்க முயன்றார். மிகக் கவனமாகவும் முயலலாம்தான். ஆனால் ‘ஆக’ எனும் அடை மொழி போட்டால்தான் அதற்கொரு நவீன இலக்கிய அந்தஸ்து ஏற்படும்.

சொத்தென்று கொஞ்சம் காகிதங்கள் கத்தையாக வந்து விழுந்தன.

“என்ன பாட்டா, ஒரே கடலாசாட்டு இருக்கு?”

“பொறும் வே! அதுக்குள்ள சீல் வச்ச இன்னொரு கவர் இருக்கு பாரு!”

“ஆமாமா ... நான் ஒரு பறத்தம் புடிச்சவன். இம்புட்டுப் பெரிய தொகையை எந்தப் பைத்தியாரனாம் தபால்ல அனுப்புவானா? அதும் வடநாட்டு சேட்டு! பாட்டா, ஒரு வேளை டிடியாட்டு இருக்குமோ! டிடியாட்டு இருந்தாக் கொள்ளாம். பேங்கிலே போட்டா, மறாநாத்து துட்டா யிரும். செலப்பம் செக்கு அனுப்பீருந்தாம்ணா, அது பேங்கிலே போட்டு, டில்லி போயித் திரும்ப வாறதுக்கு பத்திருவது நாளு ஆயிரும்லா?”

“இப்பம்லாம் மல்டி சிட்டி செக்குண்ணு ஒண்ணு இருக்குவே! எங்க போட்டாலும் உடனே காசு.”

“பாட்டா, ஒரு சம்சயம் ... கோவப்படப்பிடாது.”

“என்னடே, நிறை பொலியிலே நாய் வாய வச்சமாரி.”

“செக்குண்ணா திரும்பி வராதுல்லா!”

“இங்க, நம்ம ஊர்லதான் இருவத்தஞ்சாயிரம் பிரைஸ் செக்காட்டு குடுத்து, பேங்கிலே இன்னா போடு, அன்னா போடுண்ணு தாக்காட்டி, ஏழெட்டு மாசம் இழுத்தடிச்சு, செக்கு காலாவதி ஆகி, வேற செக்கு வாங்கி, பொறவு அவன் சொல்லிப் போட்ட பொறவும் செக்கு திரும்பி வந்து ... அதையேன் கேக்கேரு? சேட்டுக்காரன் அப்பிடி எல்லாம் செய்வானா?”

"சரி, பின்ன அந்தச் சின்னக் கவரையும் பிரியும். ஒரே வெப்ராளமும் வேவலாதியுமாட்டுல்லா இருக்கு, கோன் பனேகா குரோர் பதி கெணக்க!"

"அந்த எழவை வேற பாக்கேரா? பொறும், இன்னா வந்திட்டேன். கவருக்குள்ள நல்ல இறுக்க மாட்டுல்லா இருக்கு... அந்தக் கத்திரியைக் கொஞ்சம் எடுத்தாரும். தெரியாமக் கிழிச்சா செக்குக் கிழிஞ்சிரக் கூடாதுல்லா..."

ஆணிப் புற்றுக்காலோடு, விரைசலாகப் போய், கத்திரிக்கோலோடு வந்தார் தவசிப்பிள்ளை. நிதானமாக ஓரம் பார்த்து, வெளி பார்த்து வெட்டி, விரல்விட்டு, கவருக்கு உள்ளே இருந்தவற்றை வெளியே இழுத்தார் கும்ப முனி. தாளைப் பிரித்தார். அவர் முகம் ரத்த சோகை நோயாளி போல வெளிறியது, சுண்டியது, குதூகலம் பின்வாங்கியது.

"ஏம் பாட்டா, ஒரு மாதிரி ஆயிட்டேரு... நெஞ்சு அடைச்சுக்கிட்டு வருகா... தண்ணி கொண்டாரட்டா?"

"தள்ளையத் திண்ணவனுவோ சதிச்சுப் போட்டானுவோ வேய்..."

"பின்னே என்னத்துக்கப் பாட்டா இம்புட்டு சூதானம்?"

"வே, ரெம்ப ரகசியமாட்டுல்லா நம்மள்ட்டே எழுதிக் கேட்டிருக்கான்."

"என்னண்ணு?"

"இதுல மூணு பேருக்க பேரு இருக்கு பாத்துக்கோ... அதுலே ஒரு பேரை சிபாரிசு செய்து எழுதச் சொல்லுகான்."

"அதாரது மூணு பேரு?"

"யாரா இருந்தா ஒமக்கென்ன வே? நம்ம பேரு இல்ல... ஒம்ம பேரும் இல்ல."

"ஏன், நாமே நம்ம பேரை எழுதி அனுப்பீட்டா என்னா?"

"அது முடியாதுல்லா!"

"அப்பம் ஒரு காரியம் செய்யும்... உமக்கு நம்பிக்கை யான ஆளாப் பாத்துக் குடுத்து உம் பேரை எழுதச் சொல்லும்..."

"வே, அறிவிருக்கா உமக்கு? அவன், அவுனுக்கு வேண்டப்பட்டவங்கிட்டே குடுத்து அவம் பேரை எழுதீர மாட்டானா?"

“அப்பம் உம்ம கூட்டாளி ஒருத்தனையும் நம்பப் பிடாதுங்கேரு!”

“நல்லாக் கேட்டேரு! உடுத்திருக்க வேட்டியைக் கோமணத்தோட உரிஞ்சுக்கிட்டு ஓடீர மாட்டான்.”

“பின்னே ஒரு காரியம் செய்யும். நமக்குத்தான் இல்லேண்ணு ஆயிப்போச்சு. பின்னே என்னத்துக்கு வேலை மெனக்கெட்ட வேலை. எல்லாத் தாளையும் எட்டா மடிச்சுக் கிழிச்சுத் தாரும். உமிக்கிரி மடக்கதுக்கு ஆவும்லா!”

“அப்பிடிச் செய்யலாமாடே! நமக்கு ஒரு சமூகப் பொறுப்பு இருக்கில்லா! சரஸ்வதி இல்லாடே, எழுத்து? நம்மளை மதிச்சில்லாடே கேட்டிருக்கான்? அதைத் தட்டிக் கழிக்கச் சொல்லுகியோ?”

“பின்னே என்னுண்ணும் மண்ணாப் போகும். ஞானி மடம்ணா, நீரு நோனி மடம்ணு சொல்லுவேரு.”

மறுபடியும் வீட்டு முற்றத்தைப் பார்த்தார் கும்பமுனி. மஞ்சளும் கறுப்புமான ஒந்து ஒன்று நடமாடிப் பூச்சிப் பிடித்தது.

‘இதுக்கும் கெட்ட பேருதான். பச்சோந்தி, பச்சோந்திங் கான். அது நெறம் மாறுனா இவுனுக்கு என்னா? எவுனும் சைடு மாறீட்டா பச்சோந்தியாம். ஒந்து எதுக்கு கச்சி மாறணும்? அதுக்க என்ன நேர்ச்சைக் கடனா? எளவு ஒரு ஜீவராசியை விடமாட்டாம் போல்ருக்கு. கெவுளி சொல்லிச்சுங்கான், கழுதை கத்துச்சுங்கான், பூனை எதுப்பு வந்ததுங்கான், காகம் கரைஞ்சதுங்கான், கரிக் குருவி வலமிருந்து இடம் போச்சுங்கான், ஆமை பூந்திட்டுங்கான், பாம்பு கெடக்குங்கான் . . .’

“பாட்டா வேற ஒரு காரியம்! பெரிய பிரைசுண்ணா டெல்லிக்குக் கூப்பிட்டு விழா எடுத்து ஜனாதிபதி மூலமாட்டுல்லா குடுப்பா . . . நோட்டாட்டு அனுப்புவான், செக்காட்டு அனுப்புவாம்ணு நாம அலவலாதித்தனம் காட்டுனா எப்படி?”

“ஆமா? அது தோணல்லே பாத்தியா எனக்கு! எல்லாம் உள்ளுக்குள்ள கெடந்து பொடங்கி அடிக்கி பாத்தியா? சரி, வெளீல சொல்லிக்கிட்டுத் திரியாதே! கும்பமுனிக்குக் குண்டி காந்தலுண்ணு செய்தி போட்டிருவான் . . .”

ஓட்டுக் கூரை முகட்டிலிருந்து கரும்பல்லி ஒன்று சொத்தென்று படிப்புரையில் விழுந்து சற்று நேரம் அசையாமல் கிடந்து, முன்னுடலை எழுப்பி மூச்சு வாங்கி, நாக்கு நீட்டித் துழாவி ஓடிப் போயிற்று. எல்லோருக்குமே கேள்வித் தடம் ஒன்றுண்டு போலும் இடமா வலமா என. இடமானாலும் வலமானாலும் மேலே விழுந்துதான் பிடுங்குகிறது என்ற முடிவும் இருக்கும்போல, பல்லிக்கு என்ன கணக்கோ?

சாலையில் வீட்டு வாசலுக்கு நேராக நவீன கார் ஒன்று வந்து நின்றது. டிரைவர் இறங்கி பின் சீட்டில் இருந்து பெரிய தாம்பாளம், அதில் அடுக்கப்பட்டிருந்த சாத்துக்குடி, ஆப்பிள், செவ்வாழைப் பழச்சீப்பு, மடித்து வைக்கப்பட்டிருந்த உரோமச் சால்வை, ரோஜாமாலை எல்லாம் பதனமாக எடுத்தார்.

காரின் மறுவாசலைத் திறந்துகொண்டு, நூற்று எழுபத்தாறு நாவல்கள் எழுதிய 'மக்கள் இலக்கிய மகாநாயகன்' முப்பத்தெட்டு வயதான முத்திருளப்பன் இறங்கி செல் பிடித்த கையினால் கருப்புக் கண்ணாடியைச் சீர் செய்தார்.

கும்பமுனி, பார்வதி சன்மான் பரிந்துரைக்கான பட்டியலை எடுத்துப் பார்த்தார். முதற்பெயர் முத்திருளப்பன். 'லெக்காளி, காரியமில்லாமலா பசு வாலைத் தூக்குகு! ஆனா அதுக்குள்ளே எப்படித் தெரிஞ்சு போச்சு' என்று வியப்புற்றார்.

தவசிப்பிள்ளை காதோடு சொன்னார் – "பாட்டா தட்டைப் பாத்து வாயப் பொளந்திராதேயும். கவர் என்னமாங் கொண்டாந்திருக்கானாண்ணு பாரும்."

கும்பமுனி பதில் சொன்னார் – "வக்காளி, ஒமக்கில் லாவே கோளடிச்சுக் கெடக்கு... இந்த மாசம் பூரா ஆப்பிளும் சாத்துக்குடிச் சாறும்தான். லிஸ்டிலே இன்னும் ரெண்டு பேரு இருக்கான் பாத்துக்கிடும். ஒருத்தன் புரட்சிப் பாவாணன். மற்றவன் திருக்குறள் பற்றி மட்டும் எட்டுப் புத்தகம் எழுதுனவன்."

ஞானப்பால் கொடுத்த பார்வதியின் பெயரில் அமைந்த சன்மான் அல்லவா என்று நினைத்துக்கொண்டார் கும்பமுனி.

மணல்வீடு, ஜூலை – ஆகஸ்ட் 2008

பேச்சியம்மை

மூன்று நாட்களாக விடாத அடைமழை. வானம் வெளிவாங்காமல் மூடாக்குடன் இருந்தது. நடுப்பகலில் இரவு ஏழுமணி ஆனாற்போல் இருள் மயக்கம். வீடுகள், கோயில்கள், மண்டபங்கள் யாவும் கழுவி விட்டாற்போல் ஈரத் துலக்கம். மழைத் தண்ணீர், புழுதி அரித்து ஓடி, தெருமணல் மினுங்கக் கிடந்தது. தெருவில் பள்ளம் நோக்கி ஓடும் தண்ணீரை இரண்டு கை அள்ளிக் குடிக்கலாம் போலத் தெளிந்து ஓடியது. பெருமழையின் காரணமாய் இரண்டு நாட்கள் உள்ளூர்ப் பள்ளி விடுமுறை. பகலில் வழக்கமாய் காய்கறி, கீரை, கோலப்பொடி மாவு விற்கும் கூவியர் நடமாட்டம் இல்லை.

பகலிலேயே ஆள் நடமாட்டம் இல்லாதபோது ஒன்பது மணி தாண்டிய இரவில் யார் நடமாடுவர்? கழுதைகள் கூட மரத்து அடிவாரங்களில் ஒதுங்கி, நின்றவாக்கில் தூங்கின. மாட்டுத் தொழுவங்களில் எருமை மாடுகளின் வாலடி. மழை நின்று பெய்தது. மழைக்கும் அதன் அடர்வு பொறுத்துப் பெயர்கள் உண்டு. தூற்றல், தூறல், தூவானம், சரமழை, அடை மழை, பெருமழை. சிறுதூறலை நெசவாளர் நூறாம் நம்பர் மழை என்பார்கள். நூலின் சன்ன ரகம் போல என்ற பொருளில். சீராக ஓசையுடன் பெய்துகொண் டிருந்தது. மழைக்கு மணம் மாத்திரமல்ல ஒலியும் உண்டு.

மழைக்கும் குளிருக்கும் போர்த்திக்கொண்டு உறங்கத் தலைப்பட்டிருப்பார்கள் மக்கள். சங்க இலக்கிய வரிகளில் சொன்னால் 'நள்ளன்றன்றே யாமம், சொல் அவிந்து முனிவின்றி நனந்தலை உலகம் துஞ்சும்.'

தலைக்கு மேலோடு ஒழுகாத கூரை, பசித்த வேளைக்குக் கஞ்சியோ கூழோ, மானம் மறைக்க கந்தலாகாத, துவைத்து உலர்த்திய ஆடை வாய்த்தவர் பாக்கியவான்கள். ‘பாறைமீது வீடு கட்டிக்கொண்டவர்.’

மழை கிழக்கிலிருந்து அடித்தது சாய்வாக. நல்ல வேளையாகக் காற்று அலைக்கழிக்கவில்லை. சுவரோரம் எத்தனை ஒட்டிப் படுத்தாலும் லேசாகக் கச்சான் தெறித்தது. விரித்திருந்த தோணிச்சாக்கில் காலடியில் ஈரம் நயத்திருந்தது. எப்போதும் கீழே விரிக்க இரண்டு கோணிச்சாக்குகள். தலைக்கு, மாற்றுடை திணிக்கப்பட்ட துணிப்பை. போர்த்திக் கொள்ள பன்னப் பழசான முரட்டுச் சமுக்காளம். தலைமாட்டில் சாப்பாட்டுத் தட்டு, தம்ளர், தண்ணீர்ச் செம்பு.

கிழக்குப் பார்த்த வாசல் கொண்ட சைவ மடத்தின் வடக்குப் படிப்புரை அது. இருவசமும் சாய்வாகத் திண்டுகள் வைத்த படிப்புரைகள். நடுவில் உள்வாசலுக்கு வழி விட்ட தெருப்படிப்புரை. அப்பர் மடம் என்பார்கள் கிராமத்து மக்கள். மானிப்பாரின்றிக் கிடந்த மடம். உள் முற்றத்தில் எருக்கு, மஞ்சணத்தி, ஊமத்தை காடடைய வளர்ந்து கிடந்தன. ஆள் தாமசம் கிடையாது. திருவிழாக் காலங்களில் மடத்தைத் திறந்து, மராமத்துப் பார்த்து, சுத்தம் செய்து, அப்பர் சிலைக்குக் சூடம் சாம்பிராணி காட்டுவார்கள். வெற்றிலை, பாக்கு, மூன்று பாளையங் கோட்டன் பழம் வைத்துக் கும்பிட்டுப் போவார்கள்.

மற்ற நாட்களில் வவ்வால், பெருச்சாளி வாழும். பூனை, குட்டிபோட்டுப் பெருகும். பாம்பினங்கள் உண்டு. மடத்தின் பின்புறத் தோப்புக்கு வேலியும் காவலும் கிடையாது. வாசல் பக்கம் ஆடுகள் வெயிலுக்கு ஒதுங்கிப் புழுக்கைப் போடும். நாய்கள் படுப்பதுண்டு. சுற்றுச் சுவரோரம் நின்ற வேப்ப மரமேறி உள்ளே குதித்துச் சிறுவர் ஒளித்து விளையாடுவதுண்டு. திருநாவுக்கரசரே ஓடும் செம்பொன்னும் ஒக்கவே நோக்கியவர்தான்.

பேச்சியம்மை ஒருமுறை சொன்னாள், வெளிவாசல் சாவி கொடுத்தால் அடித்துவாரி, குப்பை செத்தை மாற்றி, செடிகொடிகள் வெட்டித் துப்புரவாக்கித் தினமும் வாசல் தெளித்துக் கோலம் போட்டு வைக்கிறேன் என, பெரிய தம்புரான் உத்தரவு வேண்டும் எனச் சொல்லிவிட்டனர். என்றாலும் வாசல் கூட்டித் தெளிக்க பேச்சியம்மை மறப்பதில்லை.

வாசல் தெளிக்க, கோலம் போட சாயரட்சைக்கு மாடக் குழியில் விளக்கேற்றி வைக்க, வெள்ளி செவ்வாய்களில் பசுஞ் சாணமிட்டு மெழுக, அவளுக்கும் வீடொன்றிருந்தது முன்பு. பெருமாள் கோயில் தெருவில் வீடும், நடுப்பத்தில் பதி னெட்டு மரக்கால் விதைப்பாடும், வீட்டின் பின்புறம் கிடந்த காலி மனையில் நான்கு தென்னம்பிள்ளைகளும்.

மதுசூதனன் என்று திருத்தமாகவும் மசூனன் என வழக்கிலும் விளிபட்ட மகனுக்கு மூன்று வயதிருக்கையில் பேச்சியம்மையின் கணவன் காணாமற் போனான். ஓடிப் போனானா, எவரும் கடத்திப் போயினரா, உளனா, இலனா என எவரும் கண்டு சொன்னதும் இல்லை, கூட்டிக் கொண்டு விடவும் இல்லை. உடல் கிட்டாதவரை மரணம் யாண்டு ஊர்ஜிதமாகும்? இன்றும் பேச்சியம்மைக்கு மஞ்சள் கயிற்றால் ஊசலாடும் தாலியும் நெற்றியில் மஞ்சள் குங்கும மும் மவுசாக இருந்தன.

ஒற்றைத் தனி மனுசி காரும் பாசனமும் பயிரிட்டு வெள்ளப் பெருக்கும் வறட்சியும் எதிர்கொண்டு, நோயும் எலிவெட்டும் களையும் காற்றடியும் தாங்கி, பதினெட்டு மரக்கால் விதைப்பாட்டில் நடுக்கடலில் துடுப்பின்றி, பாய் மரமும் இன்றி படகோட்டிப் போனாள்.

உள்ளூரில் சின்னப் பள்ளிக்கூடம், செலவில்லை. பக்கத்து ஊரில் பெரிய பள்ளிக்கூடம், இழுக்கக் கூடிய பாரம். மதுசூதனன் நன்கு படிக்கிற பையன். தகப்பன் இல்லா விட்டால் என்ன, பருவகாலம் தரும் வருமானம் சோற்றுப் பாட்டுக்குத்தான் போதும் என்றால் என்ன, அரசு ஆணை களின் அனுகூலங்கள் அற்றவன் என்றால் என்ன, பேச்சி யம்மை மனதிடம் உற்றவள். சலிப்புற்ற நாட்களில் புலம்பு வாள். 'சீமான் வீட்ல பொறந்திருக்க வேண்டிய பய, என் வயத்துல பொறந்து சீரழியான்.'

கணவன் கானகத்தே காரிருளில் கைவிட்டுப் போனா லும் வைராக்கியம் என்பதோர் எஃகு ஆயுதம். எனில் இரு முனையும் கூர்கொண்டது. பேச்சியம்மை நாள், கிழமை எதுவும் கொண்டாடுவதில்லை. அசைவம் உண்டு பழகியவள் எனினும் 'அப்பிடி என்ன நாக்குக்கு நறுவிசு வேண்டிக் கெடக்கு?' எனத் துறந்தவள். துறந்தது மாத்திரம் அல்ல, சின்னப் பயலுக்கு என இரக்கப்பட்டு அண்டை அசல், மதனி சம்மந்தி எதைக் கொண்டுவந்தாலும் மூர்க்கமாய் மறுப் பவள். சொந்தக்காரர்கள் சொல்வார்கள், பூணூல் போட்டு, பெருமாள் திருமண்ணும் தரித்தால் மதுசூதனன் பாப்பாரப் பிள்ளை போலிருப்பான் என்று.

கூடப்பிறப்புக்களுக்கும் சொக்காரர்களுக்கும் சம்மதம் இல்லை, மதுசூதனன் மதிப்பெண்களில் முன்னுரிமை பெற்றுப் பொறியியல் படிக்கப் போனது.

'இவுளுக்கு என்னத்துக்குப் பெரிய எடுப்பு?' என்பது ஒருமித்த கருத்தாக இருந்தது.

வெளியூர்க் கல்வி, விடுதித் தங்கல், கல்லூரிக் கட்டணம், உபகரணங்கள், உடை என முதல் வருடச் செலவுக்கு இரண்டு கொத்துச் சங்கிலி, உள்கழுத்து அட்டியல், தாலிக்கொடி போயின. இரண்டாம் ஆண்டில் கையில் கிடந்த காப்புகள், காதின் கம்மல்கள், ஆசையாய்ச் செல்ல மகனுக்கு செய்து போட்டு அழகு பார்த்த கழுத்துச் செயின், பொன் னரைஞாண், சாப்பிடும் வெள்ளித்தட்டு, பன்னீர்ச் செம்பு, சந்தனக் கும்பா, கொலுசு, தண்டை, சிவப்புக்கல் கடுக்கன், யானை முடிக்காப்பு போயின. மூன்றாமாண்டு வயல் ஒத்தி, நான்காமாண்டு விலை ஆதாரம்.

ஒற்றை ஆண் தை. இன்று விற்றால் நாளை வாங்க மாட்டானா? பொன்னும் முத்தும் பவளமும் மணியுமாய் அடித்து உருட்டிப் போடமாட்டானா? தினமும் கொடுப்பைக் கீரையும் அகத்திக் கீரையும் முருங்கைக் கீரையும் பப்பாளிக் காயும் வாழைத்தண்டும் சாசுவதமா? நூறாம் நம்பர் நூல் புடவை இடுப்பில் நிற்காதா? மருமகளும் பேரக் குட்டி களும் வீடு நிறைய விளையாட மாட்டார்களா? குலுக்கை யில் நெல்லும் பானைகளில் உளுந்தும் பயறும் கருப்பட்டியும் நிறைந்து வழியாதா!

பம்பாய்க் கம்பனி ஒன்றில் பணி ஏற்றான் மதுசூதனன். மழை பொழிந்து, நுங்கும் நுரையுமாகச் செங்காவி கொப்பளித்துக் குமிழியிட்டுப் பாய்ந்த ஆற்றுவெள்ளம் மழை வெறித்ததும் தெளிந்து வருவதைப் போல, பேச்சியம்மை தெளிந்தாள், புதிய ஆபரணங்கள் பொலிந்தன. வீடு சற்று வெளிச்சமானது. ஆதரவான தோழிகளிடம் வாங்கிய வட்டிக் கடன்கள் தூர்ந்தன.

பேச்சியம்மைக்கு சில கனவுகள் இருந்தன. ஓடிப்போன கணவன் திரும்பி வந்து புதுக்குடித்தனம் நடத்துவான் என்பது அவற்றுள் ஒன்றல்ல. முக லட்சணமுள்ள, நாலைந்து பெற்றுப் போடுகிற இடுப்புத் திறனுள்ள மருமகள் வாய்க்க வேண்டும். பேர் துலங்க, பெருமாள் கோயிலுக்கு கணிசமாய்க் காரியமாய் ஏதும் திருப்பணி செய்ய வேண்டும்.

மேலுமோர் ஆண்டில் மதுசூதனன் அமெரிக்க நிறுவனம் ஒன்றில் வேலைக்குச் சேர்ந்து கலிஃபோர்னியா போனான். பேச்சியம்மை பெருமையாகக் கலிபோனி

என்றாள். வெளிநாடு புறப்படும்போது கடைசியாக அவனைப் பார்த்தது.

பதினெட்டு ஆண்டுகள் ஆகிவிட்டன.

முதல் ஆறு ஆண்டுகள் விடுப்பு இல்லை, வேலை நெருக்கடி எனக் கடிதங்கள் வந்தன. காத்திருந்து காய்ப்பேறிப் போன மனம். மாதாமாதம் பெரிய தெருவிலிருந்த வங்கிக்குப் பணம் வந்தது. தொடர்ந்து ஒரு கடிதமும். ஏர்மெயில் வாங்கி, பத்தாவது படிக்கும் பாண்டுரங்கனின் ஒழிந்த நேரம் யாசித்து பதில் எழுதிப்போடுவாள். மறுமாதக் கடிதத்துக் கான காத்திருப்பன்றி வேறு தொழில் இல்லை. மகன் அனுப்பும் பணம் வெள்ளம்.

தீவிரமாகப் பெண் தேடலானாள் பேச்சியம்மை. ஒரு காலத்தில் இடையில் போட்ட துரும்பு ஆகாது என்றிருந்த உறவினர்கள் தூதனுப்பினார்கள். எதுவானாலும் மதுசூதனன் நாட்டுக்கு வர வேண்டும். பெண்பார்த்து சம்மதிக்க வேண்டும். நாள் குறிக்க வேண்டும். கல்யாணம் நடத்த வேண்டும்.

தென்னை மரங்களில் பழுத்த மட்டைகள் கழன்றன. குருத்து ஓலைகள் விரிந்தன. பேசி வைத்த பெண்பிள்ளை களுக்குத் திருமணம் ஆகிக் குழந்தைகள் பிறந்தன. பணம் வந்தது. கடிதம் வந்தது. மாதம் தவறாமல், தேதி தவறாது என்று என்று என ஏங்கிற்று பித்தம் முற்றிய தாய்மனது.

“நீ எழுது மக்கா பாண்டு... பிள்ளையார் சுழி போட்டுக்கோ. என் அன்பு செல்லத்துக்கு, அம்மா சோகமாட்டு இருக்கேன். நீ சொகமாட்டு இருக்கியா? அனுப்புன பணம், காயிதம் எல்லாம் தவறாம வருது. பணத்தை வச்சுக்கிட்டு நான் என்ன செய்யட்டும்? இன்னும் ரெண்டு மாசத்துக்குள்ள லீவு எடுத்துக்க்கிட்டு நீ வரணும். பொண்ணுத்தரம் பேசினா, மொதல்ல உம் மகனை வரச் சொல்லுங்கிற கெதிக்கு வந்தாச்சு பாத்துக்கோ. எனக்கு கொறச்சலாட்டு இருக்கு... உம் மொகத்தைப் பாத்து இன்னா அன்னாண்ணு பத்து வருசம் ஓடிப் போச்சு. மொகமே மறந்திரும் போலிருக்கு. அம்மையை இனி நீ உசிரோட பாக்கணும்ணா உடனே வந்து ஒரு கலியாணத்தை முடிச்சுக்கிட்டுப் போ... உடம்பைப் பாத்துக்கோ.”

பத்தாவது படிக்கும்போது எழுத ஆரம்பித்த பாண்டு ரங்கனுக்கே கல்யாணம் ஆகிக் குழந்தைகள் உள்ளன. தழு தழுத்த தாய்ப் புலம்பம் அவனைச் சங்கடப்படுத்தியது. ஐம்பது வயதிலேயே அறுபதானவள் போலிருந்தாள். களை இழந்த முகமும் கன்னத்து ஒடுங்கலும் குரலின் தளர்ச்சியும்...

மேலும் கழிந்தன சில மாதங்கள்.

ஒருநாள் காலை பத்தரை மணிவாக்கில் மேலத்தெரு சங்கரமூர்த்தி வீடுவரைக்கும் போனாள் பேச்சியம்மை. அவன் மதுசூதனன் வகுப்புத் தோழன், நெருங்கிய சேக்காளி.

“வாருங்க சித்தி! என்னத்துக்கு இந்த வெயில்லே! கூப்பிட்டு அனுப்பி இருந்தா நானே வருவன்லா?”

“ஆமா, நீ ரெண்டாக்கினே! ஆறு மாசமா நானும் சொல்லி விடுதேன், நீயும் வந்துக்கிட்டே இருக்க... ஒனக்கிட்ட ஒரு காரியம் சொல்லத்தான் வந்தேன். உன் கூட்டாளிக்கு ஒரு காயிதம் போட்டிரு... இனி எனக்குப் பணம் அனுப்பாண்டாம். அவனையும் இஞ்ச வராண்டாம்னு சொல்லிப் போடு.” சொல்லும்போது பேச்சியம்மையின் குரல் கம்மி, உடைந்து, கரகரத்து, கண்கள் சிந்தி...

“பொறுங்க சித்தி... இந்தத் தவணை நான் கண்டிசனா எழுதுகேன்.”

“ஆமாமா... ரெண்டு பேரும் கூட்டுக் களவாணிய... மாப்பிளை போனான், இருவத்தெட்டு வருசம் ஆச்சு. இருக்கானா செத்தானா தெரியாது. மகன் போனான், இப்பம் பத்து வருசமாச்சு. இப்பம் பிள்ளை எனக்கு இருந்தும் செத்தவ நான்.”

கண்டாங்கியில் கண்களைத் துடைத்து மூக்கையும் சிந்தி நடந்த பேச்சியம்மை நேராக வங்கிக்குப் போனாள். பார்த்துப் பழகிய முகம். மேலாளர் அவளைக் காக்க வைப்ப தில்லை.

“வாங்கம்மா! பணம் எடுக்கணுமா?”

“இல்ல தம்பி! எனக்கொரு காரியம் செய்து தரணும்!”

“என்ன? எதாம் லோன் வேணுமா?”

“அது ஒண்ணுதான் கொறச்ச எனக்கு... மாசாமாசம் என் மகன் அனுப்பப்பட்ட பணம் இனி எனக்கு வேண்டாம். இனிமேல் வந்தா அதைத் திருப்பி அனுப்பணும்.”

“எதுக்கும்மா? உங்களுக்கு செலவு இல்லேண்ணா அது பாட்லே ஒரு ஓரமாக் கெடக்கட்டும். எஃப்டிக்கு மாத்தி விட்டிருகேன்... வட்டியாவது வரும்.”

“வட்டியை வாங்கி நான் என்ன செய்யட்டு? எங்க ஒப்புப் போடணும்ணு சொல்லு. எனக்கு அந்தப் பணம் வேண்டாம்.”

“யோசிச்சுச் செய்யலாம்... கூட சொந்தக்காரங்க யாரையாம் கூட்டீட்டு வாங்க. அவாளையும் கலந்துக்கிடுவோம்.”

“எனக்கு ஒருத்தன்ட்டயும் கேக்காண்டாம். எனக்கு அவன் பணம் வேண்டாம். உங்களால முடியாதுண்ணா சொல்லீருங்க . . .”

“என்ன செய்வீங்கம்மா? மேலே போய் புகார் கொடுப்பீங்களா?”

“அதெல்லாம் போமாட்டேன். நாளைக்கு நீ பேங்கு தொறக்க வரச்சிலே எம் பொணம் வாசல்லே கிடக்கும். செத்துப் போனவ கணக்கிலே பணம் வரவு வய்க்க முடியாதுல்லா?”

கிளை மேலாளர் சற்று ஆடிப்போய்விட்டார். எவ்வளவு பெரிய சட்ட நுணுக்கச் சிக்கல்கள்? கிளை விடுமுறை விட வேண்டியது வருமோ? முன்னுதாரணங்கள் உண்டா?

உதவியாளரைக் கூப்பிட்டு, விண்ணப்பம் அடிக்கச் சொல்லி, பேச்சியம்மை கையொப்பம் வாங்கி . . .

“இனி உங்க கணக்குக்கு வரப்பட்ட பணம் ரிடர்ன் ஆயிரும்மா . . . நிம்மதியாய் போங்க.”

தொடர்ந்து கடிதங்கள் வந்தன சில காலம். படித்தும் பாராமல் கிழித்துப் போட்டாள். பாண்டுரங்கனுக்கும் வேலை இல்லாமல் ஆகியது.

ஆயின பதினெண் கணக்குகள்.

சங்கரமூர்த்திக்கு எழுதிக் கேட்டுக்கொள்வான் போலும். வலிய வந்து அவன் செய்ய முயன்ற உதவிகளை பேச்சியம்மை காட்டமாக மறுத்தாள்.

காலம் ஒவ்வொன்றாய் விற்றுத் தின்றது.

எவர் எது கொடுத்தாலும் வாங்குவதில்லை. எவர் வீட்டுச் சேவகத்துக்கும் போவதில்லை. நல்லது கெட்டது இல்லை. முடிகிறபோது கோயிலைப் பெருக்குவாள். நந்த வனத்துக்குத் தண்ணீர் சுமப்பாள். மந்திரம் போல் அவள் உதடுகள் சிலசமயம் முணுமுணுக்கும். ‘தந்தை பேயினன், தாதன் போயினன், தனயனும் போயினன்.’ பூப்பறித்துக் கொடுப்பாள். மடப்பள்ளிப் பாத்திரங்கள் தேய்த்துக் கொடுப்பாள். எண்ணெய்ப் பிசுக்கேறிய பிரகாரச் சிலை களைத் துடைப்பாள். விளக்குகளுக்குத் திரி திரித்துப் போடுவாள். எண்ணெய் ஊற்றுவாள்.

ஆண்டாள், வடபத்ரசாயிக்கு சூடிக்கொடுத்த சுடர்க் கொடி ஆம் எனில், பேச்சியம்மை மதுசூதனப் பெருமாளுக்கு பெருக்கியும் கூட்டியும் விளக்கியும் துடைத்தும் கொடுத்த கிழக்கொடி.

பெருமாள் கோயில் பட்டத்திரி ஒருநாள் கேட்டார்:
"எல்லாம் வித்துத் தீந்த பிறகு என்ன செய்வே பேச்சியம்மா?"

"மத்தியானம் நைவேத்தியம் ஆனதும் நீரு ஒருகை ததியோன்னமோ புளியோதரையோ தாறேருல்லா, அது போரும், இந்த உசிரை வச்சுக்கிட்டு யாருக்கு என்ன பிரயோசனம்?"

வீட்டின் மேல் கடன் வாங்கி, தின்று முடிந்ததும் வீடு விலையாதாரம் ஆயிற்று. முன் சொன்ன ஆஸ்திகளுடன் பேச்சியம்மை அப்பர் மடத்துப் படிப்புரைக்குக் குடிபெயர்ந்தாள். யாரும் எதுவும் கேட்கத் துணியவில்லை.

அதிகாலையில் துவைத்துக் குளித்துக் கோயிலுக்குப் போனால் உச்சைக்காலம் கழிந்து நடையடைக்கும் வரை அவளுக்கு வேலைகள் இருந்தன. நான்கு மணிக்கு நடை திறந்தால் இரவு எட்டு மணி வரைக்கும். வேலை இல்லாப் பொழுதுகளில் சக்கரத்தாழ்வான் சன்னிதித் தூணோரம் சாய்ந்திருப்பாள். ஊர்க் கதை பேசுவதும் இல்லை, கேட்பதும் இல்லை காண். காப்பி, தேநீர் குடிப்பதில்லை. கிணற்றுத் தண்ணீருக்குப் பஞ்சமும் இல்லை. இரண்டு வேளைகள் பெருமாள் படி அளந்தார்.

பட்டர் ஒருநாள் யாரிடமோ சொல்லியவாறிருந்தார்.

"இத்தனைக்கும் அந்தப் பய வந்து எட்டிப் பாக்கல... புருசன் ஓடிப்போயி, பச்சப் புள்ளைய வச்சுக்கிட்டு என்ன பாடு பட்டிருப்பா? இருபத்தோரு வயசுப் பொம்மனாட்டிய ஊரு சின்னப் பாடா படுத்தி இருக்கும்? எல்லாம் பெருமாள் பாத்துக்கிட்டிருக்கார்."

ஆம். பெருமாள் பார்த்துக்கொண்டிருந்தார். ஸ்தூலமாயும் சூட்சுமமாயும்.

"நாளை செத்துப் போனா பேச்சியம்மைக்கு யார் கொள்ளி போடுவா?"

கேட்டுக்கொண்டே வந்த பேச்சியம்மை சொன்னாள்:
"பெருமாள் போடுவார்... அவர் சார்பா நீரு போடும்."

கச்சான் சற்று வலுத்து அடித்தது. அடைமழையுடன் காற்று கலகலத்துப் பேசியது.

நனைந்துவிடாமல், சுவரும் திண்டும் கூடும் இடத்தில் குறுகி உட்கார்ந்து வலுக்கும் மழையை ஊடுருவிப் பார்த்த வாறிருந்தாள் பேச்சியம்மை.

ஆனந்தவிகடன், செப்டம்பர் 2009

கான்சாகிப்

கான் எனத் துணைப்பெயர் கொண்ட சில மேதைகள் நினைவில் நின்றனர். எல்லை காந்தி என்றழைக்கப்பட்ட கான் அப்துல் கஃபார் கான், எப்போது கேட்டாலும் கண்கள் நிறைந்து சொட்ட ஷெனாய் வாசித்த உஸ்தாத் பிஸ்மில்லா கான், 'பாபா ஹாஜ அலி' எனத் தொடங்கிப் பரவசத்தில் ஆடச் செய்யும் பாகிஸ்தானி சூஃபி பாடகர் நுஸ்ரத் ஃபத்தே அலிகான், இந்திய இசை மேதைகள் அலி அக்பர் கான், ரஷீத் கான், அம்ஜத் அலி கான், யாவர்க்கும் மேலான உஸ்தாத் படேகுலாம் அலிகான்.

உங்கள் விருப்பமாக, சினிமா நடிகர்கள் சஞ்சய் கான், அம்ஜத் கான், சல்மான் கான், அமீர் கான், ஷாருக்கான் எனப் பட்டியலை நீட்டிக்கொள்ளலாம், எமக்கு எதிர்ப்பில்லை.

இவ்வனைத்துக் கான்களையும் மீறி, என் சொந்த வாழ்வில் குறுக்கிட்டு, பாதித்து, கடந்தும் போனதோர் கான் பற்றி இவண் பேசலானேன். ஈண்டு அவரது இயற்பெயரைப் பயன்படுத்தப் போவதில்லை. இது வோர் தன்வரலாற்றுக் குறிப்பா எனில் ஆம் என்றும் இஃதோர் சிறுகதைப் புனைவா எனில் ஆம் ஆம் என்றும் அறையும் பம்பாயின் அலைகடற் காற்று.

சாதத் ஹசன் மண்டோ வாசித்த ஞாபகம் இருப்போர்க்கு இந்த வடிவம் ஆச்சரியம் ஊட்டாது எனும் உறுதியுண்டு எனக்கு.

1972ஆம் ஆண்டு, நவம்பர் மாதம், தீபாவளி முடிந்த மூன்றாம் நாள், வரலாற்று முக்கியத்துவம் உள்ள நாளென்று இந்திய வரலாற்று ஆசிரியர்களால் கொளப்படவில்லை. அன்றுதான் பம்பாய் விக்டோரியா டெர்மினஸ் தொடர் வண்டி நிலையத்தில் இந்தக் கதாசிரியன் கால் குத்திய நாள்.

இங்கிலாந்துப் பேரரசர் ஜார்ஜ் ஐந்தும் ராணிமேரியும் 1911இல் கடல் மார்க்கமாக பம்பாய் கொலாபா கடற்கரை யோரம் அப்பலோ பந்தரில் வந்து இறங்கியதன் நினைவாக 1924இல் 'கேட் வே ஆஃப் இந்தியா' கட்டப்பட்டது. சென்றிறங்கி இன்று முப்பத்தேழு ஆண்டுகள் நடந்துபோயின எனினும் எந்த நினைவுச் சின்னமும் எழுப்பப் படாமற் போன காரணத்தினாலேயே, எனது செல்கைக்கு வரலாற்று முக்கியத்துவம் எதுவும் இல்லையெனப் புரிந்துகொள்ளலாம்.

இறங்கிய அன்றுதானே எனக்கு கான்சாகிப் அறிமுகமாகி விடவில்லை. உண்மையில், சரியான உருது உச்சரிப்பில், அவர் பெயரை KHAN SAHEB என்று எழுத வேண்டும். எல்லா வேற்றுமொழிப் பெயருக்கும் நம் மொழி சில சலுகைகளை வழங்கிக்கொள்கிறது. அதற்காக ஷேக்ஸ்பியரை, செகப்பிரியர் எனச் சலுகைக் கொடுப்பதை நம்மால் சகித்துக்கொள்ள இயலாது. இரண்டு மேதைகளின் அறிமுகம் – சந்திப்பு, அத்தனை எளிதில் நடந்துவிடவும் வாய்ப்பு இல்லை. எனினும் இருவரும் சமகாலத்தில் ஒரு மாநகரில் வாழ்ந்து கொண்டிருந்தோம், சந்தித்துக்கொள்ளாமலேயே!

இதில் அதிசயம் கொள்ள ஒன்றுமே இல்லை. பிரபஞ்ச வெளியில் ஏற்கனவே பெயரிடப்பட்ட கோள்களும், பின்பு காணப்பட்ட கோள்களும் இன்னும் அறிந்துகொள்ளக் காத்திருக்கின்றன. கோள்களும் ஒன்றையொன்று முட்டிக் கொள்வதில்லை; மோதிக்கொள்வதில்லை; உராய்ந்து கொள்வதும் இல்லை. ஒரு கோளின் ஓட்டுநர் எட்டிப் பார்த்து அடுத்த கோளின் ஓட்டுநரை, "தாய்ளி, லெப்ட் சிக்னல் போட்டுக்கிட்டு ரைட்ல திரும்பறான் பாரு" என வாழ்த்துவதும் இல்லை.

வேறு வேறு கதிகளில், திசைகளில் பயணம் செய்தும் கூட, கோள்களுக்கு என்று போக்குவரத்துக் கட்டுப்பாட்டு அறை கிடையாது. பச்சை, மஞ்சள், சிவப்பு விளக்குகளும் சிக்னல் எனக் கிடையாது. சிட்டி போலீஸ் கமிஷனர்களும் இல்லை.

கவிஞர் தில்லை வேலன் எனக்கு நண்பர். சிதம்பரத்துக் காரர் எனச் சொல்ல வேண்டியதில்லை. தில்லை வேலனை

அறிந்திராத நீங்கள் அவர்க்கும் மூத்த தில்லை வில்லாளனை எங்கே நினைவு வைத்திருக்கப் போகிறீர்கள்? பம்பாயில் நடந்ததோர் தமிழ் நாடக விழாவின்போது, தில்லை வேலன் எனக்கு கான் சாகிபை அறிமுகம் செய்வித்தார்.

"ஜப்பானுக்கு தோல் ஏற்றுமதி செய்றாரு... உருதுல கவிதை எல்லாம் எழுதுவாரு."

எனக்கு இரண்டாவது தகவல் கவர்ச்சியாக இருந்தது. பின்னர் தெரிந்துகொண்டேன். இந்தியாவில் இருந்து தோல் இறக்குமதி செய்கிற ஜப்பான் நிறுவனம் ஒன்றுக்கு பம்பாய் முகவர் என்றும் தீவிர உருதுக் கவிதை வாசகர், ஆனால் கவிஞர் அல்ல என்றும்.

அப்போது கான் சாகிப் கார் வைத்திருந்தார். நாடகக் காவலர் ஆர்.எஸ். மனோகரின் இலங்கேஸ்வரன் நாடகம் முடிந்தபிறகு, காரில் புறப்பட்டோம். கான் சாகிப் சயான் இரயில் நிலையம் அருகில் ஹோட்டல் கம்ஃபர்ட்டில் மாத வாடகைக்குத் தங்கி இருந்தார். எனக்கு அங்கிருந்து தாக்குர்லிக்கு ரயில் பிடிக்கலாம். இரவு ஒன்றரை முதல் அதிகாலை மூன்றரை மணி வரைக்கும் இரயில் போக்குவரத்துக்கு இடைவெளி. இது 1972இன் நிலைமை.

எனக்குக் கட்டுப்படியாகிற வாடகைக்கு நான் வேலை பார்த்த இடத்தில் இருந்து 50 கி.மீ. வெளியே குடி இருந்தேன். தாக்குர்லியில் இறங்கி, குறுக்கு வழியாக ஒற்றையடிப் பாதையில் நடந்தால் இருபது நிமிட நடை. கள்ளர் பயம் கிடையாது, காட்டு வழி ஆனாலும் காலாண்டு சீசன் ரயில் பயணச் சீட்டும், ஏழாண்டு பழகிய கைக்கடிகாரமும், பத்து ரூபாய்க்கும் குறைவான கையிருப்பும். மாதம் இருநூற்றுப் பத்து ரூபாய் சம்பளக்காரனுக்கு அதுவே பெரிய காரியம். கண்மணி குணசேகரனின் சொல்லாட்சியை இரவல் வாங்கினால் – 'இதுல பயப்பட என்ன கெடக்கு?'

கான் சாகிப் காரோட்டிய விதம் கவலைக்கிடமானது. தவளை போல் காரோட்ட முடியும் என்பது அன்றுதான் எனக்குத் தெளிவானது. சயான் சர்கிளில், இரவு பத்துமணி தொடங்கி அதிகாலை இரண்டரை மணிவரை இயங்கிய தட்டுக்கடைகள் உண்டு. அல்லது செம்மொழியில் மொழி மாற்றம் செய்தால், 'கையேந்தி பவன்.' தாராவி, கோலிவாடா, கோவான்டி வாழ் தமிழர்கள் நடத்திய கடைகள். ஆம்லெட் – பாவ், பாவ் – புர்ஜி, வடா – பாவ், இட்லி, தோசை கிடைக்கும்.

எப்படியும் உருதுக் கவிஞர் பணம் தருவார் எனும் நம்பிக்கையில் சுடச்சுட இட்லி – சாம்பார் – சட்னி – ஆம்லெட் குலுக்கிக் காட்டினேன்.

நேரம் கடந்துகொண்டிருந்தது. ஸ்டேஷனில் இரவு 01.35க்குப் புறப்படும் அன்றைய கடைசி கர்ஜத் லோகல் 01.50க்கு சயான் வரும். புறப்பட யத்தனித்தேன்.

“எத்தன மணிக்ககுபோய்ச் சேருவே, பாய்?” என்றார் கான் சாகிப்.

“தாக்குர்லி ஸ்டேஷனுக்கு ரெண்டு நாப்பதுக்குப் போகும். பொடி நடையாப் போனா இருவது நிமிஷம்.”

“படுக்கச்சிலே சாடே தீன் பஜேங்கா?”

“ஜி.”

“திரும்ப காலம்பற எப்ப லவுட்டேங்கா?”

“ஆட் பஜே!”

“பேசாம என் ரூமிலே படு . . . காலம்பற ஸ்நான் கரோ, தப்தர் சலோ . . .”

“இல்ல பாய், போயிருவேன் . . .”

“அரே சலோனா சாலா . . . மை துஜே காண்ட் நை மாரேங்கா.”

அப்போது நான் சற்றுப் புஷ்டியாக இருந்தேன். தில்லை வேலன், அவரைப் பட்டாணிய இனம் என்று வேறு சொல்லி இருந்தார். எனது அச்சத்துக்கு அந்தரங்கமாய் ஆதாரம் இல்லை என்று சொல்ல இயலாது. நண்டுக்கு நாவூறாத நரி உண்டா?

1972இலேயே பழைய காலத்து விடுதி. எனினும் விசாலமான காற்றோட்டமான அறை. பத்துக்கு இருபது அடி. ஒரு பீரோ, ஒற்றைக் கட்டில், மேஜை, நாற்காலி, துணி கிடக்கும் கொடி, தண்ணீர்ப் பானை, துவைக்கும் குளிக்கும் பித்தளை வாளி, மக், நாளிதழ்கள், வாராந்தரிகள், புத்தகங் கள், சோனி மோனோ கேசட் பிளேயர் எனக் கிடந்தது அறை.

பாத்ரூம், சண்டாஸ் வெளியே, பொது.

பீரோக்குப் பின்னால் மறைவாக இருந்த வர்ணக் கோரம்பாயும் தலையணையும் போர்வையும் எடுத்துப் போட்டார். பீரோவைத் திறந்து மூட்டிய சங்கு மார்க் லுங்கியும் வர்ணத் துண்டும் தந்தார். விரித்துப் படுத்தேன். இரா முழுக்கப் பேசிக்கொண்டிருந்தார். அவர் பேசினால் சிரித்துச் சிரித்துக் குடலறுந்து போகும். காலை ஐந்து மணிக்கு, சோக்ராவைக் கூப்பிட்டு சாய் சொன்னார். அப்போதுதான் முதன்முறையாக அவருக்கு கான் சாகிப் என செல்லப் பெயர் வைத்தேன்.

அப்படித்தான் தொடங்கியது. 'நஞ்சும் நா நாழியா வேணும்?' என்பார்கள் எதிர்மறையில். ஒரு சேக்காளி, சகா, தோஸ்த், நண்பன் எனப் பாய்ந்து போயிற்று காலம். என்னைவிட நாலைந்து ஆண்டுகள் இளையவர். எனினும் எமக்குள் பேதங்கள் இல்லை. வாரம் ஒருநாள் என ஆரம்பித்துப் பெரும்பாலும் தினமும் எனும் ரீதியில் சந்திப்பு. நான் பணிபுரிந்த இடம் சென்ட்ரல் ரயில்வேயின் ஹார்பர் பிராஞ்சு தடம். சயான் இருந்தது மெயின் தடத்தில். ரே ரோடு நிலையத்தில் மின்வண்டி பிடித்து எதிர்த்திசையில் இரண்டு ஸ்டேஷன் பயணம் செய்து, சாண்டர்ஸ் ரோடு நிலையத்தில் இறங்கி, தடம் மாறி, வண்டி பிடித்து சயானில் இறங்க வேண்டும். மாலை ஐந்தேகாலுக்கு தொழிற்சாலையில் புறப்பட்டால் ஆறு மணிக்குச் சயானில் இறங்கி சாலை கடந்து, ஓட்டல் கம்ஃபர்ட்டின் இரண்டாவது மாடியில் இருக்கலாம். பத்து மணிக்கு மேல் வீட்டுக்குப் புறப்படுவேன். அல்லது அங்கேயே தங்கியும் விடுவேன்.

அவர் தாய்மொழி உருது. அதற்காக நீங்கள் கன்னித் தமிழ் நாட்டில் அந்நியர் ஆதிக்கம் என்று புருவம் தூக்க வேண்டாம். நடப்பு மாநில சட்டப் பேரவையின் மொத்த உறுப்பினர் 234 பேரில் வீட்டில் தாய்மொழியான தெலுங்கு 42 பேரும் கன்னடம் 18 பேரும் மலையாளம் 6 பேரும் பேசுகிறார்கள் என்று எனக்கொரு குறுஞ்செய்தி வந்தது சில மாதங்கள் முன்பு.

பயஸ் அகமது பயஸ் கவிதைகளை கான் சாகிப் சொல்லிக் கேட்க வேண்டும். அல்லாமா இக்பால் அவருக்குப் பிரியமான இனனொரு கவிஞர். உமர் கயாம் பெருவிருப்பு. ஆனால் அவர் பாரசீகக் கவி. அவர் போன்று மிர்தாத், காலிப், கலீல் கிப்ரான்.

எப்போதும் கேசட் பிளேயரில் மன்னா டே, கிஷோர் குமார், மொகம்மது ரஃபி, பேகம் அக்தர், சம்ஷாத், அலி

பேகம், நூர்ஜஹான், கீதா தத், சுரையா பாடல்கள் ஒலித்துக் கொண்டிருக்கும். இடையிடையே மலபாரின் மாப்பிள்ளைப் பாட்டுக்கள். ‘முழுவன் கோழி பொரிச்சு வச்சு’ என்று தொடங்கும் ஒரு பாடல் இன்னும் என் உட்செவியில் ஒலிக்கும்.

அவரது அறையின் துணிக்கொடியில் நான் பயன் படுத்தும் சாரமும் துண்டும் தொங்கிக் கிடக்கும். டூத் பிரஷ்ூம் நாக்கு வழிப்பானும் என் செலவில் வாங்கி வைத்திருந்தேன். சோப்பு, பவுடர், எண்ணெய், பற்பசை எல்லாம் பொதுக்கணக்கு. அன்று கைபேசிகளைக் கண்ட தில்லை. விடுதித் தொலைபேசித்தான். விடுதிக்குக் கூப்பிட் டால் கீழே இருந்து அறைக்கு மணி அடிப்பார்கள்.

“கான் சாகிப் . . . மை நாஞ்சில்.”

“கிதர் ஜாக்கே மர் கயா? சூத்தியா ஸாலா . . . கபி ஆத்தா ஹை?”

“ஆறு மணிக்கு வாறேன்.”

“டீக் ஹை . . . கானா ஹமாரா ஸாத் காவ்” – இரவு உணவு அவருடன் – என்று சொல்லிப் போனை வைத்து விடுவார்.

கான் சாகிபின் அம்மா, அவருடைய அப்பாவுக்கு இரண்டாம் தாரம். ஆம்பூரிலும் இராணிப்பேட்டையிலும் சென்னையிலும் வர்த்தகம், நல்ல செல்வந்தர். எதிர்பாராத தகப்பன் மரணம். சொத்துக்கள் யாவும் முதல் தாரத்து மக்களுக்குப் போய்விட்டன. பி.காம். படித்திருந்த கான் சாகிப் தோல் மண்டிக்கு வேலைக்குப் போனார். ஆட்டுத் தோல், உப்பிட்டது, பதப்படுத்தியது என தொழில் கற்றுக் கொண்டார். இது முன்கதைச் சுருக்கம்.

கிட்டத்தட்ட ஓட்டல் கம்ஃபர்ட் எனது இரண்டாவது வீடு. பின்னாளில், நான் மேலாளராகப் பணியாற்றிய நிறுவனத்தின் எம்.டி. லண்டனைத் தனது செகண்ட் ஹோம் என்பார், ஒவ்வொரு மீட்டிங்கிலும் இருமுறை. அதுபோல் அல்ல இது. எனது பிற நண்பர்கள் கேலி பேசுவார்கள் – சீக்கிரம் சுன்னத் கல்யாணம் செய்து மார்க்கத்துக்கு மாறி விடு என்று. பாபா சாகேப் அம்பேத்கருக்கும் பெரியார் ஈ.வே. ராமசாமி நாயக்கருக்கும் அந்த எண்ணம் இருந்தது. அது பெரியார் தாசனுக்காவது நிறைவேறி இருக்கிறது.

வழக்கம்போல, மாலை ஓட்டல் கம்ஃபர்ட் சென்று சேர்ந்தபோது, கான் சாகிப் மக்ரீப் தொழுது முடிக்கும்

தருவாயில் இருந்தார். தொழுகை முடிந்து என்னைப் பார்த்த போது முகத்தில் நல்ல மலர்ச்சி இருந்தது. எப்போதும் போல. அஃதோர் வியப்பூட்டும் அனுபவம் எனக்கு. அடுத்தது, "சாய் பீயெங்கே?" சாய் பருகத் தொடங்குகையில் மொழிமாற்றம் பெற்று உலகாயத சலிப்போ, உற்சாகமோ!

எனக்குத் தெரிந்து தமிழில் வெளியான முதல் கமலா தாஸ் நேர்காணல், பாவை சந்திரன் ஆசிரியராக இருந்த காலத்தில், குங்குமத்தில் வெளிவந்தது. நேர் கண்டது கான் சாகிப். எந்தக் குறுக்கீடும் இன்றி நானும் உடனிருந்தேன். ஆனால் கமலாதாஸ் பின்னாளில் சுரையா பேகம் ஆனது கான் சாகிப் தூண்டுதலால் அல்ல. அப்போது ஆங்கிலத்தில் பெயர்க்கப்பட்ட அவரது நாவல் 'My Story' நான் வாசித் திருந்தேன். படைப்பாளுமையைத் தாண்டி, தாயின் கனிந்த முகம். கான் சாகிப் அடுத்துச் செய்த நேர்காணல் *BLITZ* ஆசிரியர் ஆர்.கே. கரஞ்சியா. முதலெழுத்துக்களை ஒத்துப் பார்க்க வேண்டியதிருக்கலாம். ஆனால் அவர் 'Best Dressed Indian' என அக்காலத்தில் புகழப் பெற்றவர்.

எனது நற்பேறு கான் சாகிப் காரை விற்றுவிட்டார். அவருக்கு வேலை நெருக்கடி இல்லாத நாட்களில் மனசு போல அலைந்திருக்கிறோம். சாபில்தாஸ் மேல்நிலைப் பள்ளி, சிவாஜி நாடக மந்திர், ரவீந்திர நாட்டிய மந்திர், பிரித்வி தியேட்டர் என மராத்தி, இந்தி, வங்காளி நாடகங்கள். 'அத்ரக் கே பாஞ்சே', 'ஸாலி அர்தா கர்வாலி', 'புட்டானு சடா ஜவானி' எனும் சிந்தி, பஞ்சாபி நாடகங் கள் பார்த்துக் குலுங்கிய சிரிப்பு. சிலசமயம் சண்முகானந்தா சபா, டாட்டா தியேட்டர் என்று கர்னாடக, இந்துஸ்தானி சங்கீதம். மரைன் டிரைவ், சௌபாத்தி, ஜுஹு கடற்புறங்கள். அல்லது மல்ஜித் பந்தர், கர்னாக் பந்தர், அப்பலோ பந்தர், அல்லது மும்ப்ரா, தலோஜா எனும் மீன்பிடிக் கிராமங்கள்.

நகரில் எந்த மூலை முடுக்கில் ஆனாலும் நெரிசலான, சந்தடியான, தூசுதும்பான சூழல் ஆனாலும் அங்கிருந்த முஸ்லிம் உணவு விடுதிகளின் சுவை குறித்து என்னையும் அலைக்கழித்து நடப்பார். சுக்கா ரொட்டி, டால் ஃபிரை, வெங்காய எலுமிச்சைத் துண்டுகளே ஆனாலும் அவற்றில் தனித்துவம் இருக்கும். கோஷ் சாப்பிடுவதானால் அவர் இந்து, கிறிஸ்துவக் கடைகளில் உண்பதில்லை. ஹலால் செய்திருக்க மாட்டார்கள் என்று.

அவருக்கு இருபத்திரண்டு வயதிலேயே திருமணம் ஆகிவிட்டிருந்தது. ஆங்கிலம் போதிக்கும் மனைவியும் இரு

மக்களும். எனக்கோ, பம்பாய்க்குப் பெண் தரத் துணியாத வெள்ளாளக் குடும்பங்களில் தப்பிக்கொண்டிருந்தனர். எட்டு வருடங்கள் காதலித்துத் திருமணம் செய்தவர் கான் சாகிப். அதாவது பதினான்கு வயதில் இருந்து. எனினும் தான் பட்டாணிய இனம் என்றும் மனைவி லெப்பை வகுப்பு என்றும் அவருக்கு ஒரு கர்வம் இருந்தது.

ஒரு சந்தர்ப்பத்தில், வாடகைக்கு ஒரு ஃப்ளாட் பார்த்து, ஓட்டல் கம்ஃபர்ட் அறையைக் காலி செய்யலாம் எனும் உத்தேசத்தில் வீடு தேட ஆரம்பித்தோம். மாலை நேரங்களில், சயான், கிங் சர்கிள், மாதுங்கா, வடாலா என. வெளிப்படை யாகவும் மறைமுகமாகவும் பெயர் கேட்டதுமே முகம் கறுத்தனர். “விடுயா, தர மாட்டானுவோ” என்றார் சலிப்பின் உச்சத்தில். எனது நண்பர் வட்டத்திலும் பலர், கான் சாகிபுடன் இயல்பாய்ப் பழக மறுத்ததில் அவருக்கு வருத்தம் உண்டு. தமிழ்ச் சங்க விழாவொன்றில் மனைவி யுடன் வந்த நண்பர், அவளுக்கு கான் சாகிபை அறிமுகம் செய்து வைத்தவுடன் அந்த சீரங்கத்துப் பெண்ணின் முகம் காட்டிய மருட்சியும் ‘துலுக்கனா’ எனும் கேள்வியும் என்னால் ஆயுளுக்கும் மறக்க முடியாதது.

அன்றிரவு நெடுநேரம் கான் சாகிப் சமாதானம் ஆகவில்லை.

பள்ளி விடுமுறைகளில் ஒரு மாதம் அவரது மனைவியும் குழந்தைகளும் பம்பாயில் வந்து தங்கிப் போவார்கள். ஒரு முறை அவர்கள் திரும்பியபோது, திருவனந்தபுரம் வழியாக ஊருக்குப் போகும் நான், துணையாகப் பயணம் செய்தேன். பம்பாயில் இருந்து ஆம்பூர் வரை முப்பது மணி நேரம்.

திரும்பி வந்த முதல் சந்திப்பில், கான் சாகிப் சொன்னார் காட்டமாக “ஓ மாகி சூத் பூஸ்த்தா ஹை, எப்பிடி உன்னோட என் குடும்பத்தை அனுப்பினேன்னு?”

“யாரு?”

“துமாரா தோஸ்த் சகாபுதீன்.”

உண்மையில் சகாபுதீன் அவருக்குத்தான் நண்பர். எனக்கு அறிமுகம், பழக்கம்.

நான் கேட்டேன். “ஆப் கியா போலே?”

“அவுர் கியா? என் நண்பன் பேர்லயும் நம்பிக்கை இருக்கு, என் பீவி மேலயும் நம்பிக்கை இருக்குண்ணேன்.”

“ஃபிர் கியா, சோடே.”

ரமலான் நோன்பு தினங்களில், இஃப்தார் நேரத்தில் கம்ஃபர்ட் ஓட்டலுக்குப் போவேன். தொழுகை முடிந்து எனக்காகக் காத்திருப்பார். தாராவியில் இருந்து சைக்கிளில் நோன்புக் கஞ்சி வரும் இருவருக்கும் சேர்த்து, ஒருவேளை அந்த நோன்புக் கஞ்சிதான் இழுத்துக்கொண்டுபோய் நிறுத்திற்றோ? ஒன்றிரண்டுமுறை நோன்பு தொடங்கும் ஸகரின் போதும் உடன் இருந்திருக்கிறேன்.

நோன்பு நாட்களில், இரவு முழுக்க, பம்பாயின் பிரதான பள்ளிவாசல்களைச் சுற்றிலும் கல்யாணக் கோலமாக இருக்கும். எத்தனை வகை, எத்தனை வாசம், எத்தனை நிறம், எத்தனை சுவை?

எனக்குக் காதுக்குள் பாடுவது போலிருக்கும். மதுரை சோமு. பம்பாய் சண்முகானந்த சபாவில் கேட்டது.

> ஓ ராம நீ நாமம் ஏமி ருசி?
> ஏமி ருசிரா ராமா நீ எந்து ருசி.

பத்ராச்சல ராமதாசர் சாகித்யம், பூர்வி கல்யாணி ராகம். இராமனின் சுவையை வியந்து, வியந்து, வியந்து பாடியது. ஆழ்வாரின் மனோபாவம் தான் – உண்ணும் நீர், தின்னும் வெற்றிலை யாவும் நாராயணா எனும் நாமம். இரவு முழுக்க பார்த்தும் கேட்டும் வாசனை பிடித்தும் தின்றும் நடக்கையில் – யாரோ மகான் ஒருவர் சொன்னதுபோல – இறைவன் ஏழைகளுக்கு ரொட்டி வடிவில் வருகிறான். பசித்தவனுக்கு உணவும் இறையனுபவம்தான். ஆனால் அதைப் பசித்தவன் மட்டுமேதான் பெறவும் இயலும்.

கான் சாகிப் கையில் காசிருந்தால் என் பைக்குள் என் கை போகாது. அவர் கையில் காசில்லை எனில் என் சீசன் டிக்கட் முதற்கொண்டு அடமானம் தான். ஜப்பான் போய் வந்தபோது எனக்கு ‘சாக்கே’ வாங்கி வந்தார். அரிசியில் செய்த மது அது. ஆரம்பத்தில் எனக்கதை எப்படிக் குடிக்க வேண்டும் என்று தெரியாது. சோடாவா, தண்ணீரா, லைம் கார்டியலா? துதுன் தராக்ஸா? பின்பு தெளிவாயிற்று, பீர் போல அப்படியே குடிக்க வேண்டும் என்று.

அவர் அறை மூலையில் சாம்பிளுக்காக வந்த, பதப் படுத்தப்பட்ட, பல் வகை ஆட்டுத் தோல்கள் கிடக்கும். வெள்ளாடா, செம்மறியா, குரும்பையாடா, கம்பளி ஆடா என்றெல்லாம் எனக்கு பேதம் தெரியாது. பதப்படுத்தப்பட்டு,

தவிட்டுக் கலரில் சாயம் ஏற்றப்பட்டிருந்தாலும் அதற்கென ஒரு வாசம் உண்டு.

அந்தக் காலத்தில் அலுவலகம் போகும்போது என் கையில் எப்போதும் ஒரு ரெக்சின் பை இருக்கும். பம்பாயில் தமிழ்ப் பார்ப்பனப் புரோகிதர் பலரும் வைத்திருந்ததுபோல. ரெக்சினுக்குத் தீட்டுக் கிடையாதாம். விளையாட்டாகக் கான் சாகிப் அதைத் தூக்கி விசிறுவார். அதனுள் பெரும்பாலும் ஒரு புத்தகம், ஒரு பருவ இதழ், *டைம்ஸ் ஆப் இந்தியா* நாளிதழ், மதியம் சாப்பிட என ஏதும் கொண்டுபோனால் அலுமினிய கன செவ்வக டப்பா.

ஒருநாள் ஓட்டல் அறைக்குப் போனபோது, தோளில் தொங்கப் போடும் விதத்தில், 14 x 10 அங்குல அளவில், தோற் பை ஒன்று எடுத்து முன்னால் எறிந்தார்.

“சுத்தமான பக்ரி கா சம்டா! எக்ஸ்போர்ட் குவாலிட்டி. தையல் கூலி மாத்தரம் நூற்றைம்பது கொடுத்தேன். பிக்காரி ஸாலா, இனி அந்த ரெக்சின் பையைக் கடாசு.”

என் தோளுக்கு அந்தப் பை வந்து முப்பதாண்டுக்கும் மேலாயிற்று. எழுத்தாள, வாசக நண்பர்கள் கவனித்து இருக்கக் கூடும், என் தோளில் தொங்கியதை. தருமமிகு சென்னையில் வலப்பக்க விலாவில் நீளமாக பிளேடு போட்டான் ஒருவன். அண்ணன் அதைத் தைத்துக் கொடுத்தார். கோவை வந்த பிறகு ஒரு முறை மராமத்து செய்தேன். என்னுடன் அந்தத் தோற்பை, தோட் பை, மராத்தியம், குஜராத், மத்தியப் பிரதேசம், உத்திரப் பிரதேசம், சோனார் பங்களா, ஆந்திரம், கர்நாடகம், கோவா, தேனிருந்து மழை பொழியும் தீந்தமிழ் நாடு, கடவுளின் சொந்த தேசம் கேரளம், பாண்டிச்சேரி என பல்லாயிரக்கணக்கான மைல்கள் பயணம் செய்திருக்கிறது. சுக்காய்க் காய்ந்த முரல் கருவாடு, காஜு ஃபென்னி, சத்யஜித்ரேயின் பதேர் பாஞ்சாலி வீடியோ கேசட் எனப் பலவும் சுமந்திருக்கிறது. கண்டக்டர் பை என நண்பர்கள் பகடி செய்திருக்கிறார்கள்.

காலம் என்பது கறங்கு, காட்டு ஓடை, மழைப் புயல், கோடைக் கானல்.

காலி செய்துவிட்டு சென்னை வந்தார் கான் சாகிப். நான் கோவைக்குப் பெயர்ந்தேன். தோல் மண்டிகளும் அலுவலகங்களும் தட்சண மாற நாடார் மகமைக் கட்டிடங் களும் இருந்த பெரிய மேடு குறுக்குச் சந்து ஒன்றில் முதல் மாடியில் அவர் அலுவலகம். ஆள் நடக்க இடம் விட்டு

தோல் மூட்டைகள் அடுக்கப்பட்டிருக்கும். ஆளுக்கு ஒரு பாய் விரித்து, தலைமாட்டின் தோல் வாசனை காற்றாட விடிய விடியப் பேசிக்கொண்டிருப்போம். ஈண்டு பகிர்ந்து அளிக்க இயலாத ஒரு சுவை ஊற்று அது.

எப்போதாவது மேலும் ஒரு குப்பி பீர் கேட்டால், "ஸாலா, பீவோ, பீக்கே மரோ" என்பவர் சுத்தமாய்க் குடியை நிறுத்தி இருந்தார். ரோத்மான்ஸ், ஸ்டேட் எக்ஸ்பிரஸ் புகைப்பது இல்லை. வெள்ளிக்கிழமை ஜமாத் முடிந்து ரயில் பிடித்து ஆம்பூர் புறப்பட்டுச் சென்று, திங்கள் முற்பகலில் திரும்புவார்.

நீண்ட காலம் குடி இருந்த நீரிழிவின் தாக்கம் முகத்தில், உடலில், நடையில் தோற்ற ஆரம்பித்தது. இன்சுலின் போட்டுக் கொண்டிருந்தார். எனினும் சிறுநீரகங்கள் தோற்றுக் கொண்டிருந்தன.

பம்பாயில் இருந்தபோது ஒருமுறை சொன்னேன். "கான் சாகிப், ஒருமுறை கிராண்ட் ரோடு போகணும்."

"தெனமுந்தானே வெஸ்டர்ன் ரெயில்வேலே போயிக்கிட்டிருக்கே?"

"அதைச் சொல்லல்லே நான்."

"ஓ! ஐக்மார்னே கேலியே! கந்தா ஹை ஸாலாதும்."

"எனக்கு அந்த இடங்களைப் பாக்கணும், போதும், வேற ஒண்ணும் வேண்டாம்."

"அதுக்கு தில் வேண்டாமா? ஓ, துமாரா பாஸ் கஹாங்?"

பல்லாண்டு பம்பாய் வாழ்க்கையில் கேள்விப்பட்டிருந்தேன். ஃபால்க் லேண்ட் ரோடு, நவால்கர் லேன், பீதாம்பர் கல்லி, காமாட்டிப்புரா என சிவப்பு விளக்குப் பகுதிகளை, லோயர் பரேலில் மொரார்ஜி கோகுல்தாஸ் மில் – II பார்த்து விட்டுக் குறுக்குப் பாதையில் பிரமல் மில்லுக்குப் போகும் போது கொஞ்சம் ஆந்திராக்காரிகள் சாட்டின் பாவாடையும் பாடியும் மட்டும் போட்டுக்கொண்டு தத்தம் குடிசை வாசல்களில் நிற்பார்கள். அழைப்பு இருக்கும், ஆனால் அடாவடி இருக்காது.

சயானில் இருந்து அறுபத்தாறு பிடித்து லேமிங்டன் ரோட்டுக்குப் பயணமானோம். மாடி பஸ், முன் சீட்டில் உட்கார்ந்து வேடிக்கை பார்த்தவாறு. டிக் டிக் என ஒலி எழுப்பிக் கொண்டு கண்டக்டர் வந்தார்.

“ஒனக்குத் தெரியுமாய்யா? பெஸ்ட் கண்டக்டர் ஒரு நாளைக்குப் பஸ்சுக்கு உள்ளேயே பதினாறு கிலோமீட்டர் நடக்கான். ஆயிரத்து முந்நூறு பயணிகளைப் பாக்கான்.”

டெல்லி தர்பார் ஓட்டலுக்குப் பின்புறம் நாலைந்து நான்கு மாடிக் கட்டிடங்கள். டெல்லி தர்பார், நகரின் முக்கியமான உணவு விடுதி. தினமும் நாலாயிரம் கோழிகள் அறுபடுவதாகச் சொல்வார்கள்.

கான் சாகிப்புக்கு ஒரு ஆளுமை உண்டு. நடக்கும் தோரணை, பார்க்கும் விதம், கண்ணாடியினுள் உருளும் பெரிய கண்கள். ‘கியா ஹை?’ என்ற அதட்டல். பார்க்கும் ஆசை எனக்குத்தான் என்றாலும் நான் கூசிக்கூசி நடந்தேன். கறுப்பு, புதுநிறம், சிவப்பு, வெளுப்பு என எல்லா நிறங் களிலும் நின்றுகொண்டிருந்தனர். ஏற்றிக் கட்டப்பட்ட முலைகளும் தொப்பூழுக்குக் கீழே இறக்கிக் கட்டப்பட்ட பாவாடையும்... அடிவயிற்றுப் பரப்பு ஆலிலைபோல் பரந்திருந்தது. தோள் தெரியும் சோளி அல்லது பாடி. கண்ணுக்கு அஞ்சனம், கன்னத்தில் செம்மினுக்கம், கொண்டையில் பூ, வாயில் மீட்டா பான், உதட்டுச் சாயம்...

‘தில்லானா தில்லானா, நீ தித்திக்கின்ற தேனா’ என்றொரு சாய்வு இடுப்பு நிலை. எனக்கு நெஞ்சில் ‘திக் திக்’ என்று அடித்தது. இரண்டு கட்டிடங்கள், எட்டுத் தளங் களையும் சுற்றிவந்தோம்.

“காய் சேட், பைட் தூஸ் கா?”

“பஸ் கியா?”

“சலோனா அண்ணா... பைட்டோ!” என ஆந்திர, மராத்தி, உ.பி., நேப்பாளிக் கொஞ்சல்கள். நெஞ்சு பட படப்பாக இருந்தது.

“என்னய்யா? ஆத்மா சாந்தி ஆச்சா?” என்றார் கான் சாகிப். முன்னிரவு எட்டு மணி ஆகிவிட்டது. டெல்லி தர்பா ரில் முழுக்கோழி தந்தூரி, பியாஸ் ரைத்தா, ரொட்டி, சலன்.

கடைசியாக, கடைசி என்று தெரிந்திராமலேயே பெரிய மேடு போனபோது, அவர் குடும்பமும் இருந்தது. பி.காம் படிக்கிற மகள், பத்தாவதில் மகன்.

வாரம் இரண்டு டயலிசிஸ், உப்பில்லாமல் உணவு அளந்து குடிநீர். நொந்து போய்விட்டது மனது.

வழக்கமாய், பம்பாயில், ஓட்டல் அறையில் பாய் விரித்து, சுற்றி அமர்ந்து நாங்கள் சாப்பிடுவது நினைவு வந்தது. தலையில் கர்ச்சீப் போட்டு, தண்ணீர்த் தம்ளரைப் பிடித் திருந்த இடது கையை வலது கையால் தாங்கிக் குடித்து . . .

"நீ நமக் போட்டுக்கையா!" என்றார்.

"வேண்டாம் கான் சாகிப். இண்ணைக்கு நீ சாப்பிடு வதை நானும் சாப்பிடுகிறேன்."

இருவருக்கும் கண்கள் கலங்கின. நாட்கள் எண்ணப் பட்டு விட்டனவா என குடும்பத்தினருக்கும் உள்மனம் ஓங்கி ஒலித்தது. அவர் அடிக்கடி சொல்லும் கவிதை வரியொன்று – யாவர் வீட்டு முற்றத்து நின்றும் கண்ணுக்குத் தெரியாத தடம் ஒன்று ஓடுகிறது கப்ருஸ்தானுக்கு.

சாப்பிட்டு முடிந்ததும் உள் அலுவலக அறையின் கதவைச் சாத்திக்கொண்டு பேசிக்கொண்டிருந்தோம்.

"உங்கிட்டே சொல்லல்லே . . . ரொம்ப நாளா மத்தவ னுக்கு தம் இல்லே! முட்டுக் கொடுக்கதுக்கு கண்ட கண்ட மாத்திரை . . . ரெண்டு கிட்னியும் போச்சு . . . பாய், ஒரு விளம்பரத்தையும் நம்பாதே! எந் தப்புத்தான் . . ."

அவரது பெரிய கண்கள் கலங்கிப் பாய்ந்தன. பெரிய கனத்த சோடாப்புட்டிக் கண்ணாடியைக் கழற்றித் துடைத் தார். பம்பாயில் எனக்கு முதலில் அறிமுகமான கான் சாகிப் அல்ல இது. கொடுங்கூற்றுக்கு இரையெனப் பின் மாய ஒதுக்கம் கொண்ட வேறேதோ மானுடன்!

சஞ்சய் கான் படம் 'திப்பு சுல்தான்' பார்க்க அன்று இருநூறு ரூபாய் கொடுத்து டிக்கட் வாங்கியவரல்ல. என்னைவிடக் கணக்குக்கு ஒரு குப்பி பீராவது அதிகம் குடிக்க வேண்டும் என வாசிக்கு விரல் உயர்த்தியவர் அல்ல. இரண்டு டால் ஃபிரை வாங்கி மொத்தமாய்ப் பீங்கான் தட்டில் கவிழ்த்து, தலைக்கு ஒரு லோஃப் பிரட் பிரித்து வைத்து வெங்காயம் பச்சை மிளகாய் கடித்துத் தின்றவரும் அல்ல. முங்கக் குடித்துவிட்டு உறங்கியவனைப் பாயோடு கரகரவெனச் சேர்த்து இழுத்துச் சுவரோரம் போட்டவரல்ல. பம்பாயின் நவீன நாடக முயற்சிகளில் நடித்துப் பங்காற்றியவ ரல்ல. ஃப்ளோரா ஃபவுண்டன் பக்கம் வேலையிருந்தால், நான் வேலை முடித்து வரும்வரை, வரவேற்பறையில் காத்துக் கிடந்தவர் அல்ல.

கையறு நிலையில் இரு கையும் நீட்டி, குதாவிடம் வாழ் நாள் யாசித்து நின்ற ஜீவன்...

வழக்கம் போல் தோள் தழுவி, "குதா ஹாஃப்பீஸ்" சொல்லி விடை கொடுத்தார். இருவர் புறமுதுகிலும் சொட்டி நனைத்த சோகத் துளிகள். திரும்பிப் பார்க்காமல் நடந்தேன்.

புறப்படுமுன், வெள்ளையில் இள நீல ஒற்றைக் கோடுகள் போட்ட சங்குமார்க் லுங்கியொன்று தந்தார் புதியதாய். அண்மையில் கோலாலம்பூரில் கிராண்ட் சீசன்ஸ் ஓட்டலில் ஒரே அறையில் தங்கி இருந்தபோது கட்டி இருந்தேன், கவனித்தீர்களா ஜெயமோகன்?

அதன்பிறகு கான் சாகிபை நான் பார்க்கவில்லை. உயிருடனோ, மையத்தாகவோ!

அந்தத் தோற்பைக்கும் முப்பத்திரண்டு வயது ஆகிறது. ஓரங்கள் வெளிறி, நைந்து, தையல் விட்டு, உள்ளே நட்டக் குத்தற போடுகிற பேனா ஒழுகிக் கீழே விழுந்துவிடுகிற அளவு நான்கு மூலைகளிலும் ஓட்டைகளுடன்.

எல்லோரும் எறிந்துவிடச் சொல்கிறார்கள். ஆனால் புறத்தே, ஸ்தூலமாய் நான் சுமக்கும் கான் சாகிப் அது. போன வாரம், கோவை ராஜவீதி அஞ்சு முக்கில், தோற் பைகள் பெட்டிகள் சீர்திருத்தும் கடையொன்றின் முன் நின்றிருந்தேன். தோள் பையைக் காட்டி, அதைப் பிரித்து வெட்டி, சின்னதாகவேனும் ஒரு பவுச் செய்து தர முடியுமா எனக் கேட்டேன். அடுத்த வாரம் வரச்சொல்லி இருக்கிறான்.

ஆனந்தவிகடன் – தீபாவளி மலர், நவம்பர் 2010

வங்கணத்தின் நன்று வலிய பகை

கும்பமுனியைத் தொடர்புகொள்வதற்கான ஒரே வழி நேரில் போவதுதான். அஞ்சல் முகவரி உண்டு, கடிதம் போய்ச் சேரும், வாசிக்கவும் செய்வார். ஆனால் மறுமொழி எழுதுவார் என்பதற்கு எந்த உத்திரவாதமும் இல்லை. சமீபகாலமாய் அவருக்கு ஒரு கேள்வியும் உண்டு – கடிதங்களே எதற்குத்தான் எழுதப்படுகின்றன என்று. கடிதம் எழுதும் பழக்கமும் சென்று தேய்ந்து இறும் பருவகாலத்தில் உள்ளது. மாய்ந்து மாய்ந்து அஞ்சலட்டை எழுதிய அவரது மூத்தார் சிலரிடம் கும்பமுனிக்கு அனுதாபம் உண்டு. 'வேலையும் சோலியும் அத்தவனுக' என முனகுவார். முன்பெல்லாம் பத்துக்கு மூன்று எனும் விகிதத்தில் பதில் எழுதுவார். அது சீட்டுக் குலுக்கிப் போட்டு பரிசு விழுவது போல. சம்பளத்துக்கு ஆள் வைத்து, வந்த கடிதங்களுக்கெல்லாம் தட்டச்சு செய்து பதில் போடும் எழுத்தாளர் சிலரையும் அவருக்குத் தெரியும். பதில் எழுதிய நகலும் வந்த கடிதமும் ஆண்டு வாரியாகக் கோப்புக்களில் சேமிக்கப்படுவதும் தெரியும்.

அவசரமாகவும் திட்டமிட்டும் புகழ்பெற்று ஏதும் ஆகப்போவதில்லை என்பதும் அறிவார். 'உண்பது நாழி உடுப்பதுவும் இரண்டு முழம்.' இதில் எந்தப் பெயர் பெத்த பெயர்? இரண்டு மூன்று இரங்கல் கட்டுரைகள் தாண்டி யார் நினைத்துப் பார்ப்பார்கள்! செத்துப் போவதுதான் தமிழ் எழுத்தாளனுக்கு அட்டைப் படத்தில் இடம்பெறக் கடைசி வாய்ப்பு. அத்தோடு சரி – 'நீரினில் மூழ்கி நினைப்பொழிந் தார்களே.'

மேலும் உள்நாட்டுத் தபாலுக்கு இரண்டரை ரூபாயும் கவருக்கு ஐந்து ரூபாயும் விற்கும் விலைக்கு, மாதம் வருகின்ற இருநூற்றுச் சொச்ச கடிதங்களுக்குப் பதில் எழுதுவது என்பது கும்பமுனிக்கும் தவசிப் பிள்ளைக்கும் ஒரு மாதத் துக்கான பல வெஞ்சணச் செலவு. மீதிச் செலவுக்கு புதுமைப் பித்தன் சொன்னதுபோல் ஓய்ந்த பொழுதில் எழுத்து விபச்சாரம் செய்யலாம். சீனி, தேத்தூள், பாலுக்கு ஆச்சு.

சரி, கடிதம் தான் வேண்டாம். செல்போன், தொலை பேசி, இ–மெயில் என்று இல்லையா என்று கேட்கலாம். 'யாதனின் யாதனின் நீங்கியான் நோதல் அதனின் அதனின் இலன்' என்பதவர் கருதுகோள். கணினியே கிடையாது, ஃப்ளாக் எங்கே எழுதுவார் வேலை அற்ற நாவிதன் கழுதைக்கு சிரைத்தது போல, எப்படியோ சிலர் கும்ப முனியைத் தேடியும் வந்துவிடுவார்கள்.

அப்படித்தான் அன்றொரு பதிப்பாளர் வந்தார், இடலாக்குடியில் இருந்து. எண் சுவடிபோல, இரண்டு பாரம் மூன்று பாரங்களில் ஏழெட்டுப் புத்தகங்கள் போட்டிருந்தார். முத்தாரம்மன் பக்தி மணிமாலை, மாவீரன் பாடகலிங்கம், கூப்பிட்ட குரல் கேட்கும் குமரித் தெய்வம், மோசஸ் ஞானபுஷ்பம் தூமணிமாலை எனச் சில.

பூமுகத்தில் ஏறி வந்து உட்கார்ந்து, ஜிப்பாவின் கீழ் முந்தியால் விசிறிக் கொண்டவரைப் பார்த்து கும்பமுனி கேட்டார். "என்ன டே? பொஸ்தகக் கச்சவடம் எல்லாம் எப்பிடிப் போகு?"

ஒண்ணும் புண்ணியமில்லே பாத்துக்கிடும். பதிப் பாளரா இருக்கணும்னா ஒண்ணு செட்டியாராட்டு இருக்க ணும். இல்லாட்டா ஐயராட்டு இருக்கணும். ரெண்டும் இல்லாட்டா மெட்ராஸ்லயாவது இருக்கணும்."

"ஏம்டே? சாதி பாத்தா பொஸ்தகம் வேண்டுகானுவோ?"

"அது அப்பிடித்தான். மேற்கொண்டு நூலகத்துறை, சுற்றுலாத் துறை, தமிழ் வளர்ச்சித் துறை, கல்லூரி முதல்வர், பல்கலைக்கழகத் தமிழ்த்துறைண்ணு முக்கியமான ஆளுகள் புடி வேணும் . . . அது நம்மட்ட இல்லேல்லா! இந்தக் கடைக் கோடியிலே இருந்துகிட்டு வேற என்ன ஈரமண்ணைச் செய்ய முடியும்? பின்னே சுசீந்திரம் தேரோட்டம், மண்டைக்காட்டுக் கோயிலு கொடை, சவுரியார் கோயிலு திருநாளு, நாகரம்மன் கோயில் ஆவணி ஞாயிறுண்ணா ரோட்டோரம் சாக்கு விரிச்சு பொஸ்தகம் பரத்திப் போட்டா கொஞ்சம்

விக்கும். அதுல இந்த மகமைக்காரன், திருவிழாக் கமிட்டி, போலீஸ்காரன் அடாவடி எல்லாம் போகச் செள்ளம் காசு கிடைக்கும் . . .”

“அம்புட்டு கஷ்டப்பட்டு என்னத்துக்கு இந்தத் தொழிலு செய்யேரு? வடசேரி கனகமூலம் சந்தையிலே வெள்ளிரிக்கா விக்கப் போலாம்லா?”

“அதுக்குத்தான் ஒரு வளி ஆலோசிச்சு வச்சிருக்கேன். உம்மைப் பார்க்க வந்ததே அதுக்காச்சுட்டிதான்.”

“நம்மூர்லே கொஞ்சம் பேரு, பங்குனி – சித்திரையிலே தான், வயலறுப்பு முடிஞ்சதும் வெள்ளரி போடுவானுவோ” என்றார் தவசிப்பிள்ளை.

“இவன் ஒருத்தன். ஞானமடம்ணா யோனிமடம்பான். நீரு சொல்லும் பேரப்புள்ளே.”

“இப்பிடி பொஸ்தகம் வித்துப் பொழைக்க முடியாது.”

“அதுக்கு நீரு, வேற ஒரு வழி ஆலோசிக்கணும். இன்னைக்க பொரிகடலை – உப்புக்கடலை – பட்டாணிக் கடலை மாதிரி விக்கப்பட்ட எழுத்தாளன் யாரு?”

“அது கொறயப் பேரு உண்டும்லா?”

“அதுலே ரெண்டு பேரு சொல்லும்.”

“கல்கி, சாண்டில்யன், சுஜாதா, சிவசங்கரிக்குப் பொறவு இப்பம் சித்தர் செல்வகுமாரன் விக்கும். பின்னே கவிப்பூகம்பர் தவசிமுத்து விக்கும். கொஞ்சம்கூடக் கொறைய பானுமதி சுந்தரமும் விக்கும்.”

“அவ்வோ பொஸ்தகத்தை நீரு அடிச்சு வில்லும்.”

“அது எப்பிடிப் பாட்டா? என்னைக் கேணயம்ணு நெனைச்சுப் போட்டேரா? அததுக்குண்ணு பதிப்பாளர், ராயல்டி ஒப்பந்தம் எல்லாம் இருக்குல்லா?”

“இது தாம்டே நம்ம ஆளுகள்ளே பெரிய சீண்டறம் . . . அவனவன் தன்னை ரொம்ப யோக்கியம்ணு நெனச்சு வச்சிருக்காம் . . . மண்டையிலே ஒரு சுக்கும் கிடையாது. ஆயிரம் பேருக்கு ஆலோசனை சொல்லுவான் . . .”

“சரி, நீரு சொல்ல வந்ததைச் சொல்லி முடியும்!”

“அந்த ரைட்டர்ஸ் எல்லாம் எந்தப் பதிப்பகம் போடுகுண்ணு பாரும் . . . அதே அட்டை, அதே எழுத்து,

அதே தாள், அதே பைண்டிங்க, நீரு அடிச்சு எறக்கும் . . . யாரு கேக்கா?"

"அதே பதிப்பகம் பேர்லே?" – தவசிப்பிள்ளை.

"ஆமடே . . . உமக்கு எல்லாம் புட்டுப்புட்டு வய்க்கணும் . . . அதே பதிப்பகம் பேர்லே . . . ஒரு வித்தியாசம் இருக்கப்பிடாது. அப்பிடித் தாம்வே நெறையப் பேரு ஆளாகது! தமிழ்நாட்டுக்கு நல்லது தானே! கூடுதல் கொஞ்சம் பேரு படிச்சு அறிவாளி ஆயிட்டா ஓமக்கு என்ன நட்டம்? வெலை அதே வெல வச்சு முப்பது சதமானம் கழிவுண்ணு தள்ளி விடு மக்கா . . . விக்கா இல்லியா பாரும் . . . டிஸ்கவுண்ட் குடுத்தா, அரச்சுத் தேச்சா முடிவளரும்ணு களுதை விட்டையைக் கூட வித்திரலாம் பாத்துக்கிடும்."

"பதிப்பகத்துக்காரன் கேஸ் போட மாட்டானா?"

"யாரு மேலே கேஸ் போடுவான்? பொஸ்தகத்திலே உம்ம பேரு, வீட்டு முகவரி, பேன் காடு நம்பர் எல்லாம் யாரு போடச் சொல்லுகா . . . போவும் வே, போயி பதிப்பு மேருமலைண்ணு பட்டம் வாங்கதுக்குள்ள வழியைப் பாரும் . . ."

"எண்ணாலும் பாட்டா . . ."

"ரொம்பப் பயப்பட்டா எப்பிடி வே பணம் சம்பாரிப்பேரு? பின்ன லீகலாட்டு தப்பிக்கதுக்கும் செல வழிமுறை உண்டும் பாத்துக்கிடும். அதே பொஸ்தகத்தை, அதே பதிப்பகத்திலே அம்பது காப்பி ரொக்கம் குடுத்து, பில் போட்டு வாங்கி வச்சுக்கிடணும். பில்லு ரொம்ப முக்கியம். எவனாம் வந்து கேட்டாம்ணா, அந்த பில்லிலே வாங்கினது தான் இதுண்ணு சொல்லணும் . . . மனசிலாச்சா? என்னா அண்டி ஒறப்பிருக்கா . . ."

"பாட்டாக்கு முளைச்ச மயிரெல்லாம் கள்ள மயிராட்டு இருக்கும்போல" – தவசிப்பிள்ளை.

"வேணும்ணா இன்னும் ஒரு ஐடியா சொல்லித்தாறன் . . . நமக்கு நீரு பீஸ் ஒண்ணும் தராண்டாம்."

"பாட்டாக்கு ஐடியா தீராது போல்ருக்கு?" – தவசிப்பிள்ளை.

"மேப்படியான் பதிப்பகத்து பொஸ்தகம் எந்தப் பிரஸ்லே அடிக்காம்ணு கண்டுபிடிக்கணும்."

"கண்டுபிடிச்சு?"

"அதே அச்சக மொதலாளிகிட்டே ஒரு டீல்..."

"என்னண்ணு?"

"மேப்படியான் ஐயாயிரம் காப்பி அடிக்காம்ணு வையும், சேத்து உமக்கும் ஒரு ஐந்நூறு காப்பி அடிச்சு வேண்டீரணும். அட்டை, தாளு, டைப்செட்டு, அச்சுக்கூலி எல்லாம் தோராயமாப் பேசி, கறட்டு வழக்கு புடிக்காம ரெடி கேஷாட்டு குடுத்துப் போடணும். உமக்கு தனி லாரிப் பார்சல்லே தவசிமுத்து வந்திருவாரு..."

திகைத்துப் போய்க் கேட்டார் பதிப்பாளர், "பாட்டா?"

"போவும் வே, போயிச் செய்து பாரும். அடுத்த முறை என்னப் பாக்கதுக்கு சைக்கிள்ளே வரமாட்டேரு பாத்துக் கிடும்..."

"கப்பல்லே வருவாரா?" – தவசிப்பிள்ளை.

"நீரு செவனேண்ணு கெடயும்... பேரப்பிள்ளை ஏசி கார்லே வராட்டா எம் பேரை மாத்திக் கூப்பிடும்..."

"ரொம்ப ஆச காட்டுகேரு நீரு" – தவசிப்பிள்ளை.

"வே, ஒண்ணு தெரிஞ்சுக்கிடும்... இந்த நாட்லே பதிப்பாளன் எல்லாரும் கார்லே போறான்... எழுத்தாளன் எல்லாம் டவுண் பஸ்லே போறான்... இதான் இலக்கியத்துக்கும் யாவாரத்துக்கும் உள்ள வித்தியாசம். இலக்கியத்திலே ஏமாத்த முடியாது. யாவாரம்ணா அது பேத்து மாத்துண்ணு ஆகிப்போச்சு இண்ணைக்கு... நம்மள மதிச்சு ஒரு பதிப்பாளர் வந்து ஆலோசனை கேட்டா, நம்மால முடிஞ்சதைச் செய்யணும். பின்னே கற்போடயும் இருக்கணும் காசும் சம்பாதிக்கணும்ணா நடக்குமா வே? போட்டுப் பேசுதேரே..."

"நான் வேற ஒரு ஐடியாவோட யாக்கும் வந்தேன்" என்றார் பதிப்பாளர்.

"ஏன்? சார்வாள் பொஸ்தகம் அடிச்சு வித்து ஆளாயிர லாம்ணா?" என்றார் தவசிப்பிள்ளை.

"வேய், நீரு வாயிலே மண்ணவாரிப் போட்டுக்கிட்டு கெடயும்... நீ சொல்லு மக்கா, வளரக்கூடிய பிள்ளை!"

தவசிப்பிள்ளை கும்பமுனியைப் பார்த்து இளக்கார மாகச் சிரித்தார். கும்பமுனி அப்படியெல்லாம் பதிலுக்குச் சிரித்துவிடக் கூடாது என்று பிடிவாதமாக இருந்தார். வெயில் கொஞ்சம் மேலே ஏறி வந்தது.

"ஏ, கோலப்பொடி மாவு . . . கோலப்பொடி வேணுமா? ஏ கோலப்பொடி மாவு" என்று கூவிப் போனாள் தெருவில். உற்றுப் பார்த்த கும்பமுனியைத் திட்டுவதுபோல் முணு முணுப்பது தெரிந்தது.

"தவசிப்பிள்ளை, அவ ஏம்டே நம்மளப் பாத்து வேவலாதிப் படுகா?"

"பின்னே படமாட்டாளா? முப்பது வருசமா அவளும் செமையாச் செமந்து நடக்கா . . . நீரு இதுவரைக்கும் காப்பக்கா கோலப்பொடி வாங்கீருப்பேரா?"

"இது நல்ல கூத்தாட்டுல்லா இருக்கு? காலம்பற நான் எந்திச்சு, வாசத் தொளிச்சு, வேட்டியை மடிச்சுக் கெட்டீட்டு, வெதக்கொட்ட தொங்க தெருக்கோலம் போடணுமாக்கும்?"

"அவ வயித்தெரிச்சல, அவ பொலம்புகா . . . நீரு என்னத்துக்கு கூட்டாக்குதேரு? சரி, என்னத்துக்கு வெட்டிப் பேச்சு? பதிப்பாளரு, ஒம்ம ஐடியாவைப் பாட்டாட்ட சொல்லும் . . ."

"பாட்டா, சரோஜா தேவி கேட்டிருக்கேரா?"

"என்னது, கேட்டிருக்கேரா வா? சார்வாள் கொஞ்ச நாளாட்டு பைத்தியமாட்டுல்லா அலஞ்சா . . . ஒரு எம்ஜிஆர் படத்திலே, பொறத்தக்காட்டி மாடிப்படி ஏறுவா பாத்தேளா? அதுக்காகவே ஏழு திருப்பு பாத்திருக்கா . . . அந்த சீன் முடிஞ்சதும் எந்திரிச்சு வந்திருவா" – தவசிப்பிள்ளை.

"அவ பேர்லே கொஞ்சம் பொஸ்தம் வருகு."

"அவ கன்னடத்துக் கிளியில்லா? தமிள்ளே பொஸ்தகம் வேற எழுதுகாளா?"

"ஏன் எழுதப் பிடாது? தமிள் அன்னைக்கு ஒரு அடிப் பாவாடை தச்சுப் போட்டா வேண்டாம்ணா இருக்கு? எல்லாரும் காலுக்கு செலம்பு, கைக்கு வளையாபதி, காதுக்கு குண்டலம். இடுப்புக்கு மணிமேகலை, பின்னே சிந்தாமணி – அதை எங்கடே போடுகது – செஞ்சு போட்டாச்சு. நமக்குள்ள ஜவேஜுக்குத் தக்கன நாமும் என்னமாம் செய்து போடணும் லா?"

"இது அந்த சரோஜா தேவி இல்லே! – பதிப்பாளர்.

"பின்னே?" – தவசிப்பிள்ளை.

"கெவர்ணமேன்டு சாணித்தாள்லே, இருட்டா பொம்பளப் படம் அம்மணங் குண்டியா போட்டு, முப்பத்திரண்டு பக்கத்திலே, வாயிலே ரெண்டு பின் அடிச்சு பொஸ்தகம் வருகில்லா?"

"அது என்னவே தவசிப்பிள்ளை?"

"நீரு அதையெல்லாம் என்னத்தைக் கண்டேரு? காஞ்சனாவின் மாணவன், மாமனார் – மருமகள் தேன்நிலவு அப்பிடீண்ணு இருந்தா காலேஜ் பயக்கோ எல்லாம் வாங்கிப் படிப்பானுகோ! பாத்தா தங்கம் தியேட்டர் வாசல்ல கெடக்கப்பட்ட சினிமாப் பாட்டு பொஸ்தகம் மாரி இருக்கும். ஆனா நுப்பது ரூபா வெல வச்சிருப்பான்..."

"நீரு அதையெல்லாம் எங்க பாத்தேரு?"

"ஓமக்கு கால்லே நீரு கெடக்குண்ணு அரச்சுப் பத்துப் போடதுக்கு ஒரு நா கெருடக்கொடி தேடீட்டுப் போனம்லா? பூவத்தான் தோப்புலே நாலஞ்சு கொல்லா மாவு கவிஞ்சு கெடக்கும், பாத்திருக்கேரா? அதுல அஞ்சாறு பயக்கோ சுத்தி உக்காந்து ஒருத்தன் வாசிக்கான், மத்த பயக்கோ கேட்டுக் கிட்டிருக்கான்!"

"என்ன வாசிச்சுக்கிட்டிருந்தான்?" – கும்பமுனி.

"அதெல்லாம் சொன்னா உமக்கு மனசிலாகாது பாட்டா. அவ்வளவும் காலேஜ் பயக்கோ... படிக்கப் படிக்க பயக்கோ நெளிஞ்சு விடுகான், உடம்பை முறிக்கான்... ஆனா சும்மா சொல்லப்பிடாது! நயினார் நோம்பு அண்ணைக்கு அம்மன் கோயில்லே சித்திர குப்த நயினார் கத வாசிக்கக் கூப்பிட்டா ஒரு பய வரமாட்டம்ங்கான்... என்ன குரல் தெளிச்சலு? என்ன சொல்லு சுத்தம்? கம்பராமாயணம் வாசிக்கப்பட்ட புலவரு பரமார்த்தலிங்கம் பிள்ளை தோத்துப் போனாரு..."

"அப்பிடி என்ன தாம்டே வாசிச்சானுகோ?"

"அது ஓமக்கு மனசிலாகாதுண்ணு சொன்னம்லா. கடைசியிலே கொஞ்ச நேரம் வாசிச்சான் பாரும்... பத்துந் தண்ணியுமா தட்டத்திலே கஞ்சி ஊத்தி வச்சா நாய் நக்கிக் குடிக்கச்சிலே ஒரு சத்தம் கேக்கும் பாத்தேரா?"

"ஆமா, சளக்கு புளக்குண்ணு..."

"அதேதான்! எளத்தாளர்னா சும்மயா? அதுலே ஒரு பய கேக்கான்... எலே எத்தனை பக்கத்துக்கு இன்னும் இந்த

சவுண்டு இருக்குண்ணு ... இன்னும் எட்டுப் பக்கம்ங்கான் வாசிக்கப் பட்டவன் .. சவத்தைத் தள்ளீட்டு மேட்டருக்கு வாண்ணு சத்தம் போடுகான் ஒருத்தன் ...”

“தாய்ளி என்னெல்லாம் வியாக்யானம் குடுக்கான் பாரும். பேசாம திருக்குறளுக்கு நீரும் ஒரு உரை எழுதலாம் வே. இருக்கப்பட்ட இருநூற்றுப் பத்தொன்பது உரையிலேயும் மனசிலாகல்லேண்ணா உம்ம உரையைப் படிச்சுத் தெரிஞ்சுக் கிடுவான் ... அன்னா இருக்கப்பட்ட சித்தர் பாடல் பொஸ்தகத்தை எடும்ணா, எனக்குத் தெரியாது, நீரே எடுத்துக்கிடும்பான் ... அது கெடக்கு ... இப்பம் சரோஜா தேவிக்கு என்னா? அதுக்கு வாரும் ...”

உரையாடலின் போக்குப் புரியாமல், மஞ்சணத்தி மரத்தில் ஏறத் தொடங்கிக் களைப்பாற்றிக்கொண்டிருந்த ஓணானை வெட்டாங்கல்லைத் தூக்கி வீக்கலாமா என யோசித்துக்கொண்டிருந்த பதிப்பாளர் திடுக்கென நிமிர்ந்து குறுக்கிட்டார்.

“அந்த மாரி பொஸ்தகம் நெறைய விக்கு பாத்துக்கிடும் ... வெத்தல பாக்குக் கடையிலே தொங்கப்போட்டு விக்கான். கடன் கிடையாது ... ரொக்கக் கச்சவடம் ... நாலு பொஸ்தகம் போட்டா ஒரு அள்ளு அள்ளீரலாம் ...”

“அதுக்கென்னா? போட்டு, வித்து அள்ளும். அள்ள துக்குப் பனையோலைக் கடவம் கையோட கொண்டுக் கிட்டுப் போவும்.”

“அதுக்குத்தான் ஒம்மைப் பாக்க வந்தேன்.”

“அதுக்கு இங்க பனையோலைக் கடவம் நாங்க எங்க மொடையம்?” – தவசிப்பிள்ளை.

“நீரு செத்த சும்ம இருக்கேரா? பதிப்பாளர் வரப் பட்ட பாயின்டு மனசிலாகாமப் பேசாதேயும்.”

“எளுதிக் குடுத்தா பொஸ்தகத்துக்கு மூணாயிரம் ரூபா குடுத்திருவேன்.”

“நெல்லு விக்கப்பட்ட வெலைக்கு அஞ்சு கோட்ட நெல்லு” – தவசிப்பிள்ளை.

“மாசம் ஒண்ணு எளுதினாப் போரும் ... கையினால முப்பத்திரெண்டு பக்கம் எளுதுகது உம்மைப் போல பேரு கேட்ட எளுத்தாளனுக்குப் பெரிய மலையா?”

"மொத்தம் முப்பத்திரெண்டு பக்கம். அதுலே படம் நாலு பக்கம்..."

"நாய் தண்ணி குடிக்கப்பட்ட சத்தம் எட்டுப் பக்கம்" – தவசிப்பிள்ளை.

"அப்பம் இருவது பக்கத்துக்கு மூவாயிரம் ரூவா, பக்கத் துக்கு நூத்தம்பது ரூபா... முழுத்தாள்ளே முப்பது வரி வச்சுக்கோ, கண்ணுவிள்ளை, வரிக்கு அஞ்சு ரூவா வருகு... எழுத்தெண்ணி சன்மானம் வாங்குகது இதுகான் பாத்துக் கிடும்."

"அட்ச்சர லெச்சம்ங்காள்ளா, அதமாரி, நீருகூட ஒரு கத சொல்வேருல்லா பாட்டா... கம்பன் ராமாயணம் பாடச்சிலே சோழ மன்னன் பாட்டுக்கு ஒரு தங்கத் தேங்கா உருட்டிவிட்டாம்ணு... நலுங்கு உருட்டுக மாதிரி. மாசத்துக்கு என்னா, வாராவாரம் நீரு ஒண்ணு எழுதலாம் பாட்டா..."

பதிப்பாளர், முன்னாள் முதலமைச்சர் ஒருவர் சிலை யாய் நிற்கும்போது இடது கையில் வைத்திருந்ததைப் போன்றதோர் ரெக்சின் பையைத் திறந்து, உள்ளே கைவிட்டு, நூறு ரூபாய்த் தாட்களாகப் பத்து எண்ணினார். தவசிப் பிள்ளையைப் பார்த்து, "ஒரு சின்னத் தாம்பாளம் கொண்டாரும்" என்றார்.

தவசிப்பிள்ளை ஓடிப்போய், கழுவிக் கவிழ்த்து வைத் திருந்த வெற்றிலைத் தட்டத்தை எடுத்து, மேல்துண்டால் துடைத்து நீட்டினார். பதிப்பாளர் பையினுள் கைவிட்டு, ஒரு கட்டு சூரங்குடி வெற்றிலை, பழுத்த ஐந்து பாக்கு, பத்து நூறு ரூபாய்த் தாட்கள் எல்லாம் முறைமுறையே அடுக்கி, தாள் பறந்துவிடாமல் மறுகையில் அமிழ்த்திப் பிடித்து நீட்டினார்.

தவசிப்பிள்ளை கை நீட்டி வாங்கினார்.

"சரி, அடுத்த வாரம் வந்து வாங்கிக்கிடும். தவசிப்பிள்ளை எழுதிக் குடுத்திருவாரு..."

"பாட்டா..." என்றார் தவசிப்பிள்ளை பதைத்து,

"ஆமடே! கை நீட்டிப் பணம் வாங்கியாச்சுல்லா? இனி மாட்டம்ணு சொல்ல முடியுமா? பயக்க வாசிச்சுக் கேட்ட அனுபவம் வேற இருக்கு!"

"நான்... வந்து..."

“ஏம் லே மயிராண்டி? அவம் தாலம் கேட்டாம்ணு எடுக்க ஓடுனயே! எங்கிட்டே ஒரு வார்த்தை கேட்டையா? தல இருக்கச்சிலே வாலு ஆடப்பிடாது என்னா? வே, பதிப்பாளரே, எனக்க பொஸ்தகம் என்னமாம் படிச்சிருக்கேரா?”

“இல்ல பாட்டா! குடுங்க. படிச்சுக்கிட்டுத் தாறன்.”

“பின்னே என்ன நெனப்பிலே எங்கிட்டே வந்தேரு?”

“நாஞ்சில் வெளக்கு ஆசிரியர் பண்டாரம் பிள்ளைதான் சொன்னாரு!”

“அவுரு ஆரு ஒமக்கு?”

“எனக்கு அண்ணனுக்கு மகள அவுருக்கு மச்சினனுக்கு தம்பீல்லா கெட்டி இருக்கான்!”

“அப்பம் ஒண்ணுக்குள்ள ஒண்ணுண்ணு சொல்லும். அவன் ஒரு போஞ்ச கொள்ளி ... அவன் சொன்னாம்ணு நீரும் வந்திருக்கேரு! அவன் படிச்சிருப்பானா வே எம் பொஸ்தகம்? அவன் அப்பன் பாட்டன் படிச்சா மனசிலாகுமா? எலே, என்னண்ணு நெனச்சுப் போட்டயோ? சரஸ்வதிலே இது! சரஸ்வதி. சரஸ்வதியாக்கும் கூட இருக்கப்பட்டது. கும்பாட்டம் ஆடப்பட்ட குட்டிண்ணு நெனச்சியா? முன்னயும் பின்னயும் குலுக்கிக் குலுக்கி ஆட்டுகதுக்கு ...”

கும்பமுனி, பொரிந்து தள்ளிவிட்டு, கண்ணுபிள்ளையைத் திரும்பிப் பார்த்தார். “ஓய், உள்ளே போயி, ஒத்த ரூவாத் துட்டு ஒண்ணு எடுத்துக்கிட்டு வாரும் ...”

“என்னத்துக்குப் பாட்டா?”

“ம் ... என் நெத்தியிலே வச்சு ஒட்டி, பாடையிலே கெட்டித் தூக்கதுக்கு ... சொன்னதைச் செய்யும் வே ...”

ஒரு ரூபாய் நாணயம் எடுத்து வந்தார்.

“அந்தத் தட்டத்திலே வையும் ...”

“இன்னா வச்சாச்சு ...”

“இதைப் புடியும் பதிப்புத் தாடகை மலை ... உம்ம அச்சாரம் நான் வேண்டியாச்சு ... இந்த ஆயிரத்தியோரு ரூவா அச்சாரம் நீரு வேண்டிக்கிடும்.”

பதிப்பாளர் எதுவும் புரியாமல், “எனக்கு என்னத்துக்கு இப்பம் அச்சாரம்?”

“எனக்கு இந்த சரோஜாதேவி பொஸ்தகம் எழுதுகதுக்கு அனுபவம் கெடையாது. வயசு ஆயாச்சே தவிர, இது வரைக்கும் பொம்பிளையைத் தொட்டதில்லேண்ணா நீரு நம்புவேரா? பின்னே இந்த நாயி தண்ணி குடிக்கப்பட்ட சத்தத்துக்கு நான் எங்க போக? எழுதுகதுக்கு முன்னாடி அது என்ன, ஏதுண்ணு தெரிஞ்சுக்கிடணும் பாத்தேரா?”

“அதுக்கு?”

“அதுக்குத்தான் இந்த அச்சாரம். நாளைக்கு சாயங் காலம், குளிச்சு, பட்டுடுத்து, தலை நெறையப் பூவச்சு, நல்ல குட்டியாட்டு ஒண்ணு கூட்டீட்டு வாரும்.”

பதிப்பாளர் சடாரென நாற்காலியைப் பின்னால் உதைத்துத் தள்ளி எழுந்து நின்றார். முகம் ரௌத்திரம் பழகி இராதது. ஒரு தினுசில் கோணியது. குரல் உடைந்து, அறுபட்டு, திக்கி வந்தது.

“ஓய், என்ன நெனச்சுப் போட்டேரு? மரியாதை கெட்டிரும் பாத்துக்கிடும். நான் என்ன தேவடியாக் குடி நடத்துகனா, இல்லை மாமா வேலை பாக்கனா? நீரெல்லாம் ஒரு எளுத்தாளம்ணு படியேறி வந்து கேட்டேன் பாரும். என்ன பேச்சுப் பேசுகேரு? வயசாச்சேண்ணு பாக்கேன். இல்லேண்ணா புடுக்கக் கடிச்சுத் துப்பீருவேன் பாத்துக்கிடும்.”

“அது இருக்குண்ணு உமக்குத் தெரியுமா?” – தவசிப் பிள்ளை.

“நீரு சலம்பாமக் கெடயும் வே கண்ணுவிள்ளே ... இப்பிடி பெடங்கி அடிச்சுக்கிட்டு வாறேரே! நீரு என்ன நெனப்பிலே வே, என்னப் பாத்து பொஸ்தகம் எழுதச் சொன்னேரு? என்னைத் தேவ்டியாக்குடி நாயிண்ணு நெனைச்சேரா? கெடந்து வெப்ராளப்படுகேரே! ஓமக்க அம்மையை, பொண்டாட்டியைக் கூட்டீட்டு வரச் சொன்மாரி!”

“ரூவா கெடைக்கும்ணு தான்.”

“ரூவா கெடைக்குமா? நாய்க்குப் பூழல்லே தேனிருந்தா போய் நக்குவேரா ஓய்? பொறப்பிட்டு வந்திருக்கானுகோ! பொஸ்தகம் போடதுக்கு! ...

புதுமைப்பித்தன் கேட்டிருக்கேரா? சினிமாவுக்குப் பாட்டு எழுதுனவரு இல்லே, புதுமைப்பித்தன் –

எத்தனையோ பேருண்டு
இந்தத் தொழில் செய்ய
என்னை அழைக்காதீர்!

பணத்தையும் வெற்றிலை பாக்கையும் பைக்குள் நுழைத்துக்கொண்டு, தாம்பாளத்தை மட்டும் கீழே எறியாத குறையாக வைத்துக்கொண்டு புறப்பட்டார்.

"அந்த ஒத்த ரூவாயைக் கீழே வச்சுக்கிட்டுப் போவும். இல்லாட்டா அச்சாரமாட்டு ஆயிரும் பாத்துக்கிடும். அந்த பண்டாரம் பிள்ளையைப் பாத்தா நான் தேடினேண்ணு சொல்லும். செறுக்கி விள்ளைட்ட ரெண்டு கேள்வி கேக்கணும்."

தவசிப்பிள்ளை கண்ணுபிள்ளை, கண்களில் சிரிப்புப் பொங்க கும்பமுனியைப் பார்த்தார்.

"போயி ஒரு கட்டன் போடும் ஓய்... தாயோளி நாயி தண்ணி குடிக்கப்பட்ட கதை சொல்ல வந்திட்டான். கெட்ட வார்த்தைக்குப் பொறந்த பய..."

"ஆனாலும் நீரு அவனை அந்த வார்த்தை கேட்டிருக்கப் பிடாது... எனக்கே ச்சீண்ணு ஆயிப்போச்சு. ஒரு மொற வேண்டாமா? வயசு மட்டும் ஆனாப் போராது பாத்துக்கிடும்."

"என்ன வே மொற? அவன் ஒரு தேவ்டியா மவன்ணா நீரு வேற ஒரு தேவ்டியா மவன். அவ்வையாரு சும்மையா சொன்னா – வங்கணத்தின் நன்று வலிய பகை அப்டீண்ணு."

"ஆமா மா... நீரு மட்டும் பார்வதிக்கப் பாலு சங்கிலே வாங்கிக் குடிச்ச ஆவுடையப்பன்!"

"ஆவுடையப்பன் இல்ல வே சவமே! ஆளுடைய பிள்ளை."

தவசிப்பிள்ளை கட்டன் சாயா போட அடுக்களைக்குள் புகுந்தார் சாரைப் பாம்புபோல் விரைந்து.

காலம், ஜூலை – செப்டம்பர் 2010